அவஸ்தை

அவஸ்தை

நஞ்சுண்டன் (1961 – 2019)

மொழிபெயர்ப்பாளர்

சேலத்தைச் சேர்ந்தவர். பெங்களூர்ப் பல்கலைக்கழகத்தில் புள்ளியியல் பேராசிரியராகப் பணியாற்றியவர். ‘சிமெண்ட் பெஞ்சுகள்’, ‘மாற்றம்’ இவரது கவிதைத் தொகுதிகள். மிகக் குறைந்த எண்ணிக்கையில் எழுதியிருந்தாலும், சட்டெனக் கவனத்தைக் கவரும் வகையில் சிறுகதைகளும் எழுதியுள்ளார். கன்னடதிலிருந்து ‘யுகாதி’, ‘மரணம் மற்றும்…’ போன்ற தொகுப்புகளை மொழிபெயர்த்துள்ளார். யூ.ஆர். அனந்தமூர்த்தியின் ஒரு நாவலை இவர் ‘பிறப்பு’ எனத் தமிழாக்கியுள்ளார். கன்னடப் பெண் எழுத்தாளர்களின் சிறுகதைகளான ‘அக்கா’ தொகுப்பின் மொழிபெயர்ப்பிற்காக இவருக்கு சாகித்திய அக்காதெமி விருது வழங்கப்பட்டது.

2019ஆம் வருடம் டிசம்பர் மாதம் காலமானார்.

நஞ்சுண்டன் மொழிபெயர்த்த பிற நூல்கள்
(காலச்சுவடு வெளியீடு)

சிறுகதைகள்

- **மரணம் மற்றும்...** – கன்னடச் சிறுகதைகள்
- **அக்கா** – கன்னடப் பெண் எழுத்தாளர்களின் சிறுகதைகள்

நாவல்

- **பிறப்பு** – யு.ஆர். அனந்தமூர்த்தி

யு.ஆர். அனந்தமூர்த்தி

அவஸ்தை

கன்னடம் வழி தமிழில்
நஞ்சுண்டன்

காலச்சுவடு பதிப்பகம்

● அன்பார்ந்த வாசகருக்கு,

வணக்கம்.

காலச்சுவடு நூலை வாங்கியமைக்கு நன்றி.

நூலின் உள்ளடக்கம், உருவாக்கம், அட்டைப்படம் இன்ன பிற அம்சங்கள் பற்றிய உங்கள் கருத்துகளையும் ஆலோசனைகளையும் காலச்சுவடு வரவேற்கிறது. தகவல், எழுத்து, வாக்கியப் பிழைகள் தென்பட்டால் கட்டாயம் தெரிவித்து உதவுங்கள். நூல் தயாரிப்பில் கடும் குறைபாடு இருப்பின் மாற்றுப் பிரதி உங்களுக்குக் கிடைக்கக் காலச்சுவடு ஏற்பாடு செய்யும்.

மின்னஞ்சல்: *publisher@kalachuvadu.com*

காலச்சுவடு நாகர்கோவில் தலைமையகத்துக்கும் கடிதம் அனுப்பலாம்.

தங்கள்
எஸ்.ஆர். சுந்தரம் (கண்ணன்)
பதிப்பாளர் – நிர்வாக இயக்குநர்

அவஸ்தை ◆ நாவல் ◆ ஆசிரியர் : யு.ஆர். அனந்தமூர்த்தி ◆ கன்னடத்திலிருந்து தமிழில்: நஞ்சுண்டன் ◆ © யு.ஆர். அனந்தமூர்த்தி, மொழிபெயர்ப்புரிமை: நஞ்சுண்டன் ◆ முதல் பதிப்பு: டிசம்பர் 2011, ஐந்தாம் (குறும்) பதிப்பு: டிசம்பர் 2022 ◆ வெளியீடு: காலச்சுவடு பப்ளிகேஷன்ஸ் (பி) லிட்., 669 கே.பி. சாலை, நாகர்கோவில் 629001

avastai ◆ Novel ◆ Author : yu.aar. anantamuurtty ◆ Translated from Kannada by Nanjundan ◆ © U.R. Ananthamurthy, Translation Copyright: Nanjundan ◆ Language: Tamil ◆ First Edition: December 2011, Fifth (Short) Edition: December 2022 ◆ Paper: 18.6 kg maplitho ◆ Pages: 208

Published by Kalachuvadu Publications Pvt. Ltd., 669 K.P. Road, Nagercoil 629001, India ◆ Phone: 91-4652-278525 ◆ e-mail: publications @kalachuvadu.com ◆Printed at Clicto Print, Jaleel Towers, 42 KB Dasan Road, Teynampet Chennai 600018

ISBN: 978-93-81969-08-3

12/2022/S.No. 453, kcp 3982, 18.6 (5) 1k

இத்தமிழாக்கம்
வெங்கடேசன் மாமாவுக்கும்
மரகதமணி அக்காவுக்கும்

உங்களோடு . . .

நான் அவஸ்தையை மொழிபெயர்க்க மூன்று காரணங்கள். ஒன்று ஏற்கனவே வந்துள்ள இதன் மோசமான தமிழாக்கம். அதை ஆபாசம் எனச் சொல்வதே மிகப் பொருத்தம். உயிரோட்டமும் கலைத்தன்மையும் மிக்க நாவலை அவ்வளவு மோசமாக ஒருவர் மொழி பெயர்க்க முடியுமா என எண்ணற்றமுறை ஆச்சரியப் பட்டுள்ளேன்.

அவஸ்தை கன்னடத்தில் திரைப்படமாகவும் எடுக்கப் பட்டது. ஜே. ஹெச். பாட்டீல் உள்ளிட்ட கர்நாடகத்தின் பிரபலங்கள் பலர் நடித்த படம். கதாநாயகப் பாத்திரத்தை அருமையான நடிகர் அனந்த்நாக் ஏற்றிருந்தார். படம் 1987இல் திரையரங்குகளுக்கு வந்து ஒரு வாரம் மட்டுமே ஓடியது. அதற்குள் அதைப் பார்த்த பாக்கியவான்களில் நானும் ஒருவன்.

சாந்தவேரி கோபால கௌடா கர்நாடகத்தின் பிரபலமான சோசலிஸ்ட் தலைவர். நிலச் சீர்திருத்த, உச்ச வரம்புச் சட்ட அமலாக்கத்துக்குப் பெரும் காரணர். கர்நாடகத்தின் தலைமைச் செயலகமான விதான சௌதாவின் வலது பக்கத்திலுள்ள சாலைச் சந்திப்புக் குக் கோபால கௌடாவின் பெயர்தான். அவஸ்தை படம் தன் கணவரின் வாழ்க்கையை அடிப்படையாகக் கொண்டுள்ளதாகவும் பல காட்சிகள் அவர் பெயருக்குக் களங்கம் கற்பிப்பதாகவும் கோபால கௌடாவின் மனைவி ஒரு ரூபாய் ஈடாகக் கேட்டு மானநஷ்ட வழக்கு தொடர்ந்ததால் நீதிமன்றம் படத்துக்கு இடைக்காலத் தடைவிதித்தது. வழக்கின் தீர்ப்பு அனந்த மூர்த்திக்குச் சாதகமாக அமைந்தது.

படம் இப்போது விசிடியில் தாராளமாகக் கிடைக்கிறது. அனந்தமூர்த்தியின் திரைகண்ட கதைகளில் *அவஸ்தை*தான் மிக மோசமாகப் படமாகியுள்ளது. *சம்ஸ்கார*வும் *கடசிரார்த்த*வும் சிறந்த திரைப்படங்களுக்கான விருதுகள் பெற்றவை. *அவஸ்தை* நாவலில் இடம்பெறும் உரையாடல்களைத் திரையிலும் அட்சரம் பிசகாமல் பாத்திரங்கள் பேசுவது சபாநாடகங்களை நினைவூட்டு கிறது.

கலை அம்சங்கள் ததும்பும் புதினத்தைத் தொப்புள்கொடி உறவுள்ள மொழியில் ஒருவர் ஆபாசமாக மொழிபெயர்த்ததும் வறட்டுத்தனமான அழகியலோடு இன்னொருவர் மூலமொழி யிலேயே திரைப்படமாக்கியதும் எனக்கு ஆத்திரமூட்டின. *அவஸ்தை* நாவலின் கலைத்தன்மை கெடாமலும் அனந்த மூர்த்தியின் கதையாடலைச் சிந்தாமல், சிதறாமலும் தமிழில் கொண்டுவர முடியும் என நம்பினேன். இது இரண்டாம் காரணம்.

நெருக்கடிநிலைக் காலகட்டத்து இந்திய அரசியல் பின்னணியில் இந்நாவல் எழுதப்பட்டிருந்தாலும், இன்றைக்கும் இது அகண்ட இந்திய அரசியல் சூழலில் – குறிப்பாகத் தமிழ் அரசியல் அரங்கத்துக்கு – மிகப் பொருத்தமானது என்பது என் ஆழமான நம்பிக்கை. மூன்றாம் காரணம் இதுவே. நம் மூத்த அரசியல்வாதிகள் அவசியம் படிக்க வேண்டிய நாவல் இது. அவர்கள் மனங்களில் சிறு சலனத்தையேனும் இந்நாவல் ஏற் படுத்தினால் இத்தமிழாக்கம் ஈடேறியதாக அர்த்தம்.

❍

இது எதார்த்த நாவல். மூன்றாம் நபர் நிலையிலிருந்து கதைசொல்லியின் கூற்றாகப் பொதுவாக நாவல் எழுதப்பட் டுள்ளது. ஆனால் அயற்கூற்றாக வாக்கியங்கள் அமைந்துள்ள பத்தியில் நேர்க்கூற்று வாக்கியங்களையும் நீங்கள் எதிர்கொள்வீர் கள். இது மொழிபெயர்ப்பில் நேர்ந்துள்ள குழப்பமல்ல. அவ்வாறு நேர்க்கூற்றாக அமையும் வாக்கியங்கள் கதையின் நாயகப் பாத்திரமான கிருஷ்ணப்பாவின் மனவோட்டத்தை வெளிப்படுத்துகின்றன. அதாவது தான் கதைசொல்லி நிலையி லிருந்து அயற்கூற்றாக எழுதும் வாக்கியங்களுக்கிடையில் கிருஷ்ணப்பாவின் நனவோடையையும் கலந்து அதைக் கதை யாடல் உத்தியாகவே அனந்தமூர்த்தி கையாண்டுள்ளார்.

❍

இந்நாவலில் நீங்கள் எதிர்கொள்ளப்போகும் சில பெயர் கள், சொற்கள் / சொற்றொடர்களின் சுருக்கமான விளக்கங்கள் இங்கே. அந்தந்தப் பக்கத்தில் அடிக்குறிப்புகளாகவோ நூலின்

இறுதியில் பட்டியலாகவோ இருந்தால் வாசிப்புக்கு இடையூறாகும் என நீங்கள் கதைக்குள் நுழைவதற்கு முன்னரே தந்துள்ளேன்.

அல்லமா: பன்னிரண்டாம் நூற்றாண்டின் மத்தியில் தோன்றிய கன்னட வீரசைவ இயக்கத்தின் முன்னோடிகளுள் ஒருவர். கன்னட வசன இலக்கியத்திற்குப் பெரும் பங்காற்றியவர். தன் சக வீரசைவ வசன இலக்கியப் படைப்பாளிகளான பசவண்ண, அக்கமகாதேவி போன்றோரால் முதன்மையான வராகக் கருதப்பட்டு *அல்லமப் பிரபு* எனப் போற்றப்பட்டவர்.

ஈரப்பலா: கர்நாடகத்தின் மலைநாட்டுப் பகுதியில் புளி அரிது. இப்பகுதி மக்கள் புளிக்கு மாற்றாகச் சமையலில் ஈரப் பலாவின் பழத்தைப் பயன்படுத்துகிறார்கள். இதன் தாவரவியல் பெயர் *Artocarpus gomezianus.*

கடுபு (Kadubu): இது இட்லி போன்ற உணவுப் பண்டம். இதற்காக அரைத்த மாவைப் பலா, வாழை இலைகளில் சுற்றியோ அவற்றின் தொன்னைகளில் ஊற்றியோ ஆவியில் வேகவைத்துத் தயாரிப்பது கடுபு. பல வகைகள் உண்டு.

கல்பூதம்: கர்நாடகத்தின் மலைநாட்டுப் பகுதியின் நாட்டார் தெய்வம். கன்னட மூலத்தில் *'கல்குடக (kalkutaka)'* என்றுள்ளது. மிகவும் சக்திவாய்ந்ததாக மக்களால் நம்பப்படும் இத் தெய்வத்திற்கு ஆடு, மாடு, கோழி போன்றவற்றைப் பலியிடுவது உண்டு. மலைநாடு, தென்கன்னடப் பகுதிகளில் பூதங்களை வழிபடுவது வழக்கம். இவை பேய், பிசாசுகளோடு சேர்த்தியல்ல. தெய்வ கணங்கள். இப்பகுதிகளில் பூதங்களுக்கு வண்ணமயமான திருவிழாக்களும் நடைபெறும். *கல்குடகவும்* பூதவகையைச் சேர்ந்த தெய்வம்.

குண்டப்பா, டி.வி. *(1887 – 1975)*: கன்னட மறுமலர்ச்சிக் காலத்தின் பிரபல எழுத்தாளர். இவர் எழுதிய 'மங்குதிம்மன கக்க' *(1943)* (*Mankuthimmana Kagga*) என்னும் நூலில் இந்நாவலின் மூன்றாம் பகுதியில் மேற்கோள்காட்டப்படும் வரி இடம் பெற்றுள்ளது. குண்டப்பாவின் இந்நூலை ந. முனிசாமி என்பவர் *மக்குதிம்மனின் பிதற்றல்கள் (1989)* எனத் தமிழாக்கியுள்ளார்.

கோஸம்பரி: ஊறவைத்த பயத்தம்பருப்பு, மிகப் பொடியாக நறுக்கிய வெள்ளரிக்காய், தேங்காய்த் துருவல் இவற்றின் கலவையில் கடுகு, உளுத்தம்பருப்பு, வறமிளகாய் தாளித்துக் கொட்டினால் கோஸம்பரி. வசதிப்பட்டால் கொத்துமல்லித் தழை, கேரட் துருவல் போன்றவற்றையும் சேர்த்துக்கொள்கிறார்கள். பாரம்பரியமான *சாலட்* எனச் சொல்லலாம்.

கௌலமார்க்கம், சமயமார்க்கம்: இவை தேவி உபாசனையின் தாந்திரிகப் பிரிவுகள். கௌலமார்க்கத்தில் யோனி வழிபாட்டுக்குரியது; சம்போகம் நடந்தாலும் இந்திரிய ஸ்கலிதம் தேகபலத்தால் கட்டுப்படுத்தப்படுகிறது. அதாவது, கௌல மார்க்கத்தில் புணர்ச்சிநிலை புறவயமானது. இதில் உத்தர (வடக்கு) கௌல, பூர்வ (கிழக்கு) கௌல என இரண்டு உட்பிரிவுகள். பூர்வ கௌலத்தில் தேவியும் சிவனும் ஒருவரை ஒருவர் விஞ்சும் சக்திகள். உத்தர கௌலத்தில் தேவியே பிரபஞ்ச இயக்கத்தின் பிரதான சக்தி. சமயமார்க்கத்தில் புணர்ச்சி நிலை அகவயமானது. இம்மார்க்கத்தில் தேவியும் சிவனும் நிகரானவர்கள். அவர்களின் நாமங்களும் வடிவங்களும் செயல்களும் நிகரானவை. இதன் மேன்மையான உதாரணம் அர்த்தநாரீஸ்வர வடிவம். இங்கே சமயம் என்பதற்கு 'மதம்' எனப் பொருளல்ல.

இந்நாவலின் இரண்டாம் பகுதியில் இடம்பெறும் இந்தப் பிரஸ்தாபங்கள் மூன்றாம் பகுதியில் கதையின் பிரதான பாத்திரமான கிருஷ்ணப்பா தன் தோழி லூஸினாவுடன் கொண்ட சம்போகங்களை நினைவுபடுத்திக்கொள்வது தொடர்பான கதையாடல், மற்றொரு தோழியான கௌரி தேஷ்பாண்டேவும் கிருஷ்ணப்பாவும் கொள்ளும் சேர்க்கை ஆகியவற்றின் பின்னணியில் ஆழமான அர்த்த பரிமாணங்களைக் கொண்டுள்ளன.

தேவி உபாசனை, இம்மார்க்கங்கள் தொடர்பான மேலதிக விவரங்களுக்கு ஆதிசங்கரரின் *ஸௌந்தர்ய லஹரி*க்கான விளக்க உரைகளைக் காண்க.

நில உச்சவரம்புச் சட்டம்: மூலத்தில் *குத்தகைதாரர் சட்டம்* [*கேணி ஷாஸன (geni shaasana)*] என்றுள்ளது. இது தமிழகத்தில் நில உச்சவரம்புச் சட்டம் எனப் பிரபலமாக அறியப்பட்டுள்ளது.

பத்ரடை: விசேஷமான தின்பண்டம். 'பத்ர' என்றால் இலை. அரிசி, வறமிளகாய், தனியா உள்ளிட்டவற்றை அரைத்து உப்பு சேர்த்துச் சேப்பங்கிழங்குச் செடியின் இலையில் (சேப்பிலையில்) அடையாகத் தட்டி, ஒன்றின் மேல் ஒன்றாக அடுக்கிச் சுருட்டி ஆவியில் வேகவைத்தால் *பத்ரடை*. இதைத் தனியாகவோ மீண்டும் பல்வேறு பொருட்களுடன் சேர்த்துத் தாளித்தோ உண்பார்கள். வீட்டிற்கு வந்த விருந்தாளி 'ஊருக்குப் போகிறேன். ஊருக்குப் போகிறேன்' எனச் சொல்லும்போது, 'இன்று பத்ரடை செய்கிறோம்' என்றால் அவர் ஊருக்குப் போகாமல் தங்கிவிடுவாராம்.

முகுளம்: கன்னடத்தின் *கம்பீர* (gambheera) ஆங்கிலத்தின் seriousக்கு நிகர். கன்னட *காம்பீர்ய* (gaambheerya)தான் தமிழின் 'கம்பீரம்' என்னும் பொருளைத் தருகிறது. ஆனால் சில மொழி

பெயர்ப்பாளர்கள் கன்னட *கம்பீர*வைத் தமிழின் 'கம்பீரம்' எனத் தவறாகப் புரிந்து தமிழாக்கியுள்ளார்கள். ஆங்கிலத்தின் seriousக்குத் தமிழில் 'தீவிரம்', 'ஆழம்', 'காத்திரம்' போன்ற பல சொற்கள் எடுத்தாளப்படுகின்றன. நான் இம்மொழிபெயர்ப் பில் கன்னடத்தின் *கம்பீர*த்துக்கு (அதாவது ஆங்கிலத்தின் seriousக்கு) நிகரான பொருளில் 'முகுளம்' என்னும் சொல்லை எடுத்தாண்டுள்ளேன். பெருமாள்முருகன் தன் *கொங்கு வட்டாரச் சொல்லகராதி*யில் இவ்வார்த்தையைப் பதிவுசெய்துள்ளார்.

யக்ஷகானம்: கர்நாடகத்தின் வட, தென்கன்னட மாவட்டங் களிலும் மலைநாட்டுப் பகுதியிலும் பிரபலமாயுள்ள நீண்ட பாரம்பரியம் கொண்ட இசை, நாடக வடிவம். வண்ணமயமான அலங்காரங்களுடன் பெரும்பாலும் புராணக் கதைக்கூறுகளை மையமாகக் கொண்டு நிகழ்த்தப்படும் கலை. பாரம்பரியமாக ஆண்களே பெண் பாத்திரங்களையும் ஏற்று நடித்தார்கள். மிகச் சமீபத்தில் பெண் கலைஞர்களும் அபூர்வமாக யக்ஷகானத்தில் பங்கேற்கிறார்கள்.

வாமமார்க்கம்: வேத நியதிகள் ஒப்பாத வழிமுறைகளைக் கடைப்பிடிக்கும் மார்க்கம். நரபலியிடுதல், காமம் மற்றும் மந்திர தந்திரங்கள் மூலமான தெய்வ வழிபாடு ஆகியவை இதில் அடங்கும். எடுத்துக்காட்டாக, அகோரிகள், காபாலிகர்கள், நங்க நாகர்கள் வாமமார்க்கத்தவர்கள்.

அனந்தமூர்த்தி இந்நாவலை 1977ஆம் ஆண்டில் சுமார் ஒரு மாத கால அவகாசத்தில் எழுதிமுடித்தார். ஆகவே கதை யில் இடம்பெறும் பணமதிப்பை அக்காலகட்டம் சார்ந்து மனத்தில் கொள்ள வேண்டும் என்பது கூறத் தேவையற்றதென் றாலும் நினைவுபடுத்துவது நல்லது.

❍

எழுதப்படும் எதுவும் செம்மையாக்கப்பட வேண்டும் என்பது என் கோட்பாடு. என் நண்பரும் பேராசிரியருமான எஸ். நாராயணன் கன்னடமும் தமிழும் நன்கறிந்தவர். மைசூர்ப் பல்கலைக்கழகத்தில் பேராசிரியர் அனந்தமூர்த்தியின் மாணவர். அவர் இத்தமிழாக்கம் முழுவதையும் மூலத்தோடு ஒப்பிட்டுச் சரிபார்த்தார். அவர் சொன்ன திருத்தங்கள் மொழிபெயர்ப்பின் முதல் படிவத்தைப் பெரிதும் மேம்படுத்தின.

கௌலமார்க்கம், சமயமார்க்கம், வாமமார்க்கம் ஆகியவை தொடர்பான விரிவான விளக்கங்களை அளித்தும் அவை பற்றிய என் குறிப்புகளைச் செறிவாக்கவும் உதவினார் கன்னட எழுத்துல கிலும் கர்நாடகக் கல்வித் துறை வட்டாரத்திலும் பெருமதிப்பிற் குரிய சமஸ்கிருதப் பேராசிரியர் ஸ்ரீனிவாசமூர்த்தி.

சில காய்கள், பழங்கள் முதலானவற்றுக்கு ஷிமோகாப் பகுதி மக்கள் வழங்கும் சொற்களை அனந்தமூர்த்தி பயன்படுத்தி யுள்ளார். எலுமிச்சை, பலா போன்றவற்றின் கன்னடப் பெயர் களிலிருந்து அவற்றின் தமிழ்ப் பெயர்களை அறிவது மிக எளிது. ஆனால் பம்பளிமாஸ், நாரத்தை, ஈரப்பலா போன்றவற்றின் ஷிமோகாப் பகுதிப் பெயர்களிலிருந்து இவற்றை அடையாளம் காண்பது மிகச் சிரமமாயிருந்தது. ஆனால் அப்பகுதியில் பிறந்து வளர்ந்து, தற்போது ஹாஸனில் பணியாற்றும், தாவரங்களை வகுத்துத் தொகைப்படுத்தும் முறையியல் (taxonomy) வல்லுந ரான முனைவர் ஷரணப்பா இவ்விஷயத்தில் பெரிதும் உதவி னார். எடுத்துக்காட்டாக, 'வாட்டே ஹுளி' என்னும் ஷிமோகாப் பகுதிப் பெயரிலிருந்து அதன் தாவரவியல் பெயரை அவர்மூலம் அறிந்து பிறகு 'ஈரப்பலா' என அதன் தமிழ்ப் பெயரைக் கண்டடைந்தேன்.

மொழிபெயர்ப்பு முழுவதையும் சிரத்தையுடன் படித்துத் தமிழ் வாசகர்கள் எதிர்கொள்ளக்கூடிய சிக்கல்கள் பலவற்றை யும் சுட்டிக்காட்டியவர் முனைவர் துரை. அவர் யோசனையின் அடிப்படையில் அப்படிப்பட்ட சிக்கல்களைப் பேரளவு தவிர்க்க முடிந்தது.

நாவல் அச்சுக்குச் செல்வதற்கு முன்னதான படிவத்தைப் படித்துப் பயனுள்ள ஆலோசனைகளை வழங்கியவர்கள் முனைவர் காசி மாரியப்பன், திரு. சகஸ்ரநாமம், பேராசிரியர் பா. மதிவாணன், பெருமாள்முருகன். செம்மையாக்கத்தில் உறு துணை நின்றவர் பெ. பாலசுப்ரமணியன்.

இந்நாவலை நான் மொழிபெயர்த்துக்கொண்டிருந்த காலத்தில் தொலைபேசியில் அழைத்தபோதெல்லாம் 'அப்பா, இன்னக்கி எத்தனாவது பக்கம்?' என்று என்னைக் கேட்டு உற்சாகப்படுத்தியது என்னுயிர் சுகவனன்.

இவர்கள் அனைவருக்கும் என் நெஞ்சார்ந்த நன்றி.

நாவலை மொழிபெயர்க்க அனுமதி வழங்கிய பேராசிரியர் அனந்தமூர்த்தி அவர்களுக்கும் நூலைச் சிரத்தையுடன் வெளி யிடும் காலச்சுவடு பதிப்பகத்துக்கும் மிக்க நன்றி.

பெங்களூர் 560 056.   தோழமையுடன்,
                                            நஞ்சுண்டன்

பாகம் ஒன்று

ஐம்பது நிறைவதற்கு முன்பே அவன் சாகக் கிடக்கிறான். சாவோடு போராடியவாறு அவன் நினைவு படுத்திக்கொண்டு சொல்லும் சம்பவங்களால் அவன் மனநிலையை ஊகிக்கலாம். விளையாட்டுப் பருவத்தில் கிருஷ்ணப்ப கௌடா மிக நன்றாக நீந்துவான். நதி நிறைந்து ஓடிக்கொண்டிருக்கும்போது, ஒரு கரையிலிருந்து குதித்து இன்னொரு கரையை அடைவான். அவன் ஒரு முறை அப்படி நீந்திக்கொண்டிருந்தபோது – இனியென்ன பாதி ஆற்றைத் தாண்டியாகிவிட்டது, அவனோடு நீந்திக் கொண்டிருந்த நண்பன் ஒரு மார் தூரம் பின்னாலிருந் தான் – கிருஷ்ணப்பாவின் கை சடிந்துவிட்டதாம். முன்னேறிச் செல்ல முடியவில்லையாம். 'நான் முழுகிடு வேன். நீ போடாப்பா' என்று அவசர அவசரமாகக் கத்திக்கொண்டு மூழ்கியேவிட்டானாம். அவன் நண்பன் – ஹனுமநாயக்கன் என்று அவன் பெயர் – சாகசம் செய்து காப்பாற்றினானாம். ஆனால் ஒரு கணம் தான் இறந்தே விடுவோமெனத் தோன்றியபோது தன் மனம் எந்த மாற்றமுமில்லாமல் இருந்ததல்லவா அதை நினைத்துக் கொள்ளும்போது, பக்கவாதம் தாக்கிப் படுத்திருக்கும் கிருஷ்ணப்பாவின் இரண்டு பெரிய கண்களிலும் நீர் நிறைவதுண்டு.

கிருஷ்ணப்பா கடுங்கோபக்காரனுங்கூட. ஹைஸ்கூ லில் படித்துக்கொண்டிருந்தபோது, தன் சினேகிதன் ஒருவன் பழுதுபார்ப்பதற்குக் கொடுத்திருந்த கைக்கடிகாரத்தை வாங்கிவருவதற்காகக் கடைக்குப் போனான். கடைக்கார னுக்கும் இவனைத் தெரியும். நன்றாகவே தெரியும். ஆனால் ஏழையாயிருந்த இந்தக் கிருஷ்ணப்பா நடமாடிய கெத்தைக் கண்டு அந்தக் கடைக்காரனுக்கு வெறுப்பு. என்றைக்கும் போல ஒரு கண்ணில் பூதக்கண்ணாடியை மாட்டிக் கொண்டு வக்கிரமாகப் பார்த்தவாறு, 'உங்களை நம்பி வாட்சை எப்படிங்க குடுக்க முடியும்?' என்றானாம்.

‘இன்னொரு தடவை நீங்க அப்படிச் சொன்னா உங்களோட இந்தக் கண்ணாடிக் கூண்டைத் தூள்தூளாக்கிடுவேன்’ என்றானாம் கிருஷ்ணப்பா. இடுக்கியால் எதையோ கிளறியபடி கடைக்காரன் ‘ஏழையின் கோபம் தாடைக்குத்தான் கேடு’ என்றானாம். அப்படிச் சொன்னதுமே பழுதுபார்ப்பதற்கான உபகரணங்களையும் கைக்கடிகாரங்களையும் வைத்திருந்த கண்ணாடிக் கூண்டைக் கிருஷ்ணப்பா படாரென நிலத்தில் தூக்கியெறிந்துவிட்டு நடந்தானாம். அவன் கோபத்தைக் காணும் போது எப்படிப் பட்டவர்களும் நடுங்கிவிடுவார்கள்.

இப்படிப்பட்ட துர்வாச முனி கைகால் தூக்க முடியாமல் படுத்திருப்பதைப் பார்ப்பதற்குக் கஷ்டமாக இருக்கிறது. இப்போது கோபம் வந்தால் உதடுகள் துடித்து, மூக்குத் துவாரம் குறுகி, கண்களில் நீர் நிறையும் அவ்வளவுதான்.

அல்லது படுத்திருக்கும் இடத்திலிருந்தே கோலைத் தூக்கி மனைவியை அடிக்க முயல்வான். இந்தப் பக்கம் நோய்வாய்ப் பட்ட கணவனுக்கான பணிவிடை, அந்தப் பக்கம் பாங்கில் குமாஸ்தா வேலை. இவற்றுக்கு நடுவே, அடம்பிடித்து, சளியை ஒழுக்கிக்கொண்டு, மூலையில் உட்காரும் ஐந்து வயது மகள். இவையெல்லாம் சேர்ந்துகொண்டு மனைவியைப் பைத்திய மாக்கும். அவள் கூந்தல் எப்போதும் கலைந்திருக்கும். ‘உங்கள் வறட்டு ஜம்பத்தில் நெருப்பு விழ’ என்று கணவனைப் பற்றி முனகியபடி அவள் ஒருமுறை தன் மகளின் உதடு கிழிந்து ரத்தம் வழியுமளவுக்கு வேகமாக முகத்தை நிமிண்டியதுண்டு. அத்தனை ரகளையிலும் கிருஷ்ணப்பாவின் மனம் சலனமற் றிருக்காது என்பதல்ல. அவன் வாழ்க்கை வரலாற்றை எழுது வதற்காகத் தினமும் வந்துகொண்டிருக்கும் அப்பாவியான நாகேஷுக்குக் கிருஷ்ணப்பா தன் முந்தைய கதையைச் சொல்லத் தொடங்குவான். தன் தற்போதைய நிலைமையை அறிந்துகொள் வதற்காக அவன் சொல்லிக்கொண்டிருந்ததன் ஆழமும் அகலமும் இளையவனான நாகேஷுக்குப் புரிந்தனவோ இல்லையோ என்பது கிருஷ்ணப்பாவையொன்றும் பாதித்ததாகத் தெரிய வில்லை.

சிறுவனாயிருந்தபோது கிருஷ்ணப்பாவுக்கு மாடு மேய்க்கும் வேலை. கம்பளிக் கவசம் போட்டுக்கொண்டு கத்தியும் புல்லாங் குழலும் பிடித்துக்கொண்டு தன் கிராமத்தின் மாடுகளையெல் லாம் மேய்த்துக்கொண்டிருந்த கதையை அதிலேதோ தனக்கு மட்டும் புரியும் அர்த்தங்கள் நிறைந்துள்ளன என்பதாகச் சொல் வான். சாகக்கிடக்கும் அவனுக்குத் தன் முந்தைய வாழ்வில் அவ்வப்போது தெய்வீகமானது பிரவேசித்தது உண்டு என இப்போது தோன்றுவது யதார்த்தமான உண்மையோ அல்லது அப்படிப்பட்ட நம்பிக்கை தற்போதைய நலிவுற்ற நிலையை

வெல்வதற்கு அவசியமோ எப்படிச் சொல்வது? பகுத்தறிவின் அடிப்படையில் கிருஷ்ணப்பா கடவுள் நம்பிக்கையற்றவன். அதோடு கபீர், அல்லம, குருநானக், மீரா, பரமஹம்சர் போன்ற வைதீகப் பித்தர்களைப் புகழ்ச்சி, ஹாஸ்யம், சந்தேகம் ஆகிய வற்றால் அவர்களெல்லோரும் தனக்கு மிக நெருக்கமானவர்கள் என்பதாகக் கிண்டல் செய்கிறவன். அதனால் அவன் ஒட்டு மொத்த நிலைப்பாடு என்ன என்று சொல்வது கஷ்டமான விஷயமே. விளையாட்டுத்தனமாக விடியற்காலை வீடுவீடாக நின்று மாடு, கன்றுகளை அவிழ்த்துக்கொண்டு, குன்று, ஆற்றங் கரை, வெட்டவெளிகளில் அவற்றை மேய்த்தவாறு நடமாடிக் கொண்டிருந்தான். மாலையில் அவற்றைத் திரும்ப ஓட்டிக் கொண்டு வருவான். மேய்ந்துகொண்டிருந்த மாடுகளை மரத்தின் கீழ் உட்கார்ந்து சோம்பலான கண்களால் கவனித்தவாறு, புல்லாங்குழலில் தன் மனசின் லயத்தைச் சொன்னபடி தான் யோசித்துக்கொண்டிருந்ததை அவன் நினைவுபடுத்திக்கொள்ள முயலும்போது ஒரு முக்கியமான சம்பவம் அவன் கண்ணெதிரில் நிற்கிறது. அதைச் சொல்வதற்கு முன்பு திடீரென்று அவன், ‘அப்ப நான் ஒன்னும் சுகமாயிருந்ததா நினைக்காதீங்க, ஐயா. வயல்ல பசுமை தெரிஞ்சதுன்னா என் கதை முடிஞ்சுதுன்னு நெனச்சுக்குங்க. மாடு கன்னுங்க வெறி பிடிச்சி வேலிகீலியெல் லாம் புடுங்கி வயலுக்குள்ள நொழஞ்சுடும். நான் ஒருத்தனே பைத்தியம்பிடிச்சவனா அதுங்களை ஓட்டிக்கிட்டுக் கடைசியா கைசோர்ந்து ஒக்காந்துடுவேன் – ஜோங்கற மழையில திக்பிரமை புடிச்சவனாட்டமா. அப்ப முதுகுல அடி விழும் பாருங்க’ சொல்லிக்கொண்டே கிருஷ்ணப்பா இப்போது சிரிக்கிறான். கண்களில் அப்போதைய திகிலையும் விழுந்த அடிகளையும் வலியையும் நடித்துக்காட்டுகிறான். இதை ஞாபகப்படுத்திக் கொள்ளும்போதே, மாடு மேய்ப்பதிலிருந்து தன்னை விடுவித்த மஹேஸ்வரய்யா அவன் நினைவுக்கு வருகிறார்.

மஹேஸ்வரய்யா யாரோ எந்தப் பக்கத்தவரோ தெரியாது. ஏதேனும் ஊருக்கு வருகிறார் என்று வைத்துக்கொள்ளுங்கள். வீடுகீடு ஒழுங்குபடுத்திக்கொள்வார். இருப்பது ஒருவரேயானா லும் சமையல்காரனை வைத்துக்கொள்வார். தன் துணியை மட்டும் தானே துவைத்துக்கொள்வார். அவர் வாயால் காளிதாஸ னின் சமஸ்கிருதத்தையும் இந்துஸ்தானி இசையையும் கேட்க வேண்டும். பெரிய ரசிகர். தாம்பூலத்தால் சிவந்த அவரது உதடுகளுக்கு மேலிருக்கும் முறுக்குமீசை, அவர் காதில் மின்னும் வைரக் கம்மல்கள், அவரது மேல்கோட்டு, கரை போட்ட சுத்தமான வேட்டி, அவர் பிடித்துக்கொண்டிருந்த வெள்ளிப் பூண்போட்ட பிரம்பு, அவர் கண்களின் அமைதியான பாவனை போன்றவற்றை விவரித்ததைப் போலவே அவர் மிகுந்த வைராக்கியம் கொண்டவர் என்றும் கிருஷ்ணப்பா சொல்கிறான்.

அவர் தெளிவாகச் சொல்லாவிட்டாலும், தன் மனைவி யாரையோ வைத்துக்கொண்டிருந்ததை அறிந்து மஹேஸ்வரய்யா வீட்டைவிட்டு வந்துவிட்டார் என்பது கிருஷ்ணப்பாவின் ஊகம். லட்சாதிபதி மனிதர். மனைவிக்குக் கொஞ்சம் சொத்தைக் கொடுத்துவிட்டு மீதிப் பணத்தை வங்கியில் போட்டு இப்படி வேலையற்றவராக ஊரூராக அலைந்துகொண்டிருந்தார். அவர் எப்போதும் படித்துக்கொண்டிருந்தார். அவர் முக்காலமும் உணர்ந்த ஞானி என்பது கிருஷ்ணப்பாவின் நம்பிக்கை. மஹேஸ்வரய்யா எங்காவது வந்தார் என்று வைத்துக்கொள்ளுங் கள். வந்து உட்கார்கிறவர் திடீரென, 'ப்போ' என்பதுண்டு. அப்போது அவர் முகத்தில் கலவரம் தெரியும். அவரை அழைத்த வர் எவ்வளவு வற்புறுத்தினாலும் சொல்லமாட்டார். அடுத்து நடக்கவிருந்த கெடுதல் அவருக்குத் தெரிந்திருக்கும். அதைப் பிறகு கிருஷ்ணப்பாவுக்குக் காதோடு சொல்வார். அவரைக் கண்டாலே எங்கே அவர் 'ப்போ' என்றுவிடுவாரோ என மக்கள் பயந்தார்கள். அப்படிச் சொல்லாமலும் அவர் இருக்க மாட்டார். அதனாலேயே வாருங்கள் என அழைத்தால் மஹேஸ்வரய்யா 'அந்தக் குடும்பஸ்தனுக்கு என்ன கேடு காத்திருக்குதோ தெரியல. அதனால நான் அவன் வீட்டுக்கு வரல்ல' என்று சொல்லிவிடுவார்.

அடுத்து வரும் கெடுதலை அறிந்து 'ப்போ' எனச் சொல்லிக் கொண்டிருந்த மஹேஸ்வரய்யாவின் துயரம் என்னவென்றால், எதிர்காலத்தின் நல்லது அவருக்குத் தெரியவந்ததே மிக அபூர்வம். கிருஷ்ணப்பாவைப் பற்றி மட்டும் ஒருமுறை அவர் நல்லதைக் கண்டதுண்டு. அது நடந்தது இப்படி: அழுக்கான கால்சட்டை யும் பனியனும் அணிந்து ஆற்றங்கரையின் அரசமரத்துக்குக் கீழே கிருஷ்ணப்பா உட்கார்ந்திருந்தான். அறுப்பு முடிந்திருந்த தால், மாடுகள் வயலுக்குள் நுழைந்துவிடும் என்னும் பயம் அவனுக்கில்லை. நதியின் சலசல சப்தமும் மாடுகளின் கழுத்து மணியோசையும் காதில் விழுந்ததால் கிருஷ்ணப்பா மகிழ்ச்சி யடைந்திருக்க வேண்டும். என்றைக்கும்விட அதிகமான மகிழ்ச்சி யடைந்திருக்க வேண்டும். புல்லாங்குழலை ஊதுவதற்குப் பதில் குமாரவியாஸனின் பாரதத்தைப் பாட வேண்டுமெனத் தோன்றியது. நான்கு வருடங்கள் பள்ளிக்குச் சென்றிருந்த கிருஷ்ணப்பா பாரதத்தைப் படித்துக் கற்கவில்லை. அவனுக்கு ஆசிரியராயிருந்த ஜோயிஸ் படித்ததை அவ்வப்போது கேட்டுக் கேட்டுக் கற்றிருந்தான். கிருஷ்ணப்பா உணர்ச்சிவயப்பட்டுப் பாட ஆரம்பித்தான். அவன் கிராமத்துக்கு அருகாமை நகரம் ஒன்றில் அப்போது கூடாரமடித்திருந்த மஹேஸ்வரய்யா தன் கோட்டைத் துவைத்தபடி நதியில் நின்றிருந்தார். அவர் அங்கே எப்படித் துவைப்பதற்கு வந்தார் என்பதும் ஆச்சரியம். அன்று

காலையில் அவர் நகரத்தில் நடந்துசென்றுகொண்டிருந்தபோது, அரைப்பைத்தியமாகிவிட்டிருந்த ஓய்வுபெற்ற பள்ளிக்கூட ஆசிரியர் ஒருவர் அவரை நிறுத்தினாராம். மஹேஸ்வரய்யாவின் கோட்டைக் கேட்டாராம். 'குடுக்கறேன். ஆனால் போட்ட தில்லையா? துவைக்கணும்' என்று சோப்பு வாங்கிக்கொண்டு அப்படியே நடந்து இந்த ஆற்றங்கரைக்கு வந்துவிட்டாராம். நகரத்துக்கும் இந்த நதிக்கரைக்கும் இரண்டு மைல் தூரமாவது இருக்கும்.

பாடிக்கொண்டிருந்த பையனுக்கு எதிரில் நின்று மஹேஸ்வரய்யா 'ப்போ' என்றார். கிருஷ்ணப்பா வெட்கத்தோடு பாட்டை நிறுத்தினான். எங்கோ தூரத்தில் பார்த்துக்கொண்டு, தண்ணீர் வழிந்த கையில் கோட்டைப் பிடித்திருந்த மஹேஸ்வரய்யா, 'ஏ பையா மாடுங்களைக் கட்டிப்போட்டப்பறம் சாயங்காலம் இங்க வந்து எனக்காகக் காத்துக்கிட்டிரு' என்று கோட்டைப் பிழிந்து அங்கிருந்து புறப்பட்டுப் போனார். தான் உட்கார்ந்திருந்த அரசமரத்துக்கு எதிரிலிருந்த கொய்யா மரத்தில் இரண்டு பஞ்சவர்ணக்கிளிகள் இருந்தன என்று கிருஷ்ணப்பா நினைவுபடுத்திக்கொள்கிறான். அந்த மரத்தின் மேல் அபூர்வ நிறத்துப் பறவையொன்றைத் தான் கண்டதுண்டு என்று சொல்கிறான்.

சாயங்காலம் கிருஷ்ணப்பா காத்திருந்தான். பிரம்பை வீசிக்கொண்டு வந்த மஹேஸ்வரய்யா, 'ஐயோ அசட்டுப் பயலே, நீ யாருன்னு இத்தனை நாளும் உனக்குத் தெரியாமப் போச்சே? வா எம்பின்னால' என்று நேராகக் கிருஷ்ணப்பாவின் வீட்டுக்குப் போனார். அவனுக்குத் தந்தை இல்லை. தாய் தன் அண்ணனின் வீட்டில் அவன் மனைவியிடம் அவமானப்பட்டுக்கொண்டு, தினந்தோறும் கடுபுக்கு மாவரைத்து, மாடு கன்றுகளுக்குத் தீவனம் வேகவைத்து, எருவுக்குத் தழை சுமந்துவந்து போட்டு வாழ்ந்துவந்தாள். விரலில் மோதிரம், பவளக் கம்மல், வெள்ளிப் பூண் போட்ட பிரம்பு ஆகியவற்றைக் கண்டே கிருஷ்ணப்பாவின் மாமன் பிரமித்து நின்றான். மஹேஸ்வரய்யா திட்டினார். 'எப்படிப்பட்ட முட்டாள் ஜனங்க நீங்க. வீட்டுலயிருக்கற மாணிக்கம் உங்க கண்ணுல படாமப் போச்சே' என்று அவர்களுக்குப் பணம் கொடுத்து, அதட்டிக் கிருஷ்ணப்பாவைப் பத்து மைலுக்கு அப்பாலிருந்த ஊரின் ஹாஸ்டலில் போட்டுப் பள்ளிக்கூடத்தில் சேர்த்தார். பணத்துக்கு ஏற்பாடுசெய்துவிட்டுக் காணாமல்போனார். வருடத்துக்கு ஒருமுறை வந்து பார்த்துக் கொண்டிருந்தார். கிருஷ்ணப்பா இப்படி பிஏ வரைக்கும் படித்தான். நெருக்கம் வளர்ந்த பிறகும் தனக்கு மஹேஸ்வரய்யா ஆச்சரியமான நபராகவே இருந்தார் என்று கடந்தவற்றை நினைவுபடுத்திக்கொண்டிருந்தான் கிருஷ்ணப்பா. 'எனக்குக்

கஷ்டம் வந்தப்பல்லாம் அவர் வந்துடுவாரு. நான் ஜெயிலுக்குப் போனப்ப அவர் வந்திருந்தாரு. அப்படியே காய்ச்சல் கீய்ச்சல் வந்தா வந்துடுவாரு. முதல் தடவை தேர்தல்ல நின்னப்ப செலவுக்குன்னு ஆயிரம் ரூபாய் குடுத்துட்டுப் போனாரு. அவர் ஏதாவது ஊருக்கு எப்படி வந்து நிலைச்சாரோ அப்படியே ஊரைவிட்டும் போனார் – வீட்டிலிருந்த பாத்திரம், பண்டம், ஃபர்னிச்சர் எல்லாத்தையும் கண்ட கண்டவர்களுக்கும் கொடுத்துட்டு. விசித்திரமான மனுசன். அவர் என்ன ஜாதி, எந்த இனமுன்னு இப்பவும் எனக்குத் தெரியாது. பிராமணராகவோ லிங்காயத்தாகவோ இருக்கலாம். நான் மாமிசம் சாப்பிடுவதை விட்டதால அவர் சந்தோசப்பட்டாருங்கறது என் ஊகம். குடும்பப் பொண்ணுங்கன்னா கண்ணெடுத்தும் பார்க்காத மரியாதை அவருக்கு. ஆனால் விபச்சாரிங்கன்னா ரொம்ப சபலம். சமஸ்கிருதத்துல அவருக்குத் தெரியாத ஆபாசப் பாட்டே இல்லை. மகானுபாவர். அரசியல்ல கொஞ்சங்கூட ஈடுபாடே இல்லை.'

'நீ எல்லாக் கஷ்டமும் பட்டு அலைக்கழிந்து உன்னோட ஊருலயே வளரணும்' என்று மஹேஸ்வரய்யா சொல்லியிருந்தாராம். கிருஷ்ணப்பா தன் கிராமத்துக்கு அருகாமை நகரத்திலேயே வளர்ந்தான். அவனுக்கு ஏற்பட்டுக்கொண்டிருந்த அவமானங்களெதுவும் மஹேஸ்வரய்யா அனுப்பிக்கொண்டிருந்த பணத்தால் நிற்கவில்லை. ஏழை வீட்டுப் பையனல்லவா? அவன் ஹைஸ்கூலில் படித்துக்கொண்டிருந்தபோது ஹாஸ்டல் வார்டன் ஒருவன் – நிலபுலன் கொண்டிருந்த பெரிய பணக்காரன் – கிருஷ்ணப்பாவை மிகுந்த உதாசீனத்தோடு பார்த்தான். கிருஷ்ணப்பாவின் கெத்து எல்லோர் கண்ணையும் உறுத்தக் கூடியது. நாம் இருக்கும் நிலைமைக்கும் அடைய ஏங்கும் நிலைமைக்கும் இடைவெளி இருக்கும்போது, முகமூடி உண்மையான முகமாவதற்கு முன்னால் என்னென்ன சங்கடங்களை அனுபவிக்க வேண்டிவரும் என்பதைக் கிருஷ்ணப்பா சில சம்பவங்களால் விவரித்தான். இப்போது சாகக்கிடக்கும்போதும் அப்படிப்பட்ட சங்கடங்களிலிருந்து விடுதலை கிடைக்கவில்லை. இரக்கத்துக்குரிய மனைவி அவனிடம் அடிபட்டுச் சமையலறையில் தலைகலைந்து நின்று, 'இவரு பெரிய தலைவராம். புரட்சி செய்றாராம். மொதல்ல பொண்டாட்டிய அடிக்கிறதை நிறுத்தட்டும் பாக்கலாம்' என்று முனகும்போது கிருஷ்ணப்பா வெறுப்படைகிறான். தன் அகங்காரத்தை ஓர் எல்லைக்குள் வைத்துக் கொள்ள மஹேஸ்வரய்யா கற்பித்த நகைச்சுவை உணர்வு தன்னுடைய இந்தத் தேஜஸை இழந்துவிட்ட தேகத்திலிருந்து விடுபட்டே போய்விட்டது எனத் தத்தளிக்கிறான்.

ஏதோ ஒரு சின்ன தவறுக்காக ஹாஸ்டல் வார்டன் ஒரு முறை கிருஷ்ணப்பாவை அடிக்கும் தைரியம் கொண்டானாம்.

கொன்றுவிடுவதைப் போல உதட்டைக் கடித்துப் பிரம்பு எடுத்துக்கொண்டு மற்ற எல்லாப் பையன்களுக்கு முன்னால் அவன் கோபாவேசங்கொண்டு நின்றான். நீண்ட தாடை, குழி விழுந்த கண்கள், பெரியம்மைத் தழும்பு முகங்கொண்ட அந்தக் குள்ள வார்டன் சுபாவத்தில் பயந்தாங்கொள்ளி. அவன் கீச்சுக் குரல் ஆர்ப்பாட்டத்தைக் கேட்டுக் கிருஷ்ணப்பாவுக்கு அருவருப்பாயிருந்தது. அவன் தலைமையை ஏற்றுக்கொண் டிருந்த பையன்களெல்லாம் வியப்புற்று அடுத்து என்ன எனத் தெரியாமல் நின்றிருந்தார்கள். கிருஷ்ணப்பா வார்டனுக்கு முதுகைக் காட்டினான். கால்சட்டையைக் கழற்றினான். பிருஷ்டத் தின் மேல் பழுத்துச் சிவந்து உருண்டையாக இருந்த சிலந்தி ஒன்றை விரலால் சுட்டிக்காட்டியவாறு, கழுத்தைத் திருப்பி, 'சுவாமி இந்தச் சிலந்தி இருக்கற இடத்தைவிட்டு வேற எங்க யாச்சும் அடிங்க' என்று தொடைகளைச் சேர்த்துக் குனிந்தான். பையன்களெல்லாம் கொல்லென்று சிரித்தார்கள். அவமானத் தாலும் கோபத்தாலும் நடுங்கியபடி தன்னைச் சுற்றிவளைத்த உதாசீனத்தைக் கண்டு பயந்து வார்டன் அங்கிருந்து நகர்ந்தான். அந்தஸ்து, பணக்காரத்தனம் ஆகியவற்றின் அதிகாரத்தைக் கிருஷ்ணப்பா இப்படிப் பலமுறை வென்றிருக்கிறான்.

'உனக்குள்ள ஒரு புலி இருக்குதப்பா' என்று மஹேஸ்வரய்யா சொல்லிக்கொண்டிருந்தாராம். மஹேஸ்வரய்யா துர்க்கையின் ரகசிய பக்தர். எப்போதாவது ஒருமுறை திடீரென்று யாரும் தன்னைக் கண்டுபிடிக்காத இடத்தைத் தேடித் துர்க்கையை ஆராதிக்கத் தொடங்கிவிடுவார். இரவும் பகலும் நடக்கும் அந்த ஆராதனை மாதக் கணக்கில் அவரை ஒரே இடத்தில் கட்டிப்போடுவதுண்டு. அப்படிப்பட்ட ஓர் ஆராதனை கிருஷ்ணப்பாவுக்கு முன்பாகவும் நடந்திருக்கிறது. 'புலியின் மேல் சவாரி செய்ய வேண்டுமப்பா' என்று மஹேஸ்வரய்யா அவனிடம் நெருக்கமாகச் சொல்லியிருக்கிறார். சிவப்பு மடித்துணி உடுத்தி, நெற்றியில் பெரிய குங்குமமிட்டு, ஈரமான கூந்தலைத் தோளின் மேல் இறைத்த தேவி ஆராதகனின் மின்னும் கண் களைக் கிருஷ்ணப்பா சந்தேகத்தோடு பார்க்க முயன்றிருந்தான். எந்தக் கடவுளைப் பூஜிப்பதற்கும் அவனுக்குச் சாத்தியப்பட வில்லை. தன் முகமூடியை முகமாகவே செய்துகொள்ளக்கூடிய மஹேஸ்வரய்யாவின் நம்பிக்கையும் வேண்டியிருந்ததல்லவா? அதனால் தெய்வீகமான ஒன்று தனக்குள் நுழைவதற்காகச் சந்தேகத்தையும் மீறி ஒரே குறியாக உட்கார்ந்து அவர் பேச்சைக் கேட்டுக்கொண்டான். கிருஷ்ணப்பாவை மாற்ற மஹேஸ்வரய்யா அவனை நிந்தித்ததும் உண்டு. சதா கண்ணாடிக்கு எதிரில் நின்று தலைவாரிக்கொண்டோ முகத்தைக் கிள்ளிக்கொண்டோ இருந்த கிருஷ்ணப்பாவின் சுயமோகத்தை இப்படி அவர் திட்டிச் சரிப்படுத்தியிருந்தார்.

சிரித்துக்கொண்டோ உறுமிக்கொண்டோ கிருஷ்ணப்பாவுக் குள்ளிருந்த புலி திமிறிக்கொண்டிருந்தது. துஷ்டர்களுக்குத் தாங்கள் புழுக்கள் எனத் தோன்றுமாறு செய்யக்கூடிய வலிமை யைப் படிப்படியாகக் கிருஷ்ணப்பா அடைந்திருந்தான். மாநிலத் தில் பெரிய பெயர் பெற்ற எதிர்க்கட்சித் தலைவனல்லவா அவன்? அதனால் அவன் வாயை அடைக்க அயோக்கியர்களும் திருடர்களும் எப்படியெப்படியோ முயன்றார்கள். இதனால் கிருஷ்ணப்பா சதா உதட்டைக் கடித்துக்கொண்டே வாழ வேண்டியதாயிற்று.

அதனால்தானோ என்னவோ சமூகத்தோடு ஒட்டாத மஹேஸ்வரய்யாவைப் போன்ற சுயமோகிகள் கிருஷ்ணப்பா வுக்குப் பிடித்தமானவர்களானார்கள். அழுகுவதே இயல்பாகி விட்ட தினசரி வாழ்வில் முழுவதும் நேர்மையைத் தேடுவதே ஒத்துவராததாக இருக்கலாமோ என்னும் கேள்வி அவனைப் பாதித்திருக்கிறது. பட்ஜெட், மராமத்து, லஞ்சம், ஊதியவுயர்வு, இடமாற்றம், வேலைவாய்ப்பு போன்றவற்றில் மூழ்கடிக்கும் அரசியலால் மேலே எழக் கிருஷ்ணப்பா சதா முயல்கிறான். புரட்சிக்கான கனவு காண்கிறான். ஆனால் அவன் புரட்சிகரச் செயல்பாடு படிப்படியாகச் சமரசம்செய்துகொள்ளும் வேலை யாகியுள்ளது. தன்னை மிதக்கவைக்கும் மஹேஸ்வரய்யாவும் இப்போதெல்லாம் வருவதில்லை. ஒன்று பயங்கரச் சண்டைக் காரனாகவும் அகங்காரம்பிடித்தவனாகவும் ஆக வேண்டும். அல்லது சமூகத்திடமிருந்து விலகியுள்ள சுயமோகியாக வேண் டும். பேராசைக்காரர்களைக் குப்பையாகப் பார்க்கச்செய்த கிருஷ்ணப்பா இறுமாப்படைகிறான். இப்படி இறுமாப்படை வதே தனக்கு வாடிக்கையாகிவிட்டதே எனப் பயப்படுகிறான். தன் கோபத்தால் சுற்றியுள்ள சூழலில் சற்றும் மாற்றம் ஏற்படாத போது கோபம் வெறுமனே அரிப்பாகாதிருக்க வேறு வழியிருக் கிறதா எனச் சமாதானமடைகிறான். இப்படிப்பட்ட கோபதாபம் அக்கறைகளின் தீவிரத்துவத்துக்குக் கபீர், அல்லம போன்ற அரைப்பைத்தியங்களின் கவிதையே அரசியலைவிட உத்தம மான வழி என்று நினைத்துக்கொள்கிறான்.

ஆனால் கிருஷ்ணப்பா எழுத்தாளனாக முயன்று தோற்ற வன். ஒருமுறை வெள்ளைக் காகிதத்தில் குண்டான எழுத்தில் பாதி வாக்கியமொன்றை எழுதி அதை முடிக்க முடியாமல் விட்டிருந்தான். ‘அறுவடைக் காலத்தில் காலை நேரம் கரியன் என்னும் புலையனொருவன் தன் தலைமேல் மலக்கூடை சுமந்து போய்க்கொண்டிருந்தபோது . . .’ என்று வாக்கியம் முடிவடையாமல் நின்றிருந்தது. இப்படிப் போய்க்கொண்டிருந்த போது அவனுக்குள் உலகத்தின் அசிங்கங்களைச் சுட்டெரிக்கக் கூடிய நெருப்பைப் போன்ற கோபம் பிறந்தது என எழுதுவது

சாத்தியமா? சாத்தியப்பட ஒன்று நிஜ வாழ்க்கையில் அப்படிப் பட்ட கோபம் பிறந்ததற்கான ஆதாரம் இருக்க வேண்டும். அல்லது அப்படிப்பட்டது பிறப்பது நிஜமெனத் தோன்றும்படி செய்யவல்ல வாக்குச்சித்தி தனக்கு வேண்டும். கையாலாகாதவர் கள் பேசி அரிப்பைத் தீர்த்துக்கொள்கிறார்கள் என்று கவிஞர் களை அவன் கேலிசெய்துகொண்டிருந்தான். அதில் பொறாமை யைக் கண்ட மஹேஸ்வரய்யா, 'எரிக்கிற வலிமையிருந்தா எரிச் சுடுப்பா. சரஸ்வதியைக் கேலிசெய்யாதே' என்று சொல்லியிருந் தார். எங்கெங்கோ கோபத்தைக் காட்டுவதற்குப் பதிலாக அதைப் பேச்சிலேயே நீளும் நெருப்பின் நாக்காக்கி எரிப்பதே நல்லதென்பது மஹேஸ்வரய்யாவின் கருத்து. ஆனால் தன் பேச்சு தன் கர்வத்தோடு ஒட்டிக்கொண்டிருக்கிறது; உடம்பு முழுவதும் பித்தநீர்போலத் தன்னிடமிருந்து வெளியே வந்து விழுந்துகொண்டிருக்கிறது எனக் கிருஷ்ணப்பாவுக்குத் தெரியும்.

○

புரை கழலும்போது ஏற்படும் சங்கடங்களால் கிருஷ்ணப்பா வுக்கு ஒருமுறை பைத்தியம் பிடித்ததும் உண்டு. அப்போது கிருஷ்ணப்பா இன்டர்மீடியட் கல்லூரியில் படித்துக்கொண் டிருந்தான். அவன் ஜாதிக்கான ஹாஸ்டலில் அப்போது அவ னுக்கு இலவச உணவும் தங்குமிடமும். வயது இருபத்தைந்திருந் தாலும் இருக்கலாம். அவன் பிறந்ததேதி யாருக்குச் சரியாகத் தெரியும்? எழுத்தறிவற்றவளாயிருந்த தாயைக் கேட்டால் வெள்ளம் வந்த வருடம் என்கிறாள். கிருஷ்ணப்பா இலவச மாகச் சாப்பிட்டாலும் அந்த ஹாஸ்டலிலிருந்த பணக்காரப் பையன்களுக்கெல்லாம் தலைவன். யாருக்கு இல்லாவிட்டா லும் அவனுக்கு மட்டும் தனி அறை – பையன்களெல்லாம் சேர்ந்து விட்டுக்கொடுத்தது. ஒருமுறை கிருஷ்ணப்பாவுக்குக் கடுமையான காய்ச்சல் வந்தது. அவனுக்குக் குருவப்பா என்னும் பணக்கார அபிமானி இருந்தான். அவன் கிருஷ்ணப்பாவுக்குப் பணிவிடை செய்துகொண்டிருந்தபோது, கடுமையான காய்ச்ச லில் இருந்த கிருஷ்ணப்பா, 'எனக்குப் புதுசா ஒரு மெத்தை தயார்பண்ணிக் குடு' என்றான். குருவப்பா சற்றுக் கஞ்சன் எனக் கிருஷ்ணப்பாவுக்குத் தெரியும். மெத்தை எப்படியிருக்க வேண்டுமென்று விவரித்தான். 'ஏ குருவப்பா கஞ்சத்தனம் பண்ணாதே. மெத்தையச் சுத்தி வேற துணி உபயோகிச்சே கரை ஓட்டணும். மெத்தை பாக்ஸ் மாதிரி இருக்கணும். தெரிஞ்சு தாடா?' என்றான். 'ஊம்' என்று குருவப்பா மெத்தை தைத்துக் கொண்டுவந்தான். கிருஷ்ணப்பாவுக்குக் காய்ச்சல் அதிகமாயிற்று. ஏதேதோ படபடத்துக்கொண்டிருந்தவன் புதிய மெத்தையின் ஓரத்தைத் தொட்டுப் பார்த்தான். 'பாம்போட மூஞ்சி மாதிரி கூராயிருக்குதேடா? பாக்ஸ் மாதிரி இருக்கணும், பாக்ஸ் மாதிரி'

என்று கண்ணைத் திறக்க முடியாவிட்டாலும் குருவப்பாவின் முகத்தைத் தேடியவாறு எழ முயன்றான். அவன் சொல்லியது போன்ற மெத்தையே தைத்திருப்பதாகக் குருவப்பா சொன்ன விவரணையால் அவனுக்குக் கோபம் வந்தது. மெத்தையே வேண்டாமென்று தரையில் படுத்தான். குளிரடிக்கும் என்று குருவப்பா வேண்டிக்கொண்டாலும் கிருஷ்ணப்பா எழவில்லை. சில மாதங்களுக்கு முன்னால் குருவப்பாவுக்கு இப்படியே காய்ச்சல் வந்திருந்தது. அப்போது கிருஷ்ணப்பா அவன் பக்கத்தி லேயே சதா உட்கார்ந்திருந்து நெற்றிக்கு ஈரத் துணி போட்டுக் கொண்டிருந்தான். அவன் எடுத்த வாந்தியை வாரினான். இதனால் குருவப்பாவுக்குக் கிருஷ்ணப்பாவைப் பூஜிக்குமளவுக் குப் பக்தி உண்டாயிற்று. ஆனாலும் கஞ்சனான குருவப்பாவுக்கு நல்ல மெத்தை தைப்பது அவசியமல்ல எனத் தோன்றியிருக்க லாம். ஜன்னியில் இருந்தவன் பேச்சுக்கு ஏன் மதிப்பளிக்க வேண்டும் என்று வஞ்சிக்கும் தைரியமும் இருந்திருக்கலாம். இந்த ஈனத்தனம் கிருஷ்ணப்பாவை அதிகமாகப் பாதித்திருக்க வேண்டும். குருவப்பா அதன் பிறகு மிகுந்த பணிவோடு வேறு மெத்தை தைத்துக்கொண்டுவந்து வேண்டினாலும் அதில் கிருஷ்ணப்பா படுக்கவில்லை. தன் பழைய படுக்கையிலும் படுக்கவில்லை. ஈச்சம் பாயில் படுத்தான். குருவப்பா முகத்தைச் சோகமாக வைத்துக்கொண்டு பக்கத்தில் உட்கார்ந்திருந்தாலும் கிருஷ்ணப்பா அவனோடு பேசவில்லை.

காய்ச்சல் கொஞ்சம் இறங்கிய பிறகு தன் தாய்மாமனின் பெரிய மகனிருந்த ஊரில் பணிவிடைக்காகப் புறப்பட்டான். அந்த ஊருக்கு ரயிலில் போக வேண்டும். முப்பது மைலுக்குப் பிறகு ரயிலிலிருந்து இறங்கிப் பஸ் பிடிக்க வேண்டும். இருந்த ஒரே பஸ்ஸுக்குக் குறிப்பிட்ட நேரம் கிடையாது. ரயில் நிலையத் தில் இறங்கிய கிருஷ்ணப்பா அதற்காகக் காத்துக்கொண்டு ஒரு ஹோட்டல் பெஞ்சின் மேல் படுத்தான்.

இன்னும் லேசாகக் காய்ச்சல் இருந்தது. பெஞ்சின் மேல் படுத்திருந்த கிருஷ்ணப்பாவைப் பார்த்து ஹோட்டல் முதலாளி, புகையிலைச் சாறு நிரம்பிய தன் வாயை மேலே தூக்கி, தாடி யைக் கீறியவாறு எழுந்திருக்கும்படி சைகைசெய்தான். கிருஷ்ணப்பா உற்றுப்பார்த்தான். முதலாளிக்குக் கோபம் வந்தது. புகையிலையைத் துப்பிவிட்டு வந்து, 'எழுந்திருய்யா. இங்கிருந்தா இழுத்துப் போட்டுடுவேன்' என்றான். கிருஷ்ணப்பா முன்னைப் போலவே உற்றுப்பார்த்தவாறு தெளிவான குரலில் சொன்னான், 'எனக்குக் காய்ச்சல். வெளியே வெயில்ல படுக்க முடியாது. பஸ்ஸு வர்றவரைக்கும் இங்கப் படுக்கறதுக்கு நீங்க அனுமதிக்க ணும்' என்றான். பேச்சிலிருந்த அன்னியோன்யம் அவன் பார்வை யில் இல்லை. 'இவனை இழுத்துப் போடுங்கடா. திக்கில்லாத

தேவடியாப் பசங்க படுக்கறதுக்காக இல்ல இந்த ஹோட்டல்' என்றான். பையனொருவன் வந்து கிருஷ்ணப்பாவின் தலைக்குக் கீழிருந்த ட்ரங்க்பெட்டியை இழுத்தான். முதலாளி அதை வாங்கி வெளியே வீசியபோது பெட்டியிலிருந்தவை எல்லாம் மத்தியான வெயிலில் சிதறின. கிருஷ்ணப்பாவை இழுக்கப் போனபோது, 'எம்மேல கைவைக்காதீங்க ஜாக்கிரதை' என்று தடுமாறியபடி வெளியே போனான். முகுளமாகத் தன் ஜிப்பாவை இழுத்துவிட்டுக்கொண்டு சிதறிக்கிடந்தவற்றை ட்ரங்க்பெட்டியில் நிரப்பினான். எரிக்கும் வெயிலில் ட்ரங்க்பெட்டியின் மேல் உட்கார்ந்து, பழங்காலத்து உக்கிரமான முனிகுமாரனைப் போல ஹோட்டல் கட்டடத்தை உற்றுப்பார்த்தவாறு 'இதுல நெருப்பு விழுந்து எல்லாம் எரிஞ்சிபோகும் – ஒரு மாசத்துக்குள்ள' என்றான் தெளிவாக. முதலாளி 'த்தூ' எனத் துப்பியபோது கிருஷ்ணப்பா கருணையோடு சிரித்தான்.

இப்படிப் பேசக்கூடிய வலிமை இப்போதும் அவனுக்கு இருக்கிறது. நடமாட முடியாவிட்டாலும், நாற்காலியோடு தூக்கிக்கொண்டுபோய்ச் சட்டமன்றத்தில் விட்டாலும் – யார் பக்கமும் பார்க்காமல் – கண்ணுயர்த்திச் சொல்லியிருந்தான் 'நான் இப்போது தீர்க்கதரிசியைப் போலச் சொல்கிறேன். கேளுங்கள் அல்லது விட்டுத்தள்ளுங்கள். எனக்கு அது முக்கியமல்ல. ஏழைகள் கோபம்கொள்ளுவார்கள். உங்கள் வீடுகளுக்கு நெருப்புவைப்பார்கள்.' தினசரிப் பத்திரிகைகளில் அதை நகைச்சுவைப் பிரியர்களான ஆசிரியர்கள் கட்டம்கட்டி இறுதியில் ஆச்சரியக்குறியைப் போட்டுப் பிரசுரித்திருந்தார்கள். அவன் முகம், அவன் குரல், அவனது தீவிரமான லயத்தோடு இந்த வார்த்தைகளைத் தனிப்பட்டுக் கேட்டவர்களுக்கு அது ஒன்றும் நகைச்சுவையாகத் தெரியாது. ஆனால் ஆர்வத்தைத் தூண்டும் தினசரி அக்கப்போர்ச் செய்திகளின் எதார்த்தச் சூழ்நிலையில் மட்டும் கிருஷ்ணப்பாவின் வார்த்தைகளை அச்சில் பார்க்கும்போது ஆபாசமாகவும் அகங்காரம்மிக்க ஒருவனின் முனகலாகவும் தெரியும். அது கிருஷ்ணப்பாவுக்குத் தெரிந்திருப்பதால் ஏழைகள் கோபங்கொண்டு எழுகிறவரை தன் நிராகரிப்பையும் வெறுப்பையும் கூர்மையாகத் தக்கவைத்துக்கொள்ள வேண்டும் என்று தளர்ந்துகொண்டிருக்கும் உடம்புடன் போராடுகிறான்.

கிருஷ்ணப்பாவின் மாமன் மகன் ரங்கப்பா சின்னச் சின்ன லஞ்சங்களுக்குக் கைநீட்டி வாழ்ந்துகொண்டிருந்த ஏழைக் குமாஸ்தா. வீட்டில் எட்டுச் சின்னப் பிள்ளைகள். இரண்டு அறைகள் மட்டுமேயிருந்த நாட்டு ஓடு வேய்ந்த ஒழுகும் அந்த வீட்டின் எஜமானி சாவித்திரம்மா. சளிபிடித்த தன் மூக்கைக் கையால் வழித்துச் சுவரில் தடவியவாறு எப்போதும் முனகும், தன் கணவனுக்கும் கிருஷ்ணப்பாவுக்கும் சாப்பாடு பரிமாறும்

போது கணவனுக்குக் கெட்டியான மோரையும் கிருஷ்ணப்பா வுக்கு அதிகமாகத் தண்ணீர் கலந்த மோரையும் எந்தக் கூச்சமு மில்லாமல் கொட்டும் பெண் அவள். உற்றுப்பார்க்கும் கோபங் கொண்ட கண்களால் கிருஷ்ணப்பா இந்தப் பெண்ணை ஜெயிக்க முடியவில்லை. இந்த நகரத்துக்கு அவன் வந்தது சிகிச்சைக்காக. இல்லாதிருந்தால் தாயின் ஊருக்கே சென்றிருக்கலாம். பிள்ளை கள் படுக்கும் அறையில் சதா தன் கண்ணில்படுமாறு படுத்துக் கொண்டிருந்த கிருஷ்ணப்பாவின் வெட்டித்தனத்தையும் எல்லோ ரையும்போலக் களி சாப்பிடாமல் சோற்றை விரும்பும் அவன் நோயையும் தங்கள் ஏழ்மையையும் ராகத்தோடு தன்பாட்டுக்குத் தான் சொல்லிக்கொண்டு சமையலறைப் பித்தளைப் பாத்திரங் களை உருட்டிக்கொண்டு கிருஷ்ணப்பாவின் கர்வத்தை மேலும் அதிகரித்தாள்.

தன்னைச் சுற்றியிருந்த சிறுமையை வெல்ல வேறு வழியில் லாமல் கிருஷ்ணப்பா தீவிரமான மௌனத்தைக் கடைப்பிடித் தான். பிள்ளைகளின் மூத்திரம், மலம், கணவனின் பெருந்தீனி, சதா விழுந்த குப்பை இவற்றோடு தினசரி போராடும் எல்லாச் சாமான்ய ஈனத்தனமான பெண்களையும் போல அவளும் ஒருத்தி என்று அவளை முன்னைப் போல வெறித்துப் பார்ப்ப தையும் அவளுக்குப் பதில் சொல்வதையும் நிறுத்தியிருந்தான். அவளது சிறுமை தன் வலுவிழந்த தேகத்தையும் மனசையும் ஆக்கிரமிக்காதிருக்கட்டும் என்று தயையுள்ளவனானான். இப்படி யிருந்தபோது இரண்டு சம்பவங்கள் ஒரே நாளில் நடந்து கிருஷ்ணப்பாவிடம் ஆச்சரியமான மாற்றம் ஒன்று உண்டாயிற்று.

கிருஷ்ணப்பா தன் நாட்குறிப்புகளை எழுதிவைத்திருந்த ஒரு கத்தை இருந்தது. தான் முனகியபோதெல்லாம் அதில் குண்டான எழுத்துகளில் எதையோ எழுதிக்கொண்டு அமைதி யான முகத்தோடு இருந்த கிருஷ்ணப்பாவை அவள் சிடுசிடுப் போடு உற்றுப்பார்த்தவாறு நின்றுவிடுவாள். கிருஷ்ணப்பாவை மூழ்கவைத்த இந்தப் பயிற்சி எழுத்தறிவில்லாத சாவித்திரம்மா வுக்கு ஏதோ மாந்திரிக வேலையாகத் தெரிந்தது. ஒரு நாள் காலை அவன் இன்னும் தூக்கத்திலிருந்தபோது அந்தப் புத்தகத்தை எடுத்துக்கொண்டுபோய்த் தண்ணீர் காய்ச்சும் அடுப்பைப் பற்றவைத்தாள். கேட்டால் அன்று அடுப்பெரிக்க வறட்டி இருக்கவில்லை என்று சொல்லலாம் என நினைத்துக்கொண்டாள்.

விழித்தெழுந்த கிருஷ்ணப்பா மாங்குச்சியால் பல் துலக்கி, நடுவீட்டுக்கு வந்து ‘எங்கே என் புஸ்தகம்?’ என்றான். சந்தேகம் வந்து திரும்பவும் குளியலறைக்குப் போய்ப் பார்த்தான். புத்தகத் தின் அட்டைத் துண்டொன்று கருகிப்போயிருந்ததைக் கண்டு சாவித்திரம்மாவுக்கு எதிரில் நின்று பேசாமல் வெறித்துப்பார்த் தான். சாவித்திரம்மா களங்கமற்ற பாவனையோடு ‘வறட்டி

இல்ல' என்றாள். கிருஷ்ணப்பா சலனமற்று நின்றான். அந்தப் பெண்ணைக் கொன்றுவிடலாம் எனத் தோன்றியது. அதோடு கண்ணில் நீர் நிறைந்தது. அந்தக் கண்ணீரைப் பார்த்துச் சாவித்திரம்மா தன்மீது பச்சாதாபப்படுவாள் என்று படுக்கைக்குச் சென்று படுத்தான். கண்ணை மூடிக்கொண்டான். அவனுக்குப் புரியாத உணர்வுகள் மனசில் எழத் தொடங்கின. தன்னைச் சுற்றியிருந்த சிறுமை தன்னை அழிக்காமல் விடாது என்னும் உணர்வு வலுத்துக்கொண்டேவரத் தான் சற்றும் வலுவற்றவன் எனத் தோன்றத் தொடங்கியது. தன் விரலை வெட்டிப்போட வேண்டும் எனத் தோன்றிப் பெட்டியிலிருந்து பிளேடை எடுத் தான். அப்போது அஞ்சாமல் விரலை வெட்டிக்கொள்ள முடிந் தால் தான் எதைவிடவும் திடமானவன் என்று அர்த்தம் என விரலை வெட்டிக்கொள்ளத் தயாராகிக்கொண்டிருந்த போதே, பக்கத்து வீட்டுப் பெண்ணொருத்தி 'கேட்டீங்களா சாவித்திரம்மா' என்று உள்ளே நுழைந்து 'அரசாளத்தில ஹோட்டல் வச்சிருந்தாருல்ல உடுப்பரு. அவரோட ஹோட்ட லுக்கு நெருப்பு பிடிச்சிடுச்சாம். அவர் ஒடம்பு கையெல்லாம் எரிஞ்சி ஆஸ்பத்திரியில சேர்த்திருக்காங்களாம்' என்றாள்.

கிருஷ்ணப்பாவுக்கு இதைக் கேட்டுக்கொண்டிருந்தபோதே தன் சாபம் நினைவுக்கு வந்து தான் தெய்வாம்சம் பொருந்தியவன் எனத் தோன்றியது. சாபத்தின்படி ஒரு மாதம்தான் ஆகியிருக்க வேண்டும். இப்போது ஒரு மாதத்துக்கு மேல் பத்து நாள்களா யிருந்தன. கிருஷ்ணப்பாவின் உத்வேகத்தால் அது அவனைப் பாதிக்கவில்லை. தான் தெய்வாம்சம் பொருந்தியவன், இந்த அம்சம் வளர்ந்து, தான் தெய்வமாகவே ஆகிவிட வேண்டும் என்று பகபகவெனச் சிரித்தான். பக்கத்து வீட்டுப் பெண்ணும் சாவித்திரம்மாவும் பார்த்துக்கொண்டிருந்தபோதே பென்சில் சீவுவதைப் போலக் கால் சிறுவிரலைச் சீவினான். அதிலிருந்து ரத்தம் பீறிட்டபோது சிரித்துக்கொண்டேயிருந்தான்.

அங்கிருந்து தொடங்கியது கிருஷ்ணப்பாவின் பைத்தியம். மஹேஸ்வரய்யாவைப் போல நடுவீட்டில் உட்கார்ந்து கோல மாவால் பெரிய மண்டலி வரைந்து அதை மஞ்சள் குங்குமத்தால் நிரப்பினான். நடுவில் பளபளப்பான சொம்பு வைத்துத் தேவி யைப் பிரதிஷ்டை செய்தான். வெறும் கோவணம் தரித்து உட்கார்ந்து மஹேஸ்வரய்யா கொடுத்திருந்த சௌந்தர்ய லஹரி யைப் படிக்க ஆரம்பித்தான். சூத்திரர்கள் மந்திரம் சொல்வதா என்று சாவித்திரம்மா ஆத்திரப்பட்டாள். பயந்தாள். தெளிவாக மந்திர உச்சாடனம் செய்துகொண்டிருந்த அவன் அருகில் செல்ல முடியாமல் கலவரமுற்று நின்றாள். பள்ளியிலிருந்து வந்த பிள்ளைகளைப் புழக்கடையிலிருந்தே சமையலறைக்கு அழைத்துக் கிருஷ்ணப்பாவுக்கு அருகில் செல்ல வேண்டாமென் றாள். சிவகணனைப் போல உட்கார்ந்திருந்த கிருஷ்ணப்பாவைக்

கண்டு அவள் கணவன் ரங்கப்பனும் தத்தளித்துப்போனான். தோரணம் கட்டுமாறு இடையில் கிருஷ்ணப்பா கத்திச் சொன்ன போது, ரங்கப்பன் தானே சென்று மாவிலை கொண்டுவந்து தோரணம் கட்டினான்.

யாரும் நடுவீட்டுக்கு வரவில்லை. இப்படி மூன்று நாள்கள் சாவித்திரம்மா வாயைத் திறக்காமல் மடியோடு பூஜைக்குப் பாயசமும் கோஸம்பரியும் நைவேத்தியமாகத் தயாரித்தாள். இந்த எதிர்பாராத சந்தர்ப்பத்தை எப்படி எதிர்கொள்ள வேண்டும் என அக்கம்பக்கத்து வீட்டுக்காரர்கள் யாருக்கும் தெரிய வில்லை. அதனால் ரங்கப்பனுக்கு ஏதேனும் கேடுவிளையும் என அலுவலகத்திலிருந்த மற்ற பிராமணக் குமாஸ்தாக்கள் அவனைப் பயமுறுத்தினார்கள். இன்னும் சிலர் இருபிறப்பாள னாக இல்லாதவன் தேவியை எழுந்தருளச் செய்வது சாத்திய மல்ல என்றார்கள். அந்தத் தீட்சையைக் கிருஷ்ணப்பாவுக்கு அளித்திருக்கக்கூடிய மஹேஸ்வரய்யா எந்த இனத்தைச் சேர்ந்தவ ரென்னும் ஊகங்களுக்குச் சரியான பதிலில்லை. அது வங்காளத் தின் சக்தி உபாசனையாக இருந்தால் கிருஷ்ணப்பாவுக்கும் மற்றவர்களுக்கும் கேடு விளையும் என்றான் மந்திரங்களின் கொஞ்சநஞ்ச அறிமுகமிருந்த குமாஸ்தா ஒருவன். ரங்கப்பனோடு வீட்டுக்கு வந்து, வெளியே நின்று மந்திரத்தைக் கேட்டுக்கொண்டு அர்த்தபுஷ்டியோடு அது தாந்திரிக உபாசனை என்று தலை யாட்டினான். ரங்கப்பா அதன் பரிகாரத்துக்கு என்ன உபாயம் என்று கைகுவித்துக் கேட்டான். 'இருக்குது. கேளுங்க சொல்றேன். எழுந்தருளச் செய்த பிறகு சரியான முறையில் அனுப்பியும் வைக்கணும். இந்த மாயம் மந்திரம் அதுல கைவைச்சவங்களையே விழுங்கிடும்' என்றான். அவன் நிஜமாகவே பயந்துபோயிருந் ததைக் கண்ட ரங்கப்பா கலவரமடைந்தான்.

கிருஷ்ணப்பா தூங்கவும் இல்லை. தினம் மூன்றுமுறை கிணற்றிலிருந்து தண்ணீர் இறைத்துத் தலைமேல் கொட்டிக் கொண்டு உட்கார்ந்துவிடுவான். இரவும் பகலும் மந்திரங்களை உரக்கப் படித்துக்கொண்டேயிருந்தான். தூங்கவில்லை. தேவிக்கு நைவேத்தியம் செய்த பாயசத்தைக் கொஞ்சம் சாப்பிட்டான் அவ்வளவே. ரங்கப்பா ஒவ்வொரு நாளும் போய்க் கூடை நிறையப் பூ கொண்டுவந்தான். தேவிக்குப் பிடித்தமான செம்பருத்திப் பூவுக்காக நாலு மைல் போய்வந்துகொண்டிருந் தான். கிருஷ்ணப்பா சொல்லியவாறு குடும்பம் முழுவதும் மூன்று நாள்களும் நடந்துகொண்டது.

கடவுள் வழிபாட்டை அறிவுபூர்வமாக நிராகரிக்கும் கிருஷ்ணப்பாவுக்கு இன்றும் தான் அப்போது அடைந்த கட்டற்ற நிலை ரகசியமானதாகத் தோன்றுகிறது. மூன்று நாள்கள் இப்படித் தேவி பூஜைசெய்த பிறகு தன் மானுடச் சரீரத்திலிருந்து தான்

வேறு எனத் தோன்றியதாம். அப்படித் தோன்றியதும் பூஜையி லிருந்து எழுந்து, தரித்திருந்த கோவணத்தை அவிழ்த்துப் போட்டு விட்டு வெளியே வந்தானாம். அம்மணமாக வீதியில் நடந்தா னாம். அப்போது பாதிப் பயம், பாதி மரியாதையோடு ஜனங்கள் பார்த்தபோது அவன் உன்மத்தம் அதிகரித்து ஊர்க் கோடியி லிருந்த விநாயகர் கோவிலுக்குப் போய் உட்கார்ந்துவிட்டானாம்.

அடுத்து நடந்தது கிருஷ்ணப்பாவுக்கு நினைவில்லை. மஹேஸ்வரய்யா எங்கிருந்து வந்தாரோ அவனை அழைத்துப் போய் என்ன சிகிச்சை அளித்தாரோ! எப்படியோ கிருஷ்ணப்பா கடைசியில் சரியானான்.

○

இது பைத்தியக்காரத்தனமானால் முடிவை எதிர்பார்த்துப் படுத்திருக்கும் கிருஷ்ணப்பாவுக்கு இப்படிப்பட்ட உன்மத்தம் இப்போதும் சாத்தியம் என்றே சொல்ல வேண்டும். அவனை நிராகரிப்போடு பார்ப்பது யாருக்கும் சாத்தியமல்ல. அவன் பெயர்கூட அவனை நெருக்கப்படுத்துவதுபோல் இருந்ததல் லவா? பதிவேட்டில் அவன் பெயர் கிருஷ்ணப்ப கௌடா. 'கிருஷ்ணப்ப கௌடா' என்றால் நெருக்கத்தையும் அவன் சூத்திரன் என்பதையும் சுட்டிக்காட்டியதால், அவனை எப்படிக் கூப்பிட வேண்டும் என்பதே அவன் ஆசிரியர்களுக்குச் சிக்கலா யிருந்தது. 'கிருஷ்ணப்பா' என்றால் முழுக்க நெருக்கமாயிருந்தது. அப்படியாக அவனுக்குப் பெயரே இல்லையென்பதைப் போல எல்லோரும் 'கௌடரே' என அழைத்தார்கள்.

அவன் தன் சிறுமையையும் மீறி இப்படித் திடீரென்று எல்லோருக்கும் ஆச்சரியமூட்டிவிடுவான். ஒருமுறை கவர்னர் உரையில் தேசத்தின் பஞ்சநிலைமையைப் பற்றி எந்த அக்கறை யும் தெரியவில்லை என்று கோபாவேசம் கொண்டவனாகி, உரையின் பிரதியை நிலத்தில் போட்டு, காலால் மிதித்து நின்ற அவன் உக்கிரதாண்டவத்தை மற்ற மக்கள் பிரதிநிதிகள் ஒரு நிமிடம் என்ன செய்வது எனத் தெரியாமல் கண்ணிமைக்காது பார்த்துக்கொண்டிருந்தார்கள். பிறகு அவைக்கு அவமானம் முதலியனவாகக் கூச்சலிட்டு அவனை வெளியேற்றினார்கள். திருடர்களுக்குத்தான் அன்னியோன்யம் அவசியம் என்பது கிருஷ்ணப்பாவின் நிலைப்பாடு. ஆனால் தனக்குத் தெரிந்தவன் ஒருவன் எதிரியாகவிருந்தாலும் அவன் நோய்வாய்ப்பட்டுப் படுத்திருப்பதை அறிந்தால் பழம் வாங்கிக்கொண்டுபோய் அவனைப் பார்ப்பான். இப்படிக் கிருஷ்ணப்பா வந்து பார்த்தால் நோயாளிகள் மிகுந்த உற்சாகமடைவார்கள்.

ஒரு நாள் காலை கிருஷ்ணப்பாவுக்கு அவசரமாகச் சிறுநீர் கழிக்க வேண்டியிருந்தது. ஆனால் எழ முடியவில்லை. 'சீதா

சீதா' என்று பான் எடுத்துவைப்பதற்காக மனைவியைக் கூப்பிட்டான். அவள் குளித்துக்கொண்டிருந்திருக்க வேண்டும். பலவீனமடைந்திருந்த உடம்பல்லவா, அடக்கிக்கொள்ள முடியாமல் படுக்கையிலேயே சிறுநீர் கழித்துவிட்டான். அவள் குளித்துவிட்டு வந்து நொந்துபோயிருந்த அவன் முகத்தைக் கண்டு 'என்ன?' என்றாள். கிருஷ்ணப்பா சொல்லாவிட்டாலும் நாற்றத்தால் அவளுக்குத் தெரிந்துவிட்டது. அதனால் அவள் சந்தோஷப்பட்டிருக்க வேண்டும் என ஊகித்துக் கிருஷ்ணப்பாவுக்கு ஆத்திரம் வந்தது. மனைவி அவசரமாக அவனைத் தூக்கி வேறு படுக்கைக்கு மாற்றிக்கொண்டே, 'என்னைக் கண்டாலே சிடுசிடுக்கறீங்களே. வேற யாரு உங்க மூத்திரம் பீயை வாரு வாங்க, சொல்லுங்க? உங்களுக்காகக் காத்துட்டிருந்தாளாமே, அந்த இவ இந்த வேலையைப் பண்ணியிருப்பாளா? இல்ல அந்த லூஸியோ பூஸியோ இருந்தாளாமே அவ பண்ணியிருப்பாளா?' மனைவி ஆனந்தப்படுவதற்காகப் பேசிய பேச்சென்று தெரிந்து கிருஷ்ணப்பா உள்ளுக்குள்ளேயே மேலும் கொஞ்சம் எரிச்சலடைந்தான். இந்தப் பெண் தனக்குச் செய்யும் சேவையில் கடைசியில் தன்னை ஜெயிப்பதாகத் தோன்றியது. கௌரி தேஷ்பாண்டே, லூஸி இருவர் விஷயத்தையும் மனைவிக்குச் சொன்னவனும் கிருஷ்ணப்பாவே. அப்படிப்பட்ட சங்கதிகளைச் சொல்லி அவள் சின்னத்தனத்தை அவன் ஜெயிக்க முயன்றிருந்தான். அவன் பேசும்போது அவள் 'ஆ ஊ' என்கிறவளல்ல. 'என்னமோ எனக்கு அதெல்லாம் தெரியாது. மத்தியானத்துக்கான உங்க மருந்தைச் சாப்பிட்டீங்களா?' என்பாள் அல்லது 'பக்கத்து வீட்டுப் பெண் மாட்னிக்கு அழைச்சிருக்கறா போயிட்டு வர்றேன்' என்பாள். தினசரி வீட்டுக் காரியங்கள் அதிகம் போனால் வங்கியின் மற்ற பணியாளர்களின் திருமணம், உபநயனம், பிள்ளைகள், பிரசவம் போன்ற சங்கதிகள். இவ்வளவே அவள் உலகம். இவளோடு கிருஷ்ணப்பா திருமணமான ஒரு வருடத்தில் ஒரு மகளைப் பெற்றான். அவ்வளவே. அதன் பிறகு உடலுறவையும் வைத்துக்கொள்ள முடியாமல் போனான். ஆனால் இப்போது அவன் உடம்பைக் கழுவிவிடுவதிலிருந்து மூத்திரத்தையும் பீயையும் வாருகிறவள் அவளே. அவள் ஜெயித்துக் கொண்டிருப்பதாகக் கிருஷ்ணப்பனுக்குத் தெரிந்தது. தான் குரூரமாக நடந்துகொண்டிருந்தாலும் சமீபத்தில் அவள் அமைதியாகச் சகித்துக்கொண்டிருப்பதைக் கண்டபோது கிருஷ்ணப்பா தன் ஆளுமையே நொறுங்கிப்போவதாகப் பயந்தான்.

தொடக்கத்திலிருந்தே அவள் ஜெயித்தாள். இல்லாதிருந்தால் லூஸி, கௌரி தேஷ்பாண்டேயின் கதையைத் தன் மனைவிக்குச் சொல்லி அவள் மரியாதையைச் சம்பாதிக்க முயன்றிருக்கத் தேவையில்லை. மனைவியைச் சம்போகிப்பதற்கு முன்பு தனது

உடம்பும் மனசும் சாதாரணமானவையல்ல என்று அவளுக்குத் தோன்றுமாறு கிருஷ்ணப்பா செய்யும் உபாயங்கள் சீதாவின் முட்டாள்தனத்தால் அவனுக்கு நகைப்புக்குரியனவாகத் தெரிந்தன. தான் எழுதிக்கொண்டிருந்த நாட்குறிப்பைச் சாவித்திரம்மா எரித்ததைச் சொன்னபோது 'நாட்குறிப்புல என்ன பெரிசா இருந்துடப்போகுது?' என்று அவள் ஆச்சரியப்பட்டிருந்தாள். இறுக்கிக் கட்டிய வேட்டியையும் சட்டையையும் நிதானமாக அவிழ்த்தவாறு அவன் பேசியவற்றால் சலிப்படையும் சீதா 'சீக்கிரம் வாங்க. ரொம்ப நேரம் என்னை அலைக்கழிக்காதீங்க. வாங்க. காலையில ஒம்பது மணிக்குப் பேங்குக்குப் போகணுல்ல' என்று தன்னை மகிழ்விக்கச் சிரிக்கும்போது கிருஷ்ணப்பாவுக்கு அவள்மேலிருக்கும் ஆசையே வற்றிவிடும். அடிப்படையில் தானும் இவள் அளவுக்கே இருந்திருக்க வேண்டும். இல்லா விட்டால் இவளைத் திருமணம் செய்துகொண்டிருப்பேனா? தன் உண்மையான நிலையைத் தான் அடைந்திருப்பதாக நொந்துபோய்ப் படுத்துவிடுவான். அல்லது அவளோடு சம்போகிக்க வேண்டுமெனத் தோன்றும்போது அதற்கு முன்னால் நன்றாகக் குடித்துவிடுவான்.

❍

கிருஷ்ணப்பா பிஏ படித்துக்கொண்டிருந்தபோது கல்லூரி யின் இறுதியாண்டில் தன் சகமாணவியாயிருந்த கௌரி தேஷ்பாண்டேயுடன் அவன் சினேகிதம் தொடங்கியது. பள்ளி யில் தாமதமாகச் சேர்ந்திருந்ததால் கிருஷ்ணப்பா அவளைவிட ஏழெட்டு வருடங்களாவது பெரியவன். நாற்பத்திரண்டு, நாற்பத் தேழாம் ஆண்டுப் போராட்டங்களில் கிருஷ்ணப்பா மாணவர் தலைவனாயிருந்ததால் மாணவிகளுக்கெல்லாம் அவன் லெஜண்ட். அவன் கோபம், கர்வம், அவனுக்குப் பைத்தியம் பிடித்த முறை போன்றவற்றை அறிந்திருந்த பெண்களில் நுட்ப மான மனம் கொண்டவர்கள் அவனிடம் தங்கள் ஆசிரியர்களை விட அதிகமாக மரியாதை வைத்திருந்தார்கள். அவன் வகுப்புக்கு வந்ததே குறைவு. வந்தபோது ஆசிரியர்கள் தங்கள் சில்லறை வேடிக்கைகளைச் செய்யாமல் முகுளமாகப் பாடம் நடத்தி னார்கள். தேர்வுகீர்வு எனக் கவலைப்படாத கிருஷ்ணப்பா அசாதாரண புத்திசாலி. சுதந்திரமாக யோசிக்கிறவன், வயதுகூடிய வன் போன்ற காரணங்களால் ஆசிரியர்கள் சங்கடப்பட்டார்கள்.

கிருஷ்ணப்பா கன்னங்கரேலென்ற கட்டுமஸ்தான ஆள். சுத்தமான காதி வேட்டியுடுத்தி ஜிப்பா அணிந்து கல்லூரிக்கு வந்துகொண்டிருந்தான். இந்த வெள்ளைத் துணியில் அவன் கச்சிதமாகக் கடைந்து நிறுத்திய விக்கிரகமாகத் தெரிந்தான். உற்றுப்பார்த்தபோது மட்டும் அவனது அமைதியான முகம்

பயம் உண்டாக்கும்படி குரூரமாக இருந்தது. மிருதுவான பேச்சு. பாடகனின் காத்திரமான தொண்டை அவனுக்கு. ஆப்பிரிக்காவின் பிரின்ஸ் என்று மாணவிகள் அவனை அழைத்தார்கள். 'பிரின்ஸ் வந்திருக்கறாண்டி இன்னக்கி' என்று அவனை அபூர்வமாகக் கண்டபோது பெண்கள் உற்சாகமடைந்தார்கள்.

கௌரி தேஷ்பாண்டே கல்லூரியில் பெயர்பெற்ற நாட்டியக்காரி, பாடகி, வகுப்பில் முதல் மாணவி. அவளுக்குக் கிருஷ்ணப்பா என்றால் விருப்பம் என ஊகித்த புத்திசாலிகள் அவளை ராதா எனக் கேலிசெய்துகொண்டிருந்தார்கள். எதிரிலல்ல – பின்னால். அதற்குக் காரணம் அவள் யாரோடும் அதிகம் சேராமல் தனியாக இருந்ததுதான்.

மற்ற மாணவிகள் ஆச்சரியப்படக் காரணமிருந்தது. கௌரியின் தாய் கணவனைவிட்டு ஓடிவந்து பாக்கு மண்டி முதலாளியான நஞ்சப்பாவுக்குத் தொடுப்பாக வசித்தாளெனத் தெரிந்திருந்தும் கௌரியைக் கேவலமாகப் பார்க்க முடியவில்லை. கௌரி அவ்வளவு முகுளமாயிருப்பாள். முதலாளி நஞ்சப்பா அவள் தாய் அனுசூயாபாயைப் பங்களா கட்டிக் குடிவைத்திருந்தான். அவள் போய்வருவதற்கென்று தனியாகக் காரும் டிரைவரும் அமர்த்தியிருந்தான். ஊட்டி ரோஜாக்கள் வளர்ந்திருந்த விசாலமான சுற்றுச்சுவரைக் கொண்டிருந்த அவளது வீடு ஊரில் பிரசித்தம். அனுசூயாபாயை வெளியே பார்ப்பதே அபூர்வம். அவளைப் பார்க்காதவர்களும் அவள் அழகியென்று புகழ்ந்தார்கள். கௌரியே இவ்வளவு அழகாயிருந்தால் அவள் தாய் எவ்வளவு அழகாயிருக்க வேண்டும் என்று ஊகித்தார்கள்.

அனுசூயாபாய் காரில் ஊருக்குள் வரவில்லை. ஊருக்கு வெளியேயிருந்த பங்களாவிலிருந்து கெம்மண்ணுகுண்டிக்கோ மங்களூருக்கோ போவதற்கு மட்டும் அவள் காரைப் பயன்படுத்தினாள். கௌரி தேஷ்பாண்டே இந்தக் காரிலேயே தினமும் கல்லூரிக்கு வந்துபோனாள். இதனால் மற்ற மாணவியருக்கு அவள்மீது இன்னும் கொஞ்சம் பொறாமை. தேஷ்பாண்டே என்னும் அவள் பெயரின் பின்னொட்டால் அவளுக்கு அந்தப் பெயரில் தந்தையொருவன் இருக்க வேண்டும் என்றும் அப்பாவோடு வாழாமல் தாயை வைத்திருந்த யாருடனோ வாழும் கௌரி எப்படிப்பட்ட துரதிருஷ்டசாலி என்றும் இவ்வளவிருந்தும் சபையில் ஆடிப் பாடும் பெண் வெட்கங்கெட்டவள் என்றும் மாணவிகளெல்லாம் பேசிக்கொண்டார்கள். அதோடு கௌரியின் நடவடிக்கைகளால் தத்தளித்துப்போனார்கள்.

இந்தப் பெண்களின் உலகத்துக்கும் தனக்கும் சம்பந்தமே இல்லையென்பதாகக் கௌரி இருந்தாள். எந்த நகையும் அணியாமல் வெள்ளைப் புடவை கட்டி, வெள்ளை ஜாக்கெட் அணிந்து, நீளமான தன் கருப்புச் சடையில் வெள்ளை ரோஜா

ஒன்றைச் சொருகிக்கொண்டு அவள் முகுளமாக வகுப்பில் உட்கார்ந்திருப்பாள். பெண்கள் அறையில் இருக்கும்போது ஏதாவதொரு புத்தகத்தைப் படித்துக்கொண்டிருப்பாள். சாதாரண மாக மாணவியர் ஒருவரையொருவர் ஒருமையில் பேசிக்கொண் டாலும் தன்னிடம் ஒருமையில் பேசுகிறவர்களையும் மிருது வாகப் பன்மையில் அழைத்துத் தன் இடைவெளியைக் காப்பாற்றிக்கொள்வாள். கிருஷ்ணப்பா கௌரியோடு பேசா திருந்தாலும் தனக்குச் சமமானவள் என்பதாக அவளைப் பார்ப்பான்.

ஒரு நாள் மாலை கிருஷ்ணப்பா தனியாகக் கல்லூரிப் பக்கம் வாக்கிங் வந்தான். கால்பந்தாட்டக் குழுவொன்று ஆட்டத்தை முடித்துக்கொண்டு வீட்டுக்குப் புறப்பட்டிருந்தது. அந்தக் குழுவின் தலைவனாயிருந்த தடியனொருவன் தன் குழுவைத் தனக்குப் பின்னால் நிறுத்திக்கொண்டு சுவரில் என்னவோ எழுதிக்கொண்டிருந்தான். எல்லோரும் சிரித்ததைக் கண்டு கிருஷ்ணப்பாவின் கவனம் அந்தப் பக்கம் திரும்பியது. தடியனின் பெயர் ராமு. கல்லூரியின் துஷ்டன் எனப் பிரசித்தம். அவனுக்கும் ஏறக்குறையக் கிருஷ்ணப்பாவின் அளவே வயசாகி யிருந்ததாலும் அவன் தந்தை ஊரில் பெரிய அரிசி ஆலை முதலாளியாயிருந்ததாலும் கிருஷ்ணப்பாவுக்குக் கிடைத்த மரியாதையைக் கண்டு அவனுக்குப் பொறாமை. கிருஷ்ணப்பா இப்படிப்பட்ட துஷ்ட மாணவர்களோடு சேர்ந்ததில்லை. அவர் களைத் தலைதூக்கிப் பார்த்ததும் இல்லை. தனக்கு அங்கே யாரும் சமமானவர்கள் அல்ல என்பதாகவே அவன் கல்லூரியில் நடந்துகொண்டான். யாருடனும் போட்டிபோடாத கிருஷ்ணப்பா வோடு எப்படி நடந்துகொள்ள வேண்டும் என்பது இப்படிப்பட்ட மாணவர்களுக்குத் தெரியாது.

அவன் பெரிய எழுத்துகளில் எழுதிக்கொண்டிருந்ததைப் படித்த கிருஷ்ணப்பாவுக்குக் கோபத்தால் உடம்பு எரிந்தது. 'கௌரி தேவடியா மகள். ஏ கௌரி உன் முத்தத்துக்கு என்ன விலை?' என்னும் தன் வாக்கியங்களை ரசித்தபடி நின்றிருந்த ராமுவின் பக்கம் போய்க் கிருஷ்ணப்பா 'நீங்க எழுதுனதை அழிங்க' என்றான், முகுளமான தன் காத்திரக் குரலில்.

ஒரு கணம் என்ன சொல்வதென ராமுவுக்குத் தெரிய வில்லை. 'யாரு எழுதுனதுன்னு உங்களுக்கென்னாங்க தெரியும்?' என்றான் பலவீனமாக. தான் புத்திசாலித்தனமாகப் பேசிவிட்ட தாகத் தன் அபிமானிகள் நினைக்கட்டுமென்று அவமானப்படுத்து வதுபோலச் சிரித்தான்.

'நீயே எழுதிக்கிட்டிருந்ததை நான் பாத்தேன்.'

கிருஷ்ணப்பா தன் கோபத்தை அடக்கிக்கொண்டு முகுள மாகச் சொன்னான்.

அவஸ்தை

ராமு பயில்வான். பெரிய மீசை வைத்திருந்தான். உள்ளுக்குள் தான் கிருஷ்ணப்பாவோடு நெருக்கமாக வேண்டும் என்னும் ஆசையும் இருந்திருக்கலாம். இன்னொரு திடமான ஆளோடு சண்டைபோட்ட பிறகு சரிசமமான நட்பு கிடைக்கும் என்பதை அறிந்த அனுபவசாலி அவன். ஆனால் கிருஷ்ணப்பா தன்னைக் கேவலமாகப் பார்த்தானே ஒழிய ஓர் அடி அடித்துத் திரும்ப அடிவாங்கி நெருக்கமடையத் தயாராயிருந்ததாக ராமுவுக்குத் தெரியவில்லை. அவன் சீண்டுவதற்குத் தைரியம் கொண்டான்.

'அவ என்ன உங்க ராதாவா?'

இப்போதாவது தன்னைக் கிருஷ்ணப்பா அடிக்கலாம், அப்போது அவன்மேல் விழுந்து தன் மரியாதையைக் காப்பாற்றிக் கொள்ளலாம் என்று ராமு யோசித்தது வீணாயிற்று. கிருஷ்ணப்பா அங்கேயே இருந்த குழாயில் தன் கைக்குட்டையை நனைத்துக் கொண்டு வந்து சுவரில் எழுதியிருந்ததை அழிக்கத் தொடங்கினான். இன்னும் கொஞ்சம் சீண்ட ராமு காத்துக்கொண்டிருந்தான்.

'உங்களுக்கு அவ இலவசமாத் தர்றதாத் தெரியுது' என்றான். அவன் பேச்சுக்குத் தோழர்கள் விசிலடித்தார்கள். ஆனால் அவர்கள் யாரும் அங்கே இல்லவே இல்லை என்பதாகக் கிருஷ்ணப்பா அவர்கள் பக்கம் பார்க்காமல் நடந்தேவிட்டான். இன்னொருமுறை எழுதலாம் என அவ்வளவு தூரம் போன பிறகு அவனுக்குச் சந்தேகம் வந்தது. திரும்பிப் பார்க்கும் ஆசையை அடக்கிக்கொண்டான். தன்னைச் சுற்றியுள்ள சிறுமையைத் தான் ஜெயிக்கவில்லையா? அதேபோலக் கௌரியும் ஜெயிக்கட்டும் எனத் தோன்றியது.

மறுநாள் சுவர் வெறுமனே இருந்ததால் தான் ஜெயித்து விட்டதாகக் கிருஷ்ணப்பா நினைத்துக்கொண்டால் அதற்கு மறுநாள் 'கௌரி கிருஷ்ணப்பாவுக்கு இலவசமாகக் கொடுக்கிறாள். கிருஷ்ணப்பா கௌரிக்கு ஆள்பிடிக்கிறவன்' போன்றவை தாரில் தெரிந்தன. கல்லூரி முழுக்க அதைப் பற்றிக் கிசுகிசு எழுந்தது. வகுப்புகள் எல்லாம் ஆரம்பமான பிறகு தாரால் எழுதப்பட்டிருந்ததை அவர்கள் செதுக்கி எடுத்து அந்த எழுத்தைச் சுவரில் மேலும் சற்று ஆழமாகப் பதித்திருந்தார்கள். கிருஷ்ணப்பா அது தனக்குச் சம்பந்தமில்லை என்பதாக நடமாடியவாறு கௌரியின் முகத்தைப் பார்த்தான். அவள் அதனால் துக்கப்படுவதாக அவன் சந்தேகித்தான். ஆனால் அவளும் சஞ்சலமடைந்ததாகத் தெரியவில்லை. அன்று மாலை அவனே அவள் வீட்டுக்குச் சென்று அழைப்பு மணி அடித்தான்.

பாடிக்கொண்டிருந்த கௌரி வெளியே வந்து கிருஷ்ணப்பாவைப் பார்த்துத் தான் அடைந்த சந்தோசத்தைக் காட்டிக் கொள்ளாமல் உள்ளே அழைத்துப்போய் உட்காரவைத்தாள்.

வெளியே தெரியாமல் அவளிடம் ரகசியமாக மலர்ந்த உணர்வை அடையாளம் கண்டு உற்சாகமடைந்த கிருஷ்ணப்பா கார்ப்பெட்டைப் பார்த்தவாறே நிதானமாகச் சொன்னான், 'எனக்குச் சமமானவங்க இந்தக் காலேஜூல நீங்க ஒருத்தர்தாங்கறது இன்னக்கி உறுதியாயிடுச்சி.'

கிருஷ்ணப்பா கௌரியின் முகத்தைப் பார்க்காமல் கண்ணாடி மேஜை, சுவரிலிருந்த சுவாமி படங்கள், தம்பூரா போன்றவற்றைக் கவனிக்க முயன்றான். மலர்ந்த ரோஜாப் பூக்கள் பெரிய கண்ணாடி ஜன்னலுக்கு வெளியே தெரிந்தன. தான் இப்படி வந்து இவ்வாறு பேசித் தாழ்ந்துவிட்டதாகக் கவலைப்பட்டான்.

'நான் பேசுனதை மனசுல வச்சுக்காதீங்க. பேசி நான் சீப்பாயிட்டேன். உங்களையும் சீப்பாக்கிட்டேன்' என்று எழுந்தான்.

'இல்ல. உட்காருங்க' என்று கௌரி தடுமாறியபடி சொன்னாள். 'நிஜம். எங்க அம்மா நான் குழந்தையாயிருந்தப்ப எங்கப்பாவை விட்டுட்டு வந்தாங்க. நஞ்சப்பா அவங்களை வச்சிட்டிருக்காரு. பாருங்க இதெல்லாம் அவரோடதுதான்' என்று எழுந்து நின்றாள். 'இவ்வளவு புரிஞ்சப்பறம் உங்களுக்கு எப்படித் தோனுதோ எனக்குத் தெரியலே' கௌரியின் முகம் தன் உத்வேகத்தை மறைத்துக்கொள்ள முயல்வதாகத் தோன்றியது.

'நான் வந்தது உங்களுக்குச் சமாதானம் சொல்றதுக்கு அல்ல. நீங்க வித்தியாசமான ஆளுன்னு புரிஞ்சி உங்கமேல மரியாதை வச்சிருக்கறேன்' என்று கிருஷ்ணப்பா எழுந்து ஓர் அடியெடுத்துவைத்தான்.

'என்னோட அப்பா தேஷ்பாண்டேன்னு. அவரும் எங்கம்மாவை வச்சிட்டிருந்தாரு. பாங்குல பணம் திருடி ஜெயிலுக்குப் போனாரு. கணவரில்லாம எங்கம்மா வாழ முடியாது. அதனால . . .'

இப்போது கௌரியை உற்றுப்பார்த்தபடி கிருஷ்ணப்பா சொன்னான், 'நீங்க என்னைச் சோதிக்கிறீங்க இல்லியா? இப்படியெல்லாம் செய்யறது சீப்.'

பாரம் குறைந்தாற்போலக் கௌரி சிரித்துவிட்டாள். அப்படிச் சிரித்தபோது குறும்புக்காரப் பெண்ணாகத் தெரிந்து கிருஷ்ணப்பா கூச்சப்பட்டான். ஒன்று, உன்னைச் சுற்றியும் தினமும் உள்ள சிறுமையை நீ வெல்வாய். அல்லது, அந்தச் சிறுமைக்குப் பலியாவாய். இது வாழ்க்கையின் நியதி என்பதை இந்தப் பெண்ணுக்குச் சொல்லித் தன் அந்தரங்கத்தைத் திறந்து காட்ட வேண்டும் என்றிருந்த கிருஷ்ணப்பாவுக்கு அவள் சுபாவத்திலிருந்த குறும்புத்தனம் தடையாகத் தெரிந்து ஏமாற்றமாயிருந்தது. கிருஷ்ணப்பா

வின் முகத்திலிருந்த உணர்வு 'நான் உன்னால் அடைய முடியா தவன்' என உணர்த்தியதைக் கண்டு 'நீங்க ரொம்ப அகங்காரம் பிடிச்சவர் இல்லையா?' என்றாள்.

கிருஷ்ணப்பா சலிப்போடு முகத்தைத் திருப்பிக்கொண் டான். தான் வருவதற்கு முன்னால் நெற்றியில் குங்குமத்துக்குப் பதில் விபூதியிட்டுக்கொண்டு பாடிக்கொண்டிருந்தாள். இப்போது இடுப்பில் கைவைத்து நின்ற நிலையால் நாட்டியக்காரியைப் போல நின்றிருக்கிறாள். அவள் தன்னை வெல்ல முயன்றுகொண் டிருக்கலாம். தன்னை ஆனந்தப்படுத்த வெறுமனே சீண்டிக் கொண்டிருக்கிறாளா தீவிரமான கேள்வியா? அவள் குறும்புத்தன மாகக் கேட்டிருந்தால் தன் பதில் ஜம்பமாகிவிடும். கிருஷ்ணப்பா எங்கோ உற்றுப்பார்த்தவாறு நின்றிருந்ததைக் கண்டு, 'நான் சொன்னது தமாசுக்கல்ல. எங்க அம்மா நல்லவங்க. நஞ்சப்பா வும் நல்லவரு. நான் யாருக்கும் அசைஞ்சு குடுக்காம என்பாட் டுக்கு இருந்துடறேன். நான் அழுது பல வருசமாச்சு. அதனால நானும் உங்களை மாதிரியே அகங்காரின்னு தோனுது' என்றாள்.

கிருஷ்ணப்பாவின் முகம் இறுகி அவன் கண்கள் சிறுத்தன.

'எங்க அம்மாவைப் பாக்கறீங்களா? மேலயிருக்கறாங்க. கூப்புடறேன்.'

கௌரி விருந்தோம்புகிறவர்களின் பாணியில் கேட்டாள். ஜிப்பாவின் பைகளில் கைவிட்டுக்கொண்டு உணர்ச்சியற்றுக் கௌரியைப் பார்த்து, 'வேண்டாம். என்ன பேசறதுன்னு எனக்குத் தெரியல. தொந்தரவாப் போயிடும்' என்று கிருஷ்ணப்பா புறப்பட்டுப் போனான்.

○

நேராகத் தன் அறைக்குச் சென்று ஒரு கடிதம் எழுதினான்.

'அன்புள்ள குமாரி கௌரி தேஷ்பாண்டே,

நீங்கள் என்மீது பாதிப்பு ஏற்படுத்துவதற்காகப் பேசினீர்கள் எனச் சந்தேகப்பட்டு நான் பதிலளிக்கவில்லை. நாம் தனியாக இருக்கும்போது நமக்குள்ளேயே பேசிக்கொள்ளாததை வேறொரு வரிடம் எதற்காகச் சொல்ல வேண்டும். எதிரில் ஒருவர் இருக்கிறார் என்னும் உணர்வோடு பிறக்கும் வார்த்தைகளிலேயே அலட்சியம் இருக்கிறது. அதனால் நான் அன்னியோன்யத்துக்கு எதிரி. பணம் சம்பாதிப்பவர்களுக்கு, மக்கள் நேசத்தை விரும்புகிறவர் களுக்கு அன்னியோன்யத்தின் அவசியம் இருக்கிறது. ஆழமான உறவுகளுக்கு அன்னியோன்யம் தடையாகிறது. நான் உங்களைத் தேடி வந்து சொன்னதன் நோக்கம் வெறுமனே ஒருவரை ஒருவர் அடையாளம் கண்டுகொள்ள வேண்டும் என்பது. ஆனால் உங்கள் அனுதாபத்தை வேண்டும் பலவீனமான அம்சம் என் செயலிலும் இருந்திருக்கலாம்.

நான் அகங்காரம் பிடித்தவன் அல்ல. நீங்களும் அல்ல. சிறுமைக்குப் பலியானவர்களுக்கு நாம் அப்படித் தெரியலாம். ஒரு மரம், ஒரு பறவை, ஒரு விலங்கு, ஒரு யாசகன் என யாரைப் பார்த்தபோதும் எல்லாவற்றிலிருந்தும் நான் அன்னியன் எனத் தோன்றுகிறதேயொழிய அவற்றைவிடப் பெரியவன் எனத் தோன்றுவதில்லை. மற்றவர்கள் தன்னைத் தாக்க வரும் போது மட்டும் பாம்பு தன் விஷத்தைப் பயன்படுத்துவதைப் போல நான் என் கர்வத்தை வெளிப்படுத்துகிறேன். நான் பிறந்து வளர்ந்த சூழ்நிலையில் சிறுமையை வெல்ல எனக்கு இது அவசியமாயிருந்ததற்கு நான் காரணமல்ல. உங்கள் பின்னணி யைப் பார்த்தால் உங்கள் விஷயத்திலும் இது உண்மை எனத் தெரிகிறது. இந்தச் சிறுமை புறவயமானது மட்டுமல்ல. நமக்கு உள்ளேயும் இருக்கக்கூடியது. நம் தீவிரத்தனத்தை அழிக்க இப்படிப் பட்ட யுக்தி நமக்குள்ளும் வெளியிலும் நடந்துகொண்டே இருப்பதால் சதா விழிப்போடிருக்கும் நிலைப்பாடு செல்வந்தர் களுக்குக் கர்வமாகத் தெரியலாம். இது தவிர்க்க முடியாதது, மோகத்துக்கு வசமாகாத குரூரத்தனம், நம்மைச் சுற்றிச் செத்துக் கொண்டும் பிறந்துகொண்டும் இருப்பவற்றையெல்லாம் எதிர் கொண்டு விழிப்புடனிருத்தல் – இதுவே யோகம். வல்லமையும் ஜடத்துவமும் இணைகள் என்பதை மறக்காதீர்கள்.

— கிருஷ்ணப்பா.'

கடிதம் எழுதி அஞ்சலில் சேர்த்துவிட்டுக் கிருஷ்ணப்பா குயவர் பேட்டைக்குப் போனான். குறுகலான வீதியில் நடந்த வாறே தானியங்கள் விற்ற ஒரு கடையின் மாடியில் விளக்கெரிந் ததைக் கண்டு முழுக்கச் சிதிலமடைந்திருந்த மாடிப் படிக்கட்டு களில் அசிங்கமான சந்திலிருந்து ஏறிப் போனான். அப்போது மூத்திர நாற்றம் சகித்துக்கொள்ள முடியாததாக இருந்தது. மாடிக் கதவைத் தட்டினான்.

வேட்டியைத் தார்ப்பாய்ச்சிக் கட்டி ஜிப்பா அணிந்திருந்த அண்ணாஜி யார் என்று கேட்டுக் கிருஷ்ணப்பா என அடை யாளம் கண்ட பிறகு கதவைத் திறந்தான். அண்ணாஜியின் அறையில் ஊதுவத்தி எரிந்துகொண்டிருந்ததால் நாற்றம் குறை வாக இருந்தது. அண்ணாஜி ஆங்கிலத்தில் 'வா. உட்கார்' என்று நிலத்தில் விரித்திருந்த படுக்கையின் ஓர் ஓரத்தைக் கிருஷ்ணப்பாவுக்குக் காட்டி இன்னோர் ஓரத்தில் தான் உட்கார்ந் தான்.

நடுத்தர வயது அண்ணாஜி வசீகரமான ஆள். எடுப்பாகத் தெரிந்த கூரான தாடை. அடர்ந்த புருவங்கள். மெலிந்து உயர மாக இருந்தான். கூந்தலை நீளமாக வளர்த்துப் பின்னுக்கு வாரியிருந்தான். அவன் தாடி வளர்த்துக்கொண்டிருந்தான் என்பதை ஒரு மாத முடியிலிருந்து தெரிந்துகொள்ளலாம்.

சார்மினார் சிகரெட்டைப் பற்றவைத்துக்கொண்டு கிருஷ்ணப்பா பேசுவதற்காகக் காத்திருந்தான்.

அண்ணாஜி படித்துக்கொண்டிருந்த ட்ராட்ஸ்கியின் புத்தகம் ஒன்றைப் படுக்கையின் மேல் கிருஷ்ணப்பா கவனித் தான். நாட்டு ஓடு வேய்ந்த சாய்வான கூரை கொண்டிருந்த சின்ன அறையில் படுக்கை, ட்ரங்க்பெட்டி, சில புத்தகங்களை விட்டால் வேறு எதுவும் இல்லை.

கிருஷ்ணப்பா சட்டைப்பையிலிருந்து இருநூறு ரூபாயை எடுத்துக்கொடுத்தான். அவன் சுபாவத்தை அறிந்த அண்ணாஜி 'தாங்க்ஸ்' சொல்லாமல் சட்டைப்பையில் போட்டுக்கொண்டு தனக்கேற்பட்ட நிம்மதியைக் காட்டிக்கொள்ளாமல் ஆங்கிலத்தில் சொன்னான், 'நான் இந்த ரூமை மாற்ற வேண்டியிருக்கிறது.'

அண்ணாஜி எழுந்து வீதிப்பக்கம் திறக்கும் சின்ன மர ஜன்னலின் அழுக்கடைந்த திரைச்சீலையைச் சரித்துக் காட்டி னான்.

'மஃப்டியில இருக்கும் போலீஸ். நேற்றிலிருந்து இந்த ரூமுக்கு யார் வருகிறார்கள் போகிறார்கள் எனக் கவனித்துக்கொண் டிருக்கிறது பன்றி.'

'என் ஹாஸ்டல் ரூமுக்கு வந்துவிடு.'

கிருஷ்ணப்பா சொன்னதற்கு அண்ணாஜி அது நல்லதல்ல என்பதுபோலத் தலையாட்டினான். கிருஷ்ணப்பா அவனை அண்ணாஜியென்று கூப்பிடுவதில்லை. ஏனென்றால் அவன் உண்மையான பெயர் என்னவென்று கிருஷ்ணப்பா கேட்க வில்லை. போலீசிடமிருந்து தலைமறைவாகத் திரிந்துகொண் டிருந்த அண்ணாஜி ஒவ்வோர் ஊரிலும் ஒவ்வொரு பெயர் வைத்துக்கொண்டு தங்கியிருந்தான். கோவாவின் போர்ச்சுக்கீசியச் சிறையிலிருந்து தப்பித்துவந்த அண்ணாஜி மகாராஷ்டிரத்தவன். கோவாவிலிருந்து தெலுங்கானாப் பகுதிக்குப் போய் அங்கே ஒரு கிராமத்தில் விவசாயிகள் சங்கத்தை ஏற்படுத்தியபோது இவனைப் பின்பற்றியவர்கள் ஒரு ஜமீன்தாரைக் கொல்ல முயன்றார்கள். ஜமீன்தார் கால் முறிந்து உயிர்பிழைத்துக்கொண் டான். அண்ணாஜியின் திட்டத்தை மீறி விவசாயிகளில் சிலர் மேலும் முன்னேறினார்கள். சிக்கிக்கொண்ட விவசாயிகள்மீது கொலை முயற்சி தொடர்பான விசாரணை நடந்துகொண் டிருந்தது. குற்றம் சுமத்தப்பட்ட விவசாயி ஒருவனை அப்ரூவ ராக மாற்றி அண்ணாஜியைப் பற்றிப் போலீசார் விவரங்களைச் சேகரித்திருந்தார்கள். அண்ணாஜி ஊர் ஊராகத் தப்பித்துப் போய் இந்த ஊருக்கு வந்திருந்தான். ஆங்கிலம் சொல்லித்தருவ தாக நாலைந்து வீடுகளில் டியூசன் நடத்திக்கொண்டிருந்தான். ஆந்திரப் போலீசார் ஆர். ஆர். நாயக் என்னும் பெயரில் இவனைத் தேடிக்கொண்டிருந்தார்கள். கோவாவின் போர்ச்சுக்கீசியர்கள்

பி. டி. தேஷ்பாண்டே என்னும் பெயர்கொண்ட இவனைத் தூக்கில்போடத் தயாராகக் காத்திருந்தார்கள். அவன் சொல்லியதற் கும் அதிகமாக எதுவும் அண்ணாஜியைப் பற்றிக் கிருஷ்ணப்பா கேட்கவில்லை. தன் வாழ்க்கைக்கு ஒரு நோக்கத்தைத் தேடிக் கொண்டிருந்த கிருஷ்ணப்பாவுக்குப் புரட்சிக்காரர்களின் நூற்றுக் கணக்கான புத்தகங்களைப் படித்திருந்த அண்ணாஜியும் மஹேஸ்வரய்யாவைப் போலவே குருவாகத் தெரிந்திருந்தான் எனச் சொல்லலாம்.

அண்ணாஜிக்கு அவன் விட்டுவந்த ஒவ்வொரு ஊரிலும் ஒரு காதலி. ஒவ்வொரு மாதமும் அவர்களுக்கெல்லாம் அவன் கொஞ்சம் பணம் அனுப்ப வேண்டும். இப்படியாகப் புலியின் காயத்தைப் போல வளர்ந்துகொண்டேபோனது அவன் கடன். மணியார்டர் செய்தது கிருஷ்ணப்பாவே. கோலாப்பூரில் தையல் காரர் ஒருவருடைய மகளுக்கு அவளது பி. ட்டி. படிப்புக்காக மாதத்துக்கு இருபத்தைந்து. கோவாவில் இவனால் குழந்தை பெற்ற குமாஸ்தா ஒருத்திக்கு மாதம் இருபத்தைந்து. சின்ன வயசிலேயே இவனை மணந்து ஓர் ஆண் குழந்தையைப் பெற்றுத் தாய்வீட்டுக்குப் போய் நாக்பூரிலிருந்த சொந்த மனைவிக்கு இருபத்தைந்து. பதினைந்து வருடங்களானாலும் இதற்காக இவனுக்குக் கடன் கொடுத்த இவனுடைய ஏழை அபிமானி களுக்கு அவ்வப்போது அதைத் தீர்க்க இன்னும் கொஞ்சம். இப்படி அண்ணாஜிக்குத் தலைக்கு மேல் கடன். வெறும் டீ, சிகரெட்டிலேயே வாழ்ந்துகொண்டு, ஈச்சம் பாயில் படுத்துத் தூங்கவல்ல அண்ணாஜிக்கு வேறு எந்தக் கெட்ட பழக்கமும் இல்லை.

ஒவ்வொரு நாளும் அண்ணாஜி பணத்துக்காக ஆலாய்ப் பறந்தவாறு 'திருப்பித் தந்துவிடுவேன்' போன்ற பொய்களைச் சொல்லி ஜனங்களை ஏமாற்றத் தன் எல்லாக் கவர்ச்சியையும் பயன்படுத்தியதைக் கண்டு கிருஷ்ணப்பாவுக்கு வெறுப்பேறி யிருந்தது. ஆனால் தன் பெயரின் மேலிருந்த மோகத்தை விட்ட ஆள் அவன். அறிமுகமான தொடக்கத்தில் அண்ணாஜி கேட்ட பணத்தை யார் யாரிடமிருந்தோ பெற்றுக்கொடுத்தபோது அவன் சொல்லிய பொய்களால் கிருஷ்ணப்பா குன்றிப்போன வனாக 'உன்மேல் எனக்கு மரியாதையிருக்கிறது. என்னிடம் பொய் சொல்லாதே' என்று தாட்சண்யமில்லாமல் சொல்லி யிருந்தான். ஒரு கணம் திகைத்துப்போய் உட்கார்ந்து தன் கதையைச் சொல்லத் தொடங்கியபோது, 'போதும் விடு. நான் ஒவ்வொரு மாதமும் முடிந்தளவு பணம் சேர்த்துத் தருகிறேன்' எனக் கூறியிருந்தான். அதோடு இங்கிலீஷ் டியூசன் சொல்லித் தந்ததிலிருந்தும் அண்ணாஜிக்கு சுமார் நூற்றைம்பது ரூபாய் கிடைத்துக்கொண்டிருந்தது.

‘ஏதோ ஒரு தத்துவத்துக்காக சகலத்தையும் மறந்திருக்கும் நீ ஏன் இந்த அல்ப விஷயங்களில் மாட்டிக்கொண்டிருக்கிறாய்?’ என்று பதிலை எதிர்பார்க்காமல் தன்னையே கேட்டுக்கொள்வதைப் போலக் கிருஷ்ணப்பா சொன்னான்.

அண்ணாஜி சார்மினார் பற்றவைத்து, ‘உனக்குள்ளயே நீ முழுமையானவன் என்னும் கர்வம் உனக்கு. நீ அடிப்படையில் ஃபாஸிஸ்ட் மனோபாவம் கொண்டவன்’ என்றான்.

முஸ்லிம் ஹோட்டலில் பாம்பே டீ குடித்தபடி இருவரும் பேசிக்கொண்டிருந்தார்கள். ரேடியோ சத்தத்தால் குரலை உயர்த்திப் பேச வேண்டியிருந்தது. கிருஷ்ணப்பாவுக்கு விருப்பமில்லாவிட்டாலும் சொன்னான், ‘புரட்சிக்காக வாழுகிறவன் அதிமோகியாக இருக்கக் கூடாது. பணவிவகாரத்தில் சிக்கிப் பூர்ஷுவா ஆகிவிடக் கூடாது.’ இந்தப் புதிய சொற்களை அண்ணாஜியிடமிருந்தே கிருஷ்ணப்பா கற்றிருந்தான்.

‘நீ சொல்வது உண்மைதான். நான் சும்மாயிருந்தாலும் பெண்கள் என்மேல் வந்து விழுகிறார்கள்.’

தனக்கே அது ரகசியம் என்பதாக அண்ணாஜி எழுந்து நின்றான். நடத்தையிலும் பேச்சிலும் அண்ணாஜி சமர்த்தன். கிருஷ்ணப்பா நிதானமானவன்.

அவை கிருஷ்ணப்பாவின் வாழ்க்கையில் மிக முக்கியமான நாள்கள் என்று சொல்ல வேண்டும். பார்க்கில் உட்கார்ந்து நிலக்கடலை உரித்துத் தின்றபடி கிருஷ்ணப்பாவும் அண்ணாஜியும் முகுளமாக விவாதிப்பார்கள். அண்ணாஜி தன் பாடத்தை மார்க்ஸ் சொன்னதிலிருந்து தொடங்கியிருந்தான். ‘இதுவரை தத்துவஞானிகள் உலகைப் பற்றி விளக்கியிருக்கிறார்கள். ஆனால் நம் வேலை இந்த உலகத்தை மாற்றுவது.’ இப்படிப்பட்ட பல வாக்கியங்கள் கிருஷ்ணப்பாவை ஆழமான சிந்தனைகளுக்கு இட்டுச் சென்றன. நம் பிரக்ஞை சுதந்திரமான பொருளல்ல. உற்பத்திக்காக நாம் தொடங்கும் பல உறவுகளால் உண்டானது அது என்று அண்ணாஜி சீண்டியபோது ஜடப்பிரபஞ்சத்தாலும் தினசரித் தொல்லைகளாலும் தோற்கக் கூடாதென்னும் அடம் கொண்ட கிருஷ்ணப்பா அதை ஒப்புக்கொள்ளவில்லை. பக்கவாதத்தால் வேதனைப்பட்டுக்கொண்டிருக்கும்போதும் இது தொடர்பாக அவனுக்குச் சந்தேகமிருக்கிறது. கிருஷ்ணப்பா அண்ணாஜியிடம் வாதிட்டான், ‘மனிதன் தன் சூழலை மீறுகிறான். இதை நான் எதிர்த்து வாதிடமாட்டேன். என் அனுபவத்திலிருந்து சொல்வது இது. அந்த விஷயத்தை விடு. கூலிக்காரர்களையும் விவசாயிகளையும் நீ ஒன்று சேர்த்துப் போராடத் தூண்டுவது எதைச் சாதிப்பதற்காக? அவர்கள் கூலி இன்னும் சற்று அதிகரித்து, வீட்டுக்கொரு ரேடியோ, ஸ்டெயின்லெஸ் ஸ்டீல் பாத்திரங்களை அவர்கள் வாங்க முடியுமென்றால்,

அவர்களின் வாழ்க்கையும் இந்த உலகமும் மாறிவிட்டன என்று பொருளா? தினசரி வாழ்க்கையின் அதே வேலைகள், அதே சிக்கல்கள் அதே அக்கப்போர்கள் தொல்லைகள் எல்லாம் போய்விடுமா? உன்னைப் போல் இருக்கிறவர்களால் அவர்கள் இன்னும் அதிகப் பேராசைக்காரர்கள் ஆவார்கள்.'

'அப்படியல்ல. நீ தனிமனிதவாதியைப் போலப் பேசுகிறாய்.'

'தனிமனிதவாதி' போன்ற வார்த்தைகளால் தன் சந்தேகத்தைத் தீர்க்க முயன்ற அண்ணாஜியின் விவாத முறையால் கிருஷ்ணப்பா சலிப்படைந்தான். அண்ணாஜி அமைதியாக விளக்கினான். 'ஏழைகளைத் தங்கள் வாழ்க்கையின் சீர்திருத்தத் துக்காகப் போராட ஆயத்தப்படுத்துகிறோம் என்று சொல். இந்தப் போராட்டம் அதோடு நிற்காது. தம் வர்க்கத்தின் வாழ்க்கைத் தரத்தை உயர்த்திக்கொள்ளும் பேராசைக்கும் அவர்கள் ஆசைக்கும் அடிப்படையான வித்தியாசமிருக்கிறது. அவர்கள் ஆசை அதிகரித்துக்கொண்டே போகும். அப்படி அவர்கள் ஆசை அதிகரித்துக்கொண்டே போனால் இந்த உலகத்தின் வடிவமே மாற வேண்டியிருக்கும். அவர்கள் உழைப்பு தான் இந்தச் சமூகத்தின் நிலைமைக்கும் இருப்புக்கும் திரவியம் என்பதை ஒத்துக்கொள்கிறாய்தானே? வாழ்க்கையின் இலக்கு களான அறம், பொருள், இன்பம், வீடு எல்லாவற்றுக்கும் அடிப்படை இந்த உழைப்பு. ஆனால் இந்த உழைப்பின் லாபம் போவது முதலாளிகளுக்கு. சுரண்டலே இந்த அமைப்புக்கு ஆதாரம். ஏழைகள் சுரண்டலுக்கும் உள்ளாவார்கள். நாளாக ஆகத் தாங்கள் உற்பத்திசெய்ததற்கும் தங்களுக்கும் சம்பந்தமே இல்லை என்பதைத் தெரிந்துகொள்வார்கள். மனிதனாலேயே மனிதனுக்கு இவையெல்லாம் ஏற்பட்டுள்ளன என்னும் புரிதல் உண்டாவதைப் போலவே மனிதனின் தினசரி வாழ்க்கையை வெறுமையாக்கும் அமைப்பே மாற வேண்டும். சீர்திருத்தங்களால் இது சாத்தியமாகாது என்பதை அறிவார்கள். மேல் வர்க்கத்தைச் சேர்ந்த எங்களைப் போன்ற சிலருக்கு அது அறிவுபூர்வமாகப் புரிந்தால் விவசாயக் குடும்பத்தில் பிறந்து வளர்ந்துள்ள உன்னைப் போன்ற நுட்பமான மனசுள்ளவர்களுக்கு அது அனுபவத்தின் மூலம் தெரியும். உன்னைப் போன்றவர்கள் அதை மற்றவர் களிடம் விதைப்பீர்கள். அப்படித்தான் புரட்சி நடக்கும். நடக்க வேண்டும் என நாங்கள் விரும்புவதால் மட்டும் புரட்சி நடந்து விடும் என்பது தனிமனிதவாதமாகிவிடும். தன் கோழி கூவியதால் தான் விடிந்தது என நினைத்த கிழவியின் கதையைப் போலத் தான் அது. புரட்சி நடக்கும் என்பது சமூகத்தின் இயங்கியல் நியதி. அதைத் துரிதப்படுத்துபவர்கள் அல்லது செவிலிகள் நாங்கள்.'

அண்ணாஜியின் கண்கள் ஒளிர்ந்தன. பூங்காவில் கடலைக் காயும் வெல்லமும் வாங்கிக்கொள்ளுமாறு வேண்டி நின்ற பையனைப் பார்த்தபடி கிருஷ்ணப்பா, 'இப்படிப்பட்ட இரக்கத்துக் குரிய பையன்களும் பொங்கியெழுந்து புரட்சி செய்வார்களென்று சொல்' எனப் பாதிச் சந்தேகத்தோடு சொன்னான்.

'கண்டிப்பாக. பிரான்சில் சிறைக் கதவுகளை உடைத்தது தெரியுமல்லவா?'

'என்றைக்கோ ஒரு நாள் ஆவேசத்தில் குதித்து மறுபடியும் உலகம் அதே அர்த்தமற்ற தினசரிக் காரியங்களின் பாதைக்குத் திரும்புமல்லவா?'

'இல்லை. புரட்சியால் நம் தினசரிக் காரியங்கள் படைப் பாற்றல் கொள்ளும்.' தன் தர்க்கம் எல்லாச் சந்தேகங்களுக்கும் நிரூபணம் என்னும் அண்ணாஜியின் சிந்தனை முறையால் கிருஷ்ணப்பா எரிச்சலடைந்தான்.

'பிறப்பது, இறப்பது, சாப்பிடுவது, உழுவது, சம்போகிப்பது என எல்லாவற்றுக்கும் ஒரு பண்டிகை ஏற்படுத்தியிருக்கிறதல்லவா நம் இந்து மதம்? நமது பூமிப் பௌர்ணமிப் பண்டிகையின் அர்த்தம் தெரியுமா உனக்கு?' சலிப்போடு கிருஷ்ணப்பா கேட் டான்.

அண்ணாஜி அதையும் முகுளமாக அலசினான். 'வீணாகும் தினசரிக் காரியங்களைப் பிரமையால் வெல்வதற்கும் நிஜத்தில் எதார்த்தமாக வெல்வதற்கும் வித்தியாசமிருக்கிறது. உற்பத்தி உறவுகள் மாறும்போது உழைப்பு படைப்பாற்றலாகும். அகங்காரத் தால் கோபம் கொண்டு அடிதடிக்காரனைப் போல் திரிந்து கொண்டு ஈனத்தனத்தால் வெளியில் நிற்பேன் என நீ புரிந்து கொண்டிருப்பது பிரமை. போய் விவசாயிகள் மத்தியில் வேலை செய். அவர்களைப் புரட்சிக்கு ஒன்று சேர். நீ ஒரு செவிலி எனத் தெரிந்துகொள். தாங்கள் உழும் நிலத்துக்குச் சொந்தக்காரர் களாவதே உண்மையான பூமிப் பௌர்ணமி.'

கிருஷ்ணப்பாவுக்குத் தன் அனுபவத்தில் அறிந்த உண்மையே வேறு எனத் தெரிந்தாலும் அண்ணாஜியின் வாதமும் சரியெனக் கண்டு தடுமாறிப்போகவிருந்தான்.

'அப்படியானால் ரஷ்யாவில் உழைப்பெல்லாம் படைப் பாற்றல் கொண்டதாக ஆகிவிட்டதா?'

கிருஷ்ணப்பா அண்ணாஜியைக் கேலியாகக் கேட்டான்.

'கிருஷ்ணப்பா, நடக்க வேண்டியதெல்லாம் ரஷ்யாவில் நடக்கவில்லை. உண்மை. புரட்சிக்கு மக்களைத் தயாரித்த கட்சி தானே முதலாளியாகிவிட்டிருக்கிறது அங்கே. புரட்சி ஒரே நாள் காரியமல்ல. நடந்த தவறைச் சதா திருத்திக்கொண்டே போக வேண்டும். இப்போது சீனாவில் பார்...'

யு.ஆர். அனந்தமூர்த்தி

தொல்லைப்படுத்திக்கொண்டிருந்த கடலைக்காய் விற்ற பையனை 'கெட் அவே' என அதட்டி அண்ணாஜி சிகரெட் பற்றவைத்தான். உதட்டில் சிகரெட்டைப் பொருத்தித் தன் ஜிப்பாவின் சடிந்த கைகளை மடித்துவிட்டுக்கொண்டு சட்டைப் பையிலிருந்து பென்சிலும் காகிதமும் எடுத்தான். சீனாவின் படத்தை வரைந்து லாங் மார்ச்சை விவரித்துக்கொண்டிருந்த போதே, கிருஷ்ணப்பா எரிச்சலடைந்த குரலில் சொன்னான், 'நம் நாட்டுக் கம்யூனிஸ்டுகள் தேசத் துரோகிகள். நாற்பத்திரண் டாம் வருடப் புரட்சியின்போது ஏன் பிரிட்டிஷ்காரர்கள் சார்பாகச் செயல்பட்டார்கள்? ரஷ்யாவுக்கோ சீனாவுக்கோ ஆள்பிடிக்கும் வேலைசெய்ய என்னால் முடியாது.'

அண்ணாஜி அமைதியை இழக்காமல் சொன்னான், 'நம் நாட்டுக் கம்யூனிஸ்டுகள் வறட்டுத்தனமானவர்கள். ஒப்புக்கொள் கிறேன். ஆனால் இரண்டாம் உலகப் போரின்போது ஜெர்மனி யைத் தோற்கடிப்பதும் முக்கியமாக இருந்தது என்பதையும் நான் ஒப்புக்கொள்கிறேன். ஆனாலும் நான் அப்போது கட்சியை விட்டு விலகிக் காந்தியின் போராட்டத்தில் பங்குகொண்டேன். இவையெல்லாம் முரண்பாடுகள். பார் கிருஷ்ணப்பா என் நோக்கம் இதுதான். பேராசைக்காரர்கள் தொடர்பாகக் கடுமை யான நிராகரிப்பு உனக்கு இருப்பதைக் கண்டிருக்கிறேன். இந்த நிராகரிப்பு, இந்தக் கர்வம் தலித்துகளின் போராட்டத்துக்கு அவசியமான உந்துசக்திகள். என்னைவிட நீயே உறுதியாக இருப்பாய் எனத் தோன்றுவதால் இந்தப் புரட்சிக்கான விதையை ஊன்றுவதற்காக உனக்கு இதையெல்லாம் நான் சொல்கிறேன். என் வாழ்க்கை இப்போது நூறு தொல்லைகளில் சிக்கியுள்ளது. நானாக இவற்றிலிருந்தெல்லாம் விடுபடமாட்டேன். நாட்டில் மக்கள் புரட்சிக்குத் தயாராகும்போது நான் எல்லாவற்றிலிருந் தும் விடுபட்டு அவர்களோடு நிற்பேன் என்று எனக்குத் தெரியும். கோவாவில் போலீசார் ஓர் அடி முன்னால் எடுத்துவைத்தால் சுட்டுவிடுவதாகச் சொன்னபோது என் பின்னால் சத்தியாக்கிரகம் செய்வதற்காக வந்திருந்தவர்கள் பின்வாங்கினார்கள். அப்போது நான் என் கோழைத்தனத்தையும் மீறிப் போலீசாரை எதிர்த்து ஓர் அடி முன்னால் வைத்தேன். குண்டுச் சத்தத்துக்காகக் காத்திருந்தேன். அப்போது பின்வாங்கிக்கொண்டிருந்த எனக்குப் பின்னாலிருந்த மக்களெல்லாம் திடீரென்று தள்ளிக்கொண்டு முன்னால் வந்தார்கள். போலீசாரும் சுட முடியாமல் வெறுமனே நின்றார்கள். என் வர்க்கத்தின் வரம்பை நான் இப்படிப்பட்ட சந்தர்ப்பங்களில் மட்டும் மீறினால் நீயோ ஒவ்வொரு கணமும் மீறிச் செல்லக்கூடியவன். விவசாயக் குடும்பத்தவனாதலால் நூற்றுக்கணக்கான மக்களை உன்னோடு அழைத்துப்போகக் கூடியவன் என்று புரிந்துகொண்டிருக்கிறேன். நீ அப்படிப் போகக்கூடியவன் மட்டுமல்ல. போகவே வேண்டியிருக்கும்.

இது விஞ்ஞானபூர்வமான உண்மை. தனிநபர்வாதியானால் உன் சுபாவம் ஃபாஸிஸ்ட் ஆகிக்கொண்டுபோகும். அதனால் நீ மக்கள் தலைவனாக வேண்டும். வர்க்கப் போராட்டத்தின் முன்னணியில் உன்னைப் போன்றவர்கள் நிற்க வேண்டும். கம்யூனிஸ்டுகளை மறந்துவிடு. இந்த நிலத்தின் சாரத்தை உறிஞ்சிய இந்த ஈனச் சரித்திரத்தையும் ஆடம்பரத்தையும் புரிந்துகொண்ட புதியதொரு புரட்சிகரக் கட்சியை இந்த நாட்டில் நாம் ஏற்படுத்த வேண்டும் . . .'

அண்ணாஜி ஊக்கத்தோடு பேசியபடி பரவசமடைந்திருந் தான். கிருஷ்ணப்பாவின் மேல் அது கவிந்தாலும் தன் ஆழமான சந்தேகத்தை வெளிப்படுத்தாமலிருக்க அவனால் முடியவில்லை.

'மக்கள் இன்னும் சற்றுச் சுலபமாக உண்ணும், தூங்கும், சாகும் செயலைச் செய்வதற்கு இந்தத் தொல்லைகள் எல்லாம் எதற்காக? சொல்.'

அண்ணாஜிக்குக் கோபம் வந்தது.

'மூடு வாயை. கர்வத்தோடு பேசாதே. வாழ்க்கையைவிட நீ உன்னதமானவன் என்று முடிவெடுக்க நீ யார்? கடவுளா? தரித்திரம்பிடித்த ஈனத்தனமான தினசரிக் காரியங்கள் என்று அடித்துக்கொள்கிறாயல்லவா? அதைவிட்டு வேறென்ன இருக் கிறது? இந்த ஈன வாழ்க்கைக்கே வெளிச்சத்தைக் கொண்டு வருவதைவிடப் பெரிய வேலை என்ன இருக்கிறது? சமாதி நிலையாலோ பக்திப் பரவசத்தாலோ எல்லாவற்றுக்கும் மேலாக உயர்வோமெனப் புரிந்துகொண்டுள்ள பாழாய்ப்போன புத்தி கொண்ட இடியட்டுகளைப் போலப் பேசாதே.'

கிருஷ்ணப்பாவை அதுவரை யாரும் இப்படி விளாசிய தில்லை. இதைப் பேசியபோது அண்ணாஜி அவன் வாழ்க்கை யின் வரம்புகளை மீறியதைக் கண்ட கிருஷ்ணப்பா தான் சொன்னது அவசியமற்றது எனத் தோன்றினாலும், மரியாதை யோடு சொன்னான், 'எனக்கு நெருக்கமான இரண்டு பேர் இருக்கிறார்கள். புத்தனும் கிறிஸ்துவும். தாயிடம் கிறிஸ்து கேட்டா ரல்லவா "ஏ பெண்ணே நீ யார்?" என்று. அது எனக்குப் பிடித்தமான நிலைப்பாடு. அப்படியே நம்முடைய அல்லம, குருநானக், கபீரைப் போன்ற அரைப்பைத்தியங்கள் ஏதோ பெரிய உண்மையைத் தங்கள் பேச்சில் மூடிவைத்திருப்பதாக எனக்குத் தோன்றுகிறது. அதனால் ஜனங்களின் உணவு, உடை உபத்திரவங்களில் மூழ்குவதென்றால் . . .'

தான் பேச்சை முழுமைப்படுத்தினால் தன் மனத்தில் உண்மையாக இருக்கும் கொந்தளிப்பை எளிமைப்படுத்திய தாகும் எனக் கிருஷ்ணப்பா பாதியில் நிறுத்தினான்.

அண்ணாஜி பேசாமலிருந்தான். கிருஷ்ணப்பாவும் பேசாமல் உட்கார்ந்திருந்தான். பூங்காவில் காற்று இதமாக வீசியது. புதிதாகத் திருமணமான தம்பதிகள், சின்னப் பிள்ளைகளைச் சந்தோஷப் படுத்தியவாறு உட்கார்ந்திருந்த பெண்கள், ஒட்டிய வயிற்றைக் கொண்ட அவர்களுடைய கணவர்கள், வேலையிலிருந்து ஓய்வு பெற்ற பிறகு வளர்ந்த தங்கள் பிள்ளைகளுடன் சண்டையிடும் முதியவர்கள். இப்படிப்பட்ட வாழ்க்கை மேலும் சற்று ஒளிரும் என்று அண்ணாஜி சொன்னானல்லவா அது எப்படி என்று ஆச்சரியப்பட்டவாறு கிருஷ்ணப்பா உட்கார்ந்திருந்தான். அண்ணாஜி மென்மையாகச் சொன்னான், 'நீ சொன்ன யாரும் சமூகத்தைவிட்டு விலகவில்லை, கிருஷ்ணப்பா. அவர்களுக்கும் நமக்கும் இருக்கும் வேறுபாடு என்னவென்றால், அவர்கள் பிரமையில் வெல்லப் பார்த்தார்கள். நாம் தொழிற்சாலையிலும் வயலிலும் உண்மையாக வெல்ல முயல்கிறோம். நீ இப்படியே நேர்மையானவனாக இருந்தால் நீயும் என்னைப் போலவே யோசிக்க வேண்டியிருக்கும். இன்றில்லையேல். நாளை.'

○

அண்ணாஜி தான் பாடம் சொல்லிக்கொடுத்துக்கொண் டிருந்த சென்னவீரய்யாவின் வீட்டிற்குச் சென்று அப்போதைக்கு இருப்பதென்னும் தன் முடிவைக் கிருஷ்ணப்பாவிடம் சொன் னான். அந்த மஃப்டியிலிருந்தவன் சிஐடியாக இல்லாதிருக்கலாம் என்று கிருஷ்ணப்பாவுக்குச் சந்தேகம். தன்னைச் சுற்றியும் ரகசியச் சூழலை விரும்பும் அண்ணாஜியின் பிரமையாகவும் அது இருக்கலாம். இல்லாதுபோனால் தன் தினசரி விதிகளெல் லாம் அண்ணாஜிக்குச் சப்பென்றுபோய்விடும். ஆனால் உண்மை யாகவே பயந்ததைப் போலவும் அவன் காணப்பட்டான்.

'நான் விளக்கை அணைத்துவிட்டு வெளியே போகிறேன். கொஞ்ச நேரங்கழித்துப் படுக்கையையும் புத்தகங்களையும் சென்னவீரய்யாவின் வீட்டுக்குக் கொண்டுவா, அந்தப் பன்றிக்குத் தெரியாதவாறு' என்று காதோடு சொல்லி அண்ணாஜி விளக்கை அணைத்துவிட்டுக் கிளம்பினான். கிருஷ்ணப்பா ஜன்னல் வழி யாக மஃப்டியிலிருந்தவனின் நடவடிக்கைகளைக் கவனித்தவாறு நின்றான். அண்ணாஜி விளக்கை அணைத்துவிட்டு இறங்கியதை அவன் கவனித்திருக்கலாம் எனச் சந்தேகம் வந்தது. அவனும் அங்கிருந்து நகர்ந்தான். அண்ணாஜியைப் பின்தொடர்ந்து அவன் நடந்திருக்கலாம். அண்ணாஜி அதை முதலிலேயே ஊகித்து, தான் நேராகச் சென்னவீரய்யாவின் வீட்டுக்குப் போவதில்லையென்றும் மலையாளி முஸ்லிம் ஹோட்டலில் ஏதாவது சாப்பிட்டுவிட்டு அப்படியே தான் ட்யூஷன் சொல்லிக் கொடுத்த ஒன்றிரண்டு வீடுகளுக்குப் போய் இன்னும் ஒரு மாதத்துக்குத் தான் வரப்போவதில்லை என்று சொல்லி, சுற்று

வழியில் சென்னவீரய்யாவின் வீட்டுக்குப் போவதாகவும் கிருஷ்ணப்பாவிடம் தன் கொரில்லா உபாயத்தைத் தெரிவித்திருந் தான்.

சற்று நேரத்துக்குப் பிறகு மஃப்டியிலிருந்தவன் மேலும் அருகில் காட்சி தந்தான். வழுக்கைத் தலை, தடித்த கழுத்து, கோட் அணிந்து வேட்டி கட்டிய அவன் சிகரெட் வாங்கியபடி அறைக்கு எதிர் வீதியின் இருட்டிலேயே நின்றிருந்தான். கிருஷ்ணப்பா அவனை அடையாளம் தெரிந்துகொள்ள நுட்ப மாகக் கவனித்தான். அவன் வேட்டி சுத்தமாயிருந்தது. பாக்குத் தோட்ட முதலாளியைப் போலத் தெரிந்தான். கிராமத்திலிருந்து பாக்கு விற்பதற்காக வந்திருக்கலாம். அந்த வீதிக்குச் சுற்று முற்றிலும் இருந்ததாகச் சொல்லப்பட்ட வேசிகளில் யாரோ ஒருத்தியின் வீட்டுக்குள் செல்வதற்குத் தகுந்த சமயத்துக்காகக் காத்திருந்திருக்கலாம். இப்படிப்பட்ட கேவலமான சிஐடி வேலை யில் தான் இறங்க வேண்டியதாயிற்றே எனக் கிருஷ்ணப்பாவுக்கு ஆத்திரம் வந்தது. அதுவரை பங்குகொண்ட எல்லாப் போராட்டங் களிலும் காந்தியவாதியாயிருந்த கிருஷ்ணப்பாவுக்கு வெளிப்படை யாகச் செய்ய முடியாத அண்ணாஜியின் அரசியலில் ஏதோ தவறிருப்பதாகத் தோன்றியது. தான் இருந்த கட்சிகளையெல்லாம் உடைத்துக்கொண்டு, தன் விஷமத்தனங்களுக்குத் தந்திரோபாயங் கள் என்னும் பெயர் கொடுத்து அண்ணாஜி செய்துகொண் டிருந்த சதிவேலைகளில் பக்குவப்பட வேண்டிய அரசியல் புரட்சி கிருஷ்ணப்பாவின் சுபாவத்துக்கு ஒத்துப்போகவில்லை. ஆனால் அண்ணாஜி தொலைநோக்குள்ளவனாகவும் கிருஷ்ணப்பாவுக்குத் தெரிந்தான். கிருஷ்ணப்பாவிடம் அவன் எதையும் மூடிமறைக்கவில்லை.

கோட்டும் வேட்டியும் அணிந்திருந்த ஆள் தன் சட்டைப் பையிலிருந்து கறுப்புத் தொப்பி எடுத்துத் தலையில் போட்டுக் கொண்டு ஒரு குதிரை வண்டியில் ஏறியதைக் கிருஷ்ணப்பா பார்த்தான். அவன் கண்ணிலிருந்து மறைந்த பிறகு போய் ஒரு குதிரை வண்டி கொண்டுவந்து அண்ணாஜியின் ஒரே சொத்தான ஹோல்டாலில் எல்லாவற்றையும் நிரப்பிக்கொண்டு சுற்றுவழியில் சென்னவீரய்யாவின் வீட்டுக்குப் போனான்.

○

சென்னவீரய்யா சுமார் முப்பது வயதான பணக்காரன். அவன் தொழில் கான்ட்ராக்ட். நகர மன்றத்தின் உறுப்பினன். அதன் தலைவனாகும் தயாரிப்பிலிருந்தான். ஊர் ரோட்டரி கிளப்பின் அங்கத்தினனாகவும் இருந்த அவனுக்குத் தான் ரோட்டரி கவர்னராகி அமெரிக்காவுக்குப் போக வேண்டும் என்னும் ஆசையிருந்தது. சுதந்திரம் வந்த பிறகு காங்கிரஸில்

சேர்ந்து சில்க்கில் க்ளோஸ் காலர் கோட்டும் பான்ட்டும் அணிந்து காரில் திரிந்துகொண்டு தினசரியில் அவ்வப்போது செய்தியாகுமளவுக்குக் கனவானாயிருந்தான்.

அவனுக்குச் சரியாக ஆங்கிலம் பேச வராதது அவன் ஆசைகளின் ஈடேற்றத்துக்கு இருந்த தடை. ரோட்டரி கவர்ன ராவதும் இந்தத் தடையால் சாத்தியமாகாமல் கல்லூரியில் படித்துக்கொண்டிருந்தபோது போக்கிரித்தனத்தில் தான் காலங் கழித்ததற்காக வருத்தப்பட்டான். எவ்வளவு பணமிருந்தாலும் அவன் ஜம்பம் ஊருக்கு அப்பால் பலிக்கவில்லை.

போலீஸ் அதிகாரிகளை எல்லாம் கிளப்பில் பார்த்துக் கொண்டிருந்த இந்த ஆளோடு நெருக்கமாவதற்கு விரும்பி அண்ணாஜி இந்த மாவட்டத்துக்கு வந்த முதல் வாரத்தில் அவனைப் போய்ப் பார்த்து ஆங்கிலத்தில் பேசியிருந்தான். தான் ஸ்டேட்ஸ்மேன் பத்திரிகை ஆசிரியர் குழுவில் வேலை பார்த்ததாகவும் இப்போது வேலையை விட்டுவிட்டு ஒரு புத்தகம் எழுதிக்கொண்டிருப்பதாகவும் தன் பெயர் அண்ணாஜி எஸ். கத்ரே என்றும் அறிமுகப்படுத்திக்கொண்டு ஊரின் கண்ணியவானும் காங்கிரஸ் தலைவனுமான சென்னவீரய்யாவிடம் அந்த மாவட்டத்தின் சுதந்திரப் போராட்ட வீரர்களின் கதைகளைத் தான் எழுதும் புத்தகத்துக்காகச் சொல்ல முடியுமா என்று கேட்டான்.

பளிங்குக் கல் பாவிய கூடத்தில் பிரம்பு நாற்காலியில் உட்கார்ந்து எல்லாம் தெரிந்தவனைப் போலத் தலையாட்டிக் கொண்டே சென்னவீரய்யா அதைக் கேட்டுக்கொண்டான். ரேடியோவில் கேட்கும் ஆங்கிலத்தைப் போலிருந்த அண்ணாஜி யின் சரளமான ஆங்கிலத்தால் வேர்த்தபடி, ஏதோ தெரிந்த வனைப் போலப் பேச்சுக்கு நடுவே 'ஐஸீ', 'ஆல்ரைட்' என்றவாறு, அந்தச் சந்திப்பு முடிவதற்காகக் காத்திருந்தான். டீ கொண்டு வருவதற்காக உள்ளே போய், மாஜிஸ்ட்ரேட்டின் மகளானதால் கான்வென்டில் படித்திருந்த மனைவியிடம் 'அவன் என்ன சொல்றான்? சும்மா ரயில்விட்ட மாதிரி பேசறான். புரியவே இல்ல' என்று நமட்டுச் சிரிப்புடன் ஜபர்தஸ்தாகக் கேட்டான். தான் ரோட்டரியில் முன்னேறுவதற்கு அவசியமான பலவற்றில் ஆங்கிலம் பேசக்கூடிய பெண்ணும் ஒன்று எனத் தன் பணபலத் தால் உமாவைக் கட்டியிருந்தான். பின்னல் வேலைசெய்தபடி அண்ணாஜியின் பேச்சைக் கேட்டுக்கொண்டிருந்த உமா டைனிங் டேபிளில் டீயையும் பிஸ்கட்டுகளையும் வைத்துக்கொண்டே கணவனுக்கு அவன் பேச்சின் சாராம்சத்தைத் தெரிவித்து அவனை உள்ளே அழைக்குமாறு சொன்னாள். சென்னவீரய்யா 'கம் இன்' என்ற பிறகு உள்ளே போன அண்ணாஜி மரியாதை யோடு உமாவைக் குனிந்து வணங்கி, தான் கோலாப்பூரிலிருந்த

போது தனக்குக் கன்னடம் தெரிந்திருந்ததாகவும் இந்த ஊரில் தன் ஓய்வு நேரத்தில் சில பையன்களுக்கு ஆங்கிலம் சொல்லிக் கொடுப்பதாகவும் தன் அரைகுறைக் கன்னடத்தில் தெரிவித்தான். சுதந்திரம் வந்தாலும் நம் ஜனங்களுக்கு ஆங்கிலத்தின் மேலுள்ள மோகம் குறையவில்லை என்று சொல்லிச் சென்னவீரய்யா கன்னடப் பேச்சாளன் எனக் கேட்டிருப்பதாக அவனைப் புகழ்ந்து டீயைச் சுவைத்து உமாவைப் பாராட்டினான்.

இப்படித் திடீரென்று தனக்கு ஓர் அறிவுஜீவியின் சினேகிதம் கிடைத்ததால் சென்னவீரய்யா ஆனந்தமடைந்தான். தன் ரோட்டரி தோழர்களுக்கு இப்படிச் சரளமாக ஆங்கிலம் பேசுகிற வனை அறிமுகப்படுத்தி அவர்கள் கர்வத்தைக் குறைக்க வேண்டு மென்று நினைத்துக்கொண்டான். தானும் ரகசியமாக அவனிட மிருந்து ஆங்கிலம் கற்க வேண்டுமென முடிவெடுத்தான்.

அண்ணாஜியின் திட்டம் அவன் நினைத்ததைவிட அதிகம் வெற்றிகரமாயிருந்தது. ஒவ்வொரு நாள் காலையிலும் சென்ன வீரய்யா கார் அனுப்பி அண்ணாஜியை வரவழைத்துக்கொண் டிருந்தான். சுப்ரபாதம் கேட்டவாறு புல்தரையில் குறுக்காக நடக்கும் சென்னவீரய்யா தான் கற்றுக்கொண்டிருந்த உரையாடல் ஆங்கிலத்தில் அண்ணாஜியைக் கேட்டிலிருந்தே வரவேற்று, உள்ளே அழைத்துச்செல்வான். பிரேக் ஃபாஸ்ட் நடக்கும்போது, இந்த ஆங்கில உரையாடல் தொடரும். இது நன்றாக இருக்கிறது, வணக்கம், சர்க்கரை வேண்டுமா? எத்தனை ஸ்பூன்? இன்றைய வானிலை நன்றாயிருக்கிறது போன்றவற்றைச் சொல்லியபடியும் கேட்டபடியும் சென்னவீரய்யா கல்லூரியில் தவறாகக் கற்றிருந் ததையெல்லாம் அண்ணாஜி திருத்த பிரேக் ஃபாஸ்ட் முடியும். முன்பே இதைவிட அதிகமாக ஆங்கிலம் அறிந்திருந்த உமா அண்ணாஜியின் கல்வி ஞானங்கொண்ட பேச்சு, நடவடிக்கை களால் சந்தோஷப்பட்டவாறு பரிமாறுவாள். அவன் அளவுக்குப் படித்தவர்கள் யாரும் அவள் வீட்டுக்கு வந்ததில்லை. வருகிறவர் களெல்லாம் கறுப்புச் சந்தைக்காரர்கள், சூதாட்டக்காரர்கள். சத்தமாகப் பேசியவாறு அவள் ஒருத்தி உள்ளேயிருக்கிறாள் என்பதைக்கூடக் கவனிக்காமல் கொடுத்த பலகாரத்தைத் தின்று காப்பியை உறிஞ்சி, ஏப்பம்விட்டுத் தங்கள் செருப்பில் ஒட்டிய மண்ணையும் சாணியையும் கார்ப்பெட்டில் தேய்த்துவிட்டுப் போகிறவர்கள். தங்கள் வீட்டுப் பணக்காரத்தனத்தின் மீது அண்ணாஜிக்கு இருந்த மெல்லிய நிராகரிப்பை அவள் கவனித் தாள். இந்த ஆங்கிலப் பாடம் போன்றவற்றை ஏதோ ரகசிய நோக்கத்துக்காக அவன் செய்துகொண்டிருந்தான், அவன் ரகசியமான ஆள் என்று அவள் சந்தேகப்பட்டாள். பூவிதழ் போன்ற மூக்கும் உதடுகளும், சற்று மாநிறத்து முகம், துறுதுறுப் பான சின்னக் கண்கள், சிறுத்தையைப் போன்ற உடல்கட்டும்

கொண்ட உமாவை அண்ணாஜி வெகுசூட்சுமமாகச் சந்தோஷப் படுத்திக்கொண்டிருந்தான். அவள் இருப்பை மனமொன்றித் தன் முழு ஆளுமையும் கவனித்தது என்பதை எதுவும் பேசாமல் அவளுக்குப் புரியவைத்துக்கொண்டிருந்தான். அவனுக்குப் பணக் காரர்களைப் பற்றியிருந்த நிராகரிப்பையும் மௌனமாயிருந்த போது அவன் முகத்தின் வெளியில் தெரியாத உணர்வுகளையும் அடையாளங்கண்ட உமா தன்மீது அவனுக்கிருந்த மரியாதையால் நன்றியுடையவளாயிருந்தாள்.

அவன் நேரடியாகச் சொல்லாவிட்டாலும் அவனுக்கு விருப்பமென்று கவனித்துத் தளுக்கான ரேயான் புடவைகளை விடுத்துக் கஞ்சி போட்டு இஸ்திரி செய்த நூல் புடவைகளையே அவள் உடுத்தினாள். அவன் போகும்போது விசேஷமான பலகாரம் ஏதாவது செய்திருந்தால் அவருக்குக் கொடுங்கள் என்று கணவனிடம் சொல்லி டிபன்பாக்ஸில் போட்டுத் தருவாள். கணவனைச் சாக்கிட்டுத் தனக்காகவே அவன் கொண்டுவந்து கொடுத்துக்கொண்டிருந்த கார்க்கி, செகாவ் கதைகளைப் படித்து மெச்சுதலை வெளிப்படுத்துவாள். 'எனக்குப் படிக்கறதுக்கு ஒய்வே இருக்கறதில்ல. அவ தினமும் படிச்சுச் சொல்லுவா' என்று சென்னவீரய்யா சிரித்துக்கொண்டே ஆங்கிலத்தில் சொல்லும்போது, அண்ணாஜி உணர்ச்சியற்று அவனைத் திருத்து வான்.

'She will read it everyday அல்ல. She reads it everyday to me.'

'Yes. Yes. She reads it everyday to me. என் ப்ரெண்ட்ஸ் எல்லாம் டபுள் கிராஜுவேட்களானாலும் இந்தத் தப்பு செய்றாங்க, பாருங்க. அதனால எனக்கும் அதே பழக்கமாப்போயிடுச்சி' சென்னவீரய்யா சிகரெட் பற்றவைத்து அண்ணாஜிக்கும் கொடுப் பான்.

'You must first offer it to me' என்று அண்ணாஜி சிரிப்பான். சென்னவீரய்யா 'Excuse me' என்பான். தான் அதைக் கவனித்ததை அண்ணாஜியும் அறிந்திருந்ததைக் கண்டு உமா திகிலடைவாள்.

தன் அறை அபாயகரமானது எனப் பயந்திருந்த அண்ணாஜி சென்னவீரய்யாவிடம் பிரேக்ஃபாஸ்ட்டின்போது ஆங்கிலத்தில் சொன்னான், 'என் ரூம் பிக் ஸ்டைபோல இருக்கிறது. வெளியில் கேட்ஸ் அண்ட் டாக்ஸாய் மழை வந்தாலோ உள்ளே மழை டிரிப் ஆகத் தொடங்கிவிடும். சில சமயம் ஃப்ரீயான கம்பளிப் பூச்சிகள் மூவிங் ராக்ஸ்போலச் சுவர்மேல் ஊரும்.'

அது தனக்கு ஆங்கில இடியம்களின் இன்னொரு பாடமா அண்ணாஜி ஏதாவது சொல்கிறானாஇரண்டும் சேர்ந்தா? சட்டென்று அறியாத அடிமடையனான சென்னவீரய்யா சொற்றொடர்களை வியந்தபடி நினைவில்கொள்ள முயன்ற

வாறு கேட்டுக்கொண்டான். கணவன் மடத்தனமாகக் கேட்டுக் கொண்டதைப் பார்த்து உமாவுக்குச் சிரிப்பு வந்தது.

'எனக்கு ஒரு ரூம் வேண்டும். மிஸ்டர் சென்னவீரய்யா நீங்க முனிசிபாலிட்டி உறுப்பினரல்லவா? எங்காவது ரெகமெண்ட் பண்ணி ஏற்பாடு செய்து தருகிறீர்களா?'

சென்னவீரய்யா இன்னும் சுதாரித்துக்கொள்ளவில்லை. அவனுக்கு ஆங்கிலத்தால் ஏற்பட்ட எதிர்பாராத அதிர்ச்சி 'தான் முனிசிபாலிட்டி உறுப்பினர்' என்னும் தன் பெருமையை நினைவுபடுத்துவதாக அர்த்தப்பட்ட பேச்சால் குறைந்தாற் போலாகிச் சென்னவீரய்யாவின் முகத்தில் அமைதி தோன்றியது. அவன் புன்சிரிப்பின் பொருந்தாமையை ரசித்தவாறு அண்ணாஜி பேசாமல் உட்கார்ந்திருந்தான். உமா கன்னடத்தில் சொன்னாள், 'அவ்வளவு மோசமான ரூம்ல நீங்க ஏன் இருக்கணும்? கராஜுக்கு மேல எங்க கெஸ்ட் ரூம் இருக்கு. வேற ரூம் கிடைக்கிறவரைக்கும் இங்கயே வந்து இருங்க.'

சென்னவீரய்யா சுதாரித்தபடி 'எஸ். எஸ்' என்றான். தான் 'கராஜ்' என்பதை மறந்து திரும்பத் திரும்ப 'காரேஜ்' என்று சொல்லி அண்ணாஜியால் திருத்தப்பட்டாலும் தன் மனைவி உமா மிக விரைவில் சரியான உச்சரிப்பைக் கற்றுக்கொண்டு விட்டாளென்று அவனுக்குக் கோபம், பொறாமை, இப்படிப் பட்டவள் தன் உடமை என்னும் பெருமை எல்லாம் ஒருசேர உண்டாயின.

கிருஷ்ணப்பா கொண்டுவந்த டிரங்க்பெட்டியையும் படுக்கை யையும் உமாவே வேலைக்காரன் மூலம் கெஸ்ட் ரூமுக்குக் கொண்டு போனாள். அண்ணாஜியின் அதிருஷ்டத்தைக் கிருஷ்ணப்பா ஆச்சரியத்தோடு கவனித்தான். அங்கே அண்ணாஜி யின் க்வில்ட்டுக்கு அவசியமிருக்கவில்லை. உமா அதைப் பீரோவில் பத்திரப்படுத்தினாள். புத்தக அலமாரியில் தானே புத்தகங்களை அடுக்கினாள். நூக்கமரக் கட்டிலில் டன்லப் மெத்தை விரிக்கப்பட்டிருந்தது. அதன்மேல் சுத்தமான வெள்ளை பெட்சீட் டக்செய்யப்பட்டு அதன்மேல் பறவைகளின் படம் போட்ட இன்னொரு துணி விரிக்கப்பட்டிருந்தது. மேஜையில் குளிர்ந்த நீர் நிரப்பிய ஃப்ளாஸ்க் இருந்தது. அறையை ஒட்டிக் குளியலறையும் கழிப்பறையும் இருந்தன. தரையில் ரத்தினக் கம்பளம் விரிக்கப்பட்டிருந்தது. ஜன்னலுக்கு ஆரஞ்சு வண்ணத் திரைச்சீலைகள் போடப்பட்டிருந்தன. அந்த அறையில் அண்ணாஜியின் சாயம்போன ஒடுக்குவிழுந்த ட்ரங்க்பெட்டி முழுக்கத் தரித்திரம் பிடித்த பொருளாகப் பக்கவாட்டு மேஜை மேல் இருந்ததை உமா மெலிதாகச் சிரித்தபடி கவனித்தாள். தானே அதை எடுக்கப்போய் அது பாரமாக இருந்ததைக்

கண்டு வேலைக்காரனைக் கொண்டு அதைத் தூக்கிப் பீரோவில் வைக்கச் செய்தாள்.

'சாப்பாட்டை முடித்துக்கொண்டு அண்ணாஜி வருவார்' என்றான் கிருஷ்ணப்பா.

உமாவின் முகம் அதனால் ஏமாற்றமடைந்ததாகத் தெரிந்தது. கிருஷ்ணப்பா 'நான் போயிட்டு வர்றேன்' என்றபோது 'இருங்க' என்று உமா வேலைக்காரன் மூலம் போர்ன்விட்டா வரவழைத்துக் கொடுத்து 'இவரு கிளப்புக்குப் போயிருக்கறாரு. வர லேட் டாகும். பார்க்கணுன்னா காத்திட்டிருங்க' என்றாள். 'இல்ல' என்று கிருஷ்ணப்பா மௌனமாக வணக்கம் சொல்லிப் புறப் பட்டுப் போனான். படியிறங்கியபோது அவனுக்கு ஞாபகம் வந்தது. அண்ணாஜியைப் பார்க்க வந்த காரணத்தையே அவன் மறந்துவிட்டிருந்தான். தான் கல்லூரியிலிருந்து நின்றுவிட முடிவெடுத்திருந்ததை மறுநாள் சொன்னால் போதும் என்று ஹாஸ்டலுக்குச் சென்று சாப்பாடு வேண்டாம் எனப் படுத்தான். விடியற்காலைவரை தூக்கம் பிடிக்கவில்லை. இதற்கு முன் அவனுக்குத் தோன்றியிராத திகில் – முழுவதும் புரியாத விசித்திர மான திகில் – திடீரெனத் தோன்றி இரவெல்லாம் அவனைப் பீடித்தது. விடியற்காலையானபோது ஹாஸ்டலுக்கு எதிரில் நிறுத்தியிருந்த லாரிகளை ஸ்டார்ட் செய்த சத்தத்தால் என்றைக் கும்போல அன்றும் அவனுக்குத் தொல்லை உண்டானதற்குப் பதிலாகப் பரிச்சயமான அந்தச் சத்தத்தால் அமைதியடைந்தான்.

○

மறுநாள் காலை எழுந்தபோது கிருஷ்ணப்பாவின் கண்கள் தூக்கமின்மையால் சிவந்திருந்தன. ஹாஸ்டலில் அவனுக்கு இலவசமாகத் தங்கவும் சாப்பிடவும் வசதியிருந்தாலும் காலையில் அவன் அறைக்கு உயர்நிலைப்பள்ளியில் படித்துக்கொண்டிருந்த மாணவன் எவனாவது காப்பி கொண்டுவந்து கொடுப்பான். அவனுக்குச் சேவைசெய்வதற்காக ஹாஸ்டலில் போட்டா போட்டியே நடந்தது. தன் மனம் ஏன் அப்படிக் கலைந்திருந்தது எனப் புரியாமல் முகம் கழுவி மீண்டும் அதேபோல் திகிலடைந்த வாறு கிருஷ்ணப்பா ஜன்னல் வழியாகப் பார்த்துக்கொண்டு உட்கார்ந்திருந்தபோது பணக்காரக் குடும்பத்தைச் சேர்ந்த கிஷோர் குமார் என்னும் பையன் காப்பியைக் கொண்டுவந்து வைத்துவிட்டு 'கௌடரே காப்பி' என்று அவனை அழைத்துச் சொன்னான். கிருஷ்ணப்பா நன்றியோடு காப்பியை வாங்கிக் கொண்டு 'நீ சாப்பிட்டியா? ஒக்காரு' என்றான்.

'கௌடரே உங்களைப் பத்தி அதென்னமோ அசிங்கமா ஹாஸ்டல் செவுத்துல ஏதோ பன்னிங்க எழுதியிருக்குதுங்க.

ஹாஸ்டல்ல எல்லாருக்கும் ரொம்பக் கோவம் வந்துருக்குது' என்றான்.

'எழுதட்டும் விடு' என்றான் கிருஷ்ணப்பா. தனக்கு இரவில் தூக்கம் வந்ததாகத் தெரியவில்லை. எந்த நேரத்தில் வந்து அந்தப் போக்கிரிகள் எழுதியிருக்கக்கூடும் என்று கிருஷ்ணப்பா ஆச்சரியப்பட்டான்.

'என்னென்னமோ அசிங்கமா எழுதியிருக்கறாங்க. படிக்க அருவருப்பாயிருக்குது. நீங்க அதைப் படிக்கக் கூடாதுன்னு அழிச்சிட்டிருக்கறாங்க.'

கிருஷ்ணப்பா புன்னகைத்துக் காப்பி குடித்துவிட்டுக் குவளையை எடுத்துக்கொண்டு கீழே புறப்பட்டான். கிஷோர் குவளையைக் கேட்டாலும் கொடுக்கவில்லை.

பிரஷ்ஷைச் சுண்ணாம்பில் தோய்த்துச் சுவரில் பூசிக் கொண்டு நின்ற, ஹாஸ்டலில் தன்னோடு தங்கியிருந்த, சக மாணவர்களிடம் கிருஷ்ணப்பா, 'போகட்டும் விடுங்கடா. எதுக்குக் கவலைப்படறீங்க?' என்றான்.

அது வாலிபால் டீமைச் சேர்ந்த துஷ்டர்களின் வேலை யென்று ஊகித்திருந்த ஹாஸ்டல் பையன்கள் கொதித்துப் போயிருந்தார்கள். அது ஒக்கலிக மாணவர்களுக்கே நேர்ந்த அவமானமாக இந்தப் பையன்கள் கோபப்பட்டார்களென்று கிருஷ்ணப்பாவுக்குத் தோன்றியது.

'தேவிடியாப் பசங்களத் தின்னதக் கக்கவைக்கிறோம்' பழைய மோட்டார் சைக்கிள் ஒன்றில் பந்தாவாகத் திரிந்துகொண்டிருந்த ஷாமண்ணா சொன்னான். பெரிய ஜமீன்தாரின் மகனாயிருந் தாலும் ஷாமண்ணாவுக்குத் தன் இனத்தைச் சேர்ந்த அறிவு ஜீவியென்று கிருஷ்ணப்பாவின் மேல் மரியாதை.

'நான் காலேஜிலயிருந்து நின்னுடலான்னிருக்கறேன்' என்று கிருஷ்ணப்பா அவர்களைச் சமாதானப்படுத்தச் சொன்னான்.

'கௌரி சிஸ்டர் கால்ல விழவைக்கறமா இல்லியா பாருங்க. நீங்க எதுக்காகக் காலேஜூலயிருந்து நிக்கணும்?' என்றான் ஷாமண்ணா. அவன் சகமாணவிகளைக் கேலிசெய்துகொண் டிருந்தாலும் கிருஷ்ணப்பாவின் மேல் கௌரி தேஷ்பாண்டே வுக்கு மரியாதை எனத் தெரிந்து, கௌரியை மட்டும் சிஸ்டர் எனச் சேர்த்து அழைத்துக்கொண்டிருந்தான். கிருஷ்ணப்பா வேறெதுவும் பேசாமல் அறைக்குப் போய்ப் படிக்க உட்கார்ந் தான். ஆனால் அவன் மனம் ஒன்றாமல் அவனுக்கே தெரியாமல் திகிலால் அலைபாய்ந்தது. தன்னை மீறிய ஏதோ ஒன்று தன்னை எதிர்கொள்ளவிருக்கிறது என்பதற்கே அந்தத் திகில் அறிகுறி

என்று கிருஷ்ணப்பாவுக்குத் தோன்றியது. காலைப் பலகாரம் சாப்பிடாமல் அண்ணாஜியைப் பார்ப்பதற்காகப் புறப்பட்டு நிதானமாக நடந்தான்.

தன் திகிலுக்குக் காரணம் என்னவெனத் தெளிவாகத் தெரியாவிட்டாலும் கௌரி தேஷ்பாண்டேயின் மௌனமான தோற்றம் அவன் மனசுக்குள் வந்து அவள் தனக்கு மிகவும் அவசியமானவளாகிவிடுவாளெனப் பட்டது. பார்க்கில் நடந்து கொண்டிருந்த கிருஷ்ணப்பாவுக்கு நேராக அவள் வீட்டுக்குப் போய் அவளைப் பார்க்க வேண்டுமெனத் தோன்றியது. பார்த்து என்ன சொல்வது? உன்னைக் காதலிக்கிறேன் எனச் சொல்வதா? அது சாத்தியமல்ல. அதற்குக் காரணம் தன் கர்வமா? புரிய வில்லை. ஆனாலும் தன்னிடம் ஏதோ குறையிருக்கிறது. அவளில்லாமல் அது தீராது எனத் தோன்றியது. தான் எதுவும் செய்ய இயலாதவனாக எங்கே அவள் வீட்டுக்குப் போய்விடக்கூடுமோ எனத் திகிலடைந்தான். சுவரின் மேல் தெரிந்த எழுத்துகள் தன் கம்பீரம், அந்தரங்கத்தின் மேல் பிறரது சிறுமைத்தனத்தின் விபரீதமான முயற்சியாகக் கண்டு அது தன்னைப் பாதிக்க வில்லை என்று கிருஷ்ணப்பா புரிந்துகொண்டிருந்தான். இப்படிப் பட்டதைக் கவனிப்பதுங்கூட மட்டமானது என்று அவன் நினைத்துக்கொண்டிருந்தான். அதனால் தனக்கேற்பட்டுக்கொண் டிருந்த திகில் அவனுக்கு மேலும் ரகசியமானதாகத் தெரிந்தது.

மெத்தென்ற சோபாவின் மேல் அண்ணாஜி கால் நீட்டிக் கொண்டு சார்மினார் சிகரெட் பிடித்தபடி உமாவோடு பேசிக் கொண்டிருந்தான். உமா அவனுக்கு எதிரில் ஸ்டூலின் மேல் உட்கார்ந்து கையைக் குவித்து அதில் தன் உருண்டையான முகத்தை வைத்துத் தன் பெரிய கண்களால் அவனை மெச்சுத லோடு பார்த்தவாறு கேட்டுக்கொண்டிருந்தாள். அண்ணாஜி பிரெஞ்சுப் புரட்சியின் கதையை ரம்மியமாகச் சினிமாவில் கண்ணைக் கட்டிப்போடுவதுபோலச் சொல்லிக்கொண்டிருந் தான். கிருஷ்ணப்பா மௌனமாக உள்ளே வந்து இன்னொரு சோபாவில் உட்கார்ந்து சுற்றிலும் பார்வையைச் செலுத்தி அண்ணாஜிக்குத் திடீரென அடித்த அதிர்ஷ்டத்தைப் பார்த்தான். மேஜையின் மேல் பூச்சாடி வேறு. உமாவின் கண்கள் மின்னிக் கொண்டிருந்தன. அண்ணாஜி தன் ஒரு மாதத் தாடியைச் சுத்தமாக மழித்துவிட்டு, குளித்து, சுத்தமான வேட்டியுடுத்தி ஜிப்பா அணிந்து உட்கார்ந்திருந்தான்.

'மிஸ்டர் சென்னவீரய்யா இன்றைக்கு மாலை ரோட்டரி யில் பேசச் சொல்லியிருக்கிறார். நீயும் வா' என்று கிருஷ்ணப்பாவை அண்ணாஜி கூப்பிட்டான். கிருஷ்ணப்பாவுக்குக் காபி கொண்டு வர உமா கீழே இறங்கிப் போனாள்.

கிருஷ்ணப்பா பதில் சொல்லாததைக் கண்ட அண்ணாஜி, 'மார்க்சியத்தின் வரலாற்றுத் தத்துவத்தைப் பற்றிப் பேசப் போகிறேன்' என்றான்.

'ரோட்டரியில்?'

கிருஷ்ணப்பா கேலியாகக் கேட்டான்.

'ஒய் நாட்?' அண்ணாஜியும் கேலியாகச் சொன்னான். 'விதைப்பது என்னைப் போன்றவர்களின் வேலை. உதாரணத் துக்கு உமாவைப் பார். ப்யூரோக்ரேட் பின்புலத்திலிருந்து வந்து காம்ப்ரடார் காபிடலிஸ்ட் வர்க்கத்தைச் சேர்ந்திருக்கிறாள். ஆனால் பொடென்ஸியில் அவள் ரெவல்யூஸனரி. பணக்கார வர்க்கம் அப்படிப்பட்டவளையும் தன்னுடைய சொத்தாக மாற்றப் பார்க்கிறது. ஆனால்...'

'இப்போது நீயும் அதன் சொத்தாகிவிட்டிருக்கிறாயல்லவா?' கிருஷ்ணப்பா அறையின் ஆடம்பரத்தைப் பார்த்துச் சொன்னான். அண்ணாஜி கேலியாகச் சிரித்துக் கிருஷ்ணப்பாவின் கிண்டலைத் தவிர்த்தான்.

தான் அதிக நேரம் உட்கார்ந்திருப்பது உமாவுக்குப் பிடிக்க வில்லை என்பதைச் சூட்சுமமாக உணர்ந்து கிருஷ்ணப்பா காபி குடித்துவிட்டு எழுந்தான். இன்னும் சற்று நேரம் உட்கார்ந் திருக்குமாறு அண்ணாஜி வற்புறுத்தினாலும் கிருஷ்ணப்பா கேட்காமல் மாலையில் கூட்டத்துக்கு வருவதாகச் சொல்லி ஊருக்கு வெளியேயிருந்த குன்றின் பக்கம் நடந்தான். தனித்திருப் பது அவனுக்கு மிகவும் அவசியமாக இருந்தது. கௌரியின் வீட்டிலிருந்து விலகியிருப்பதும் அவசியமெனப்பட்டது.

❍

ஊருக்கு அருகிலிருந்த குன்றின் மேலொரு குகையிருந்தது. அந்தக் குகையில் வெறும் கோவணம் மட்டும் தரித்த நீண்ட தாடிவிட்டிருந்த முதிய பைராகியொருவன் இருந்தான். அவன் பெயரென்ன என்பது யாருக்கும் தெரியாது. யாருடனும் அவன் பேசுவதில்லை. தினசரி காலை அவன் குன்றிலிருந்து இறங்கி ஊருக்குள் வருவான். தினத்திற்கொரு வீதியைத் தேர்ந்தெடுத்து அதன் முனையில் நின்று சத்தமாக ராகம்போட்டுப் பகவத் கீதையின் அத்தியாயங்களைப் பாடுவான். அவன் தரையில் வைக்கும் கூடையில் வழிப்போக்கர்கள் அரிசியோ சோளமோ பழமோ போடுவார்கள். அந்தச் சின்னக் கூடை நிறைந்த பிறகு பைராகி வேறு எதையும் ஏற்றுக்கொள்வதில்லை. தன் பாட்டை முடித்துக்கொண்டு குன்றுக்குத் திரும்பி அதை வேக வைத்துத் தின்பான் அவ்வளவே.

கிருஷ்ணப்பாவுக்கு இந்தப் பைராகியைக் கண்டால் குதூகலம். குன்றில் ஏறி அவன் குகைக்கு அருகில் உட்கார்ந்தான். பைராகி தன் தினசரி அரிசிபருப்பை ஒரு சட்டியில் போட்டுக் குகைக்கு வெளியேயிருந்த மூன்று கல் கூட்டிய அடுப்பிலிட்டு வேகவைத்துக்கொண்டிருந்தான். கிருஷ்ணப்பா வணக்கம் என்று சொல்லிவிட்டு அங்கேயே ஒரு பாறையின் மேல் உட்கார்ந்து காத்திருந்தான். பைராகி பேசவில்லை. அரிசியும் பருப்பும் வெந்த பிறகு குகைக்குள்ளிருந்து பைராகி புரச இலைகளைக் கொண்டுவந்து குச்சிகளால் அவற்றைப் பின்னி மூன்று பெரிய இலைகளாகச் செய்தான். பாத்திரத்தில் இருந்ததை மூன்று இலைகளிலும் சமமாகப் பரிமாறி ஒன்றைச் சற்றுத் தூரம் சென்று வைத்துவிட்டு வந்தான். பாறைகளுக்கு மறைவிலிருந்து ஒரு நாய் அந்த உணவுக்காக நிதானமாக வந்ததைக் கிருஷ்ணப்பா கண்டான். அவசரப்படாமல் பைராகி திரும்பிவந்து மற்றொரு இலையைக் கிருஷ்ணப்பாவுக்கு எதிரில் வைத்துவிட்டு மீந்திருந்த இலைக்கு எதிரில் உட்கார்ந்து கண்மூடித் தியானித்தான். என்ன சொல்ல வேண்டும் என்று கிருஷ்ணப்பாவுக்குத் தெரியவில்லை. பைராகி சாப்பிடத் தொடங்கிய பிறகு கிருஷ்ணப்பாவும் இலை யிலிருந்ததைத் தின்றான். அதில் எந்தச் சுவையும் இருக்கவில்லை. ஆனால் பசித்தது. தின்றான்.

பைராகி சாப்பிட்டு முடித்து இலையைத் தூர எறிந்துவிட்டு வந்தான். கிருஷ்ணப்பாவும் எறிந்துவிட்டு முதலிலிருந்த இடத் துக்கே வந்து உட்கார்ந்தான். இப்போதும் பைராகி பேசவில்லை. படிப்படியாகக் கிருஷ்ணப்பாவுக்கும் பேச்சின் அவசியம் தோன்ற வில்லை. பைராகி நிழலில் படுத்துக் கண் மூடினான். இந்தப் பைராகி வெறுமனே உள்ளீடற்றவனோ திடமானவனோ கட்டற்ற வனோ ஞானியோ மடையனோ என்னும் கேள்விகளெல்லாம் பொருத்தமற்றவை எனத் தோன்றிவிட்டன. இதனால் கிருஷ்ணப்பாவுக்கு ஏற்பட்டுக்கொண்டிருந்த திகில் மேலும் அதிகரித்தது. அவனுக்கு முன்னால் பல சாத்தியக்கூறுகள் இருந்ததால் அவனுக்கு இந்தத் திகில் பிறந்திருக்க வேண்டும். இந்தப் பாறைகளிலிருந்து உருண்டு விழுந்து சாகலாம். இந்தப் பைராகியைப் போலத் தினமும் ஒருமுறை சாப்பிட்டுவிட்டுப் பேசாமல் இருக்கலாம். அண்ணாஜியைப் போலச் சமூகத்தோடு அல்லாடலாம். கௌரியை ஒவ்வொரு ராத்திரியும் அணைத்துச் சம்போகித்துப் பிள்ளைகளைப் பெறலாம். எதுவும் அவசியமல்ல. எதை வேண்டுமானாலும் செய்யலாம். செய்யாமல் இப்போ திருப்பதுபோல் இருக்கலாம். அப்படியிருப்பதும் இன்னொன்றைச் செய்ததைப் போலத்தான். எதற்கும் அர்த்தமில்லை. அல்லது தான் கொடுக்கும் அர்த்தமிருக்கிறது.

பைராகி எழுந்து உட்கார்ந்தான். அவன் முகம் உணர்ச்சி யற்றிருந்தது. எழுந்து போய் ஒரு பாறையின் மறைவில் உட்கார்ந்து சிறுநீர் கழித்துவிட்டு வந்து மீண்டும் படுத்தான்.

இந்தப் பைராகி ஒவ்வொரு தினமும் தான் இப்படியிருக்க வேண்டும் எனத் தீர்மானித்துக் கிளம்புகிறானோ? ஏற்கனவே தீர்மானிக்கப்பட்டதா? அவன் மகிழ்ச்சியாயிருக்கிறானா? அல்லது அதன் அவசியமில்லையோ?

இவன் இப்படி எதுவும் செய்யாமல் நாளைவரைக்கும் இருந்துவிடுவானல்லவா? கர்மம்செய், கர்மம்செய்யாமல் சும்மா இருந்துவிடு. ஆனந்தப்படாதே, குறுகிப்போகாதே போன்றவற்றைத் தினசரி ராகத்தோடு கத்துவதன் மூலம் தன் தினசரி உணவைச் சம்பாதித்துச் சும்மா இருக்கிறானல்லவா? எதனால் இவன் இயங்குகிறான்? போன்றவற்றின் பாதிப்பால் கிருஷ்ணப்பா தன்னையறியாமல் திடீரென எழுந்து நின்று, ‘சுவாமி, சொல்லுங்க. எனக்கு ஒரு கேள்வி இருக்குது’ என்றான். பைராகி கண்களைச் சிமிட்டிக்கொண்டு படுத்தேயிருந்தான்.

‘நீங்க என்னா மௌனியா? அப்படின்னா ஏன் தினமும் வீதியில பகவத்கீதை பாடறீங்க, உங்க உத்தேசம் என்னா?’

பைராகி முகத்தைத் திருப்பவில்லை. அவன் செவிடாயிருக்க லாம் எனப் பட்டது. தன் பேச்சு வெறும் கத்தலாவதைக் கவனித்தாலும் பொறுத்துக்கொள்ள முடியாமல் பைராகியின் அருகில் உட்கார்ந்து கத்தினான், ‘சொல்லுங்க . . .’

கிருஷ்ணப்பாவுக்குத் தான் முழுக்க நகைப்புக்குள்ளாகி விட்டதாகத் தோன்றியது. எதுவும் செய்ய முடியாதவனாகப் பைராகியின் கையைக் கெட்டியாகப் பிடித்தான். எதிர்ப்புக் காட்டாமல் அவன் கையில் தன் கையை வைத்துப் பைராகி கிழக்குப் பக்கத்தைப் பார்த்தவாறே உட்கார்ந்திருந்தான். கிருஷ்ணப்பாவுக்குக் கத்த வேண்டும் போலிருந்தது. கண், காது, மூக்கு, தோல் ஆகியவை வெளிப்புறத்தை உள்ளே விட்டுக் கொண்டே இருக்கின்றனவல்லவா? வெளிப்புறத்தையும் உட் புறத்தையும் மேலும் அதிகமாக நெருக்கமாக்குவதற்கு லிங்கமும் யோனியும் இறுக்குகின்றனவல்லவா? இந்த உண்மையைவிட்டு வேறெதை இந்தப் பைராகி கண்டிருக்கிறான்? தான் அவனிட மிருந்து எதிர்வினையை எதிர்பார்த்ததால்தானே அவனது பிடிகொடுக்காத தன்மை மேலும் ரகசியமாகிவிட்டது? அவன் மூடனாயிருந்தாலும் தன்னை வென்றிருக்கிறான். ஒரு கணம் அவனை இம்சித்தாவது எதிர்வினையைப் பெற வேண்டும் என்னும் சபலத்தை அடக்கிக்கொண்டு ஏமாற்றத்துடன் கிருஷ்ணப்பா எழுந்து நின்றான். பாரமான கால்களை இழுத்துக் கொண்டு குன்றிலிருந்து இறங்கி ஊருக்குள் நடந்தான்.

ரோட்டரி கிளப்பின் அவையில் அதன் சடங்குகளை அண்ணாஜி சகித்துக்கொண்டிருந்ததைக் கண்டு ஆச்சரியப்பட்டவாறு கிருஷ்ணப்பா உட்கார்ந்தான். அண்ணாஜி தனி நபருக்கும் சமூகத்துக்குமுள்ள நெருக்கம், உற்பத்தி முறைகளின் மாற்றம், வர்க்கப் பிரக்ஞை, புரட்சிகளைப் பற்றிச் சரளமான ஆங்கிலத்தில் பேசியதையும் ஆங்கிலத்தில் நடந்த அந்தப் புரட்சி சில்க் ஜிப்பா, சூட்டு அணிந்த மனிதர்களுக்குத் தாலாட்டுப் போல இதமாகத் தெரிந்ததையும் அருவருப்போடு கிருஷ்ணப்பா அனுபவித்தான். கர்மம், புனர்ஜன்மங்களைப் போலவே இந்தப் புரட்சியும் காலப்போக்கில் ஏன் தவிர்க்க முடியாததாக இருக்கக் கூடாது? பிரளயத்தைப் போல? சென்னவீரய்யா இறுமாப்போடு உட்கார்ந்திருந்தான். நன்றிகூறலுக்கு முன்பாகவே கிருஷ்ணப்பா எழுந்து ஹாஸ்டலுக்குப் போனான்.

○

இருட்டியிருந்தது. ஹாஸ்டலுக்கு எதிரில் கௌரி தேஷ் பாண்டேயின் கார் நின்றிருந்தது. சிகரெட் பிடித்தவாறு டிரைவர் காருக்கு வெளியே நின்றிருந்தான். ஹாஸ்டல் பையன்களெல்லாம் மிகுந்த மகிழ்ச்சியோடு கும்பல்களாக நின்று உத்வேகத்தோடு தத்தமக்குள்ளேயே பேசிக்கொண்டிருந்தார்கள். அந்த ஹாஸ்டலுக்கு உள்ளே ஒரு பெண் ஜீவன் வந்தது அதுவே முதல் தடவை. ஒரு பெண் கொசுகூடத் தங்கள் ஆண்கள் ஹாஸ்டலுக்குள் வராது எனப் புரிந்திருந்த அந்தப் பையன்களுக்குக் கௌரி தேஷ்பாண்டேயின் வரவு வரலாற்று நிகழ்வாகி விட்டிருந்தது. கிருஷ்ணப்பாவைக் கண்டவுடனே பேச்சை நிறுத்தினார்கள். கிருஷ்ணப்பா மாடியேறிப் போய்த் தன் அறைக் கதவைத் திறந்தான். ஏதோ புத்தகத்தை ஆழ்ந்து படித்துக்கொண்டிருந்த கௌரி அறைக் கதவு திறந்தவுடனே எழுந்து நின்றாள்.

'மன்னிச்சிக்குங்க. உங்க அறைக்கு வந்து தொந்தரவு கொடுக்கறேன்' என்று மென்மையாகச் சிரித்தாள். பால் நிறத்திலான அகலமான அவளது முகம் அமைதியாக இருந்தது. நெற்றியின் மேல் குங்குமத்தைப் பெரிதாக இட்டிருந்தாள். சற்றுத் தடித்த அவள் கீழுதடு, பருத்த முலைகள், வட்டமான தோள்கள், நீளமான கால்கள், அவள் நின்ற நிலை, முதுகு முழுவதிலும் பாரமாக இறங்கியிருந்த கறுப்பு ஜடை ஆகிய எல்லாம் மொத்தத்தில் மோகத்தை ஏற்படுத்துமாறு இருக்க, அமைதியான அவளது பெரிய கண்கள், செதுக்கப்பட்டது போன்ற புருவங்கள், அதற்கு எதிராகத் தோன்றி அவள் அடைய முடியாதவள் என்னும் பாவனை ஏற்படுத்துமாறு இருந்தன. மௌனத்தின் மடுவுக்குள் சதா அடங்கிய கன்னியாகத் தெரிந்தாள். தன் மகிழ்ச்சியான பாராட்டை மறைக்க முடியாமல் கிருஷ்ணப்பாவும் கல்லில் கடைந்த கறுப்பு விக்கிரகத்தைப் போல நின்றான்.

'ஒக்காரலாமில்லயா?'

குறும்புச் சிரிப்பு சிரித்துக் கௌரி கேட்டு, இருந்தது ஒரே நாற்காலியாதலால் தான் எங்கே உட்காருவது எனத் தேடினாள். கிருஷ்ணப்பா படுக்கையின் மேல் உட்கார்ந்து அவளுக்கு நாற்காலியைக் காட்டினான். சுவரின் மேல் கிருஷ்ணப்பாவின் வணக்கத்துக்கு உரியவர்களாயிருந்த விவேகானந்தர், காந்திஜியைக் கௌரி கவனித்தாள்.

'நீங்க காலேஜிலயிருந்து நிக்கப்போறீங்களாமே, நிஜமா?' என்றாள்.

'ஆமாம். அதுக்குக் காரணம் வேற ஏதாவது செய்யலான்னு பட்டதுதான். நீங்கல்ல.'

கௌரி சமாதானமடைந்தது கிருஷ்ணப்பாவுக்குத் தெரிந்தது. கௌரி சொன்னாள், 'உங்க கடிதம் வந்துச்சி. எனக்கு என் அம்மாவைவிட்டா இருக்கறது நீங்க மட்டுந்தான். மரியாதையா காதலான்னு எப்படிச் சொல்றது ... ஆனால் இதை வாய்விட்டுச் சொன்னேன்னு மனசுல வச்சுக்காதிங்க. இங்க வர்றதுக்கு எனக்கு எந்த நோக்கமும் இருக்கல.'

கௌரி மிக இயல்பாகப் பேசியிருந்தாள். கிருஷ்ணப்பா தலைகவிழ்ந்து உட்கார்ந்து சொன்னான், 'இந்தப் பையன்கள் ஹாஸ்டலுக்குத் தனியா வந்திருக்கறீங்கல்ல. உங்க அம்மா என்ன நெனப்பாங்க?'

'நீங்க இப்படிப்பட்ட கேள்வி கேப்பீங்கன்னு நான் நினைக்கல ...' தன் பதிலால் கிருஷ்ணப்பாவும் வெட்கப்பட்டதைக் கவனித்த கௌரி சிரித்தவாறே சொன்னாள், 'என் அம்மா ஜெயில்ல இருக்கற என் அப்பாவை விட்டுட்டு வந்திருக்கறதனால என்னோட எந்த ஆசைக்கும் தடைசொல்லமாட்டாங்க ...'

'அதுக்காக நீங்க பிடிவாதம்பிடிக்கக் கூடாதில்லையா?'

கிருஷ்ணப்பா சுதாரித்துக்கொண்டிருந்திருந்தான்.

'இது அடம்ன்னு உங்களுக்கு ஏன் தோனுது? நான் உங்களை விரும்பறேன்னு சொன்னேன். நீங்கள் கர்வப்படலையா? இப்படிப் பட்ட பேச்சை நான் பேசலான்னுகூட நீங்க உங்க சுபாவத்துனால எதிர்பார்க்கல.'

கிருஷ்ணப்பா தத்தளித்துப்போயிருந்தான். கௌரி எழுந்து நின்று, 'வரணுன்னு தோனுறப்ப வீட்டுக்கு வாங்க' என்று கிளம்பிப் போனாள்.

காதல் எவ்வளவு தீவிரமடைகிறதோ அவ்வளவுக்கே காதலுக் குரியது திடமானது என்பதைக் கிருஷ்ணப்பா புரிந்துகொண்டான். நாம் தீவிரமாக விரும்பியதைப் போகிக்கமாட்டோம்

அல்லது ஆசை தீவிரமடையும்போது போகிக்கமாட்டோம் – என்று நினைத்துக்கொள்கிறான் கிருஷ்ணப்பா சாவை எதிர்த்துக் கொண்டு.

இப்படிக் காதல், ஆசை, ஏமாற்றம் ஆகியவற்றிலிருந்து ஒருபோதும் தீர்வு கிடைக்காத நெருப்புச் சக்கரத்தில் கௌரி கிருஷ்ணப்பாவைச் சிக்கவைத்திருந்தாள். மேலும் ஓர் இரவைத் தூக்கமில்லாமல் கழித்து, காலையில் எழுந்து அண்ணாஜியைப் பார்க்கப் போனான். அண்ணாஜி பிரேக் ஃபாஸ்ட் முடித்து விட்டுத் தோட்டத்தில் சென்னவீரய்யாவுடன் உட்கார்ந்திருந் தான். முந்தைய நாள் அண்ணாஜி ஆற்றிய உரையைத் தன் சினேகிதர்கள் எல்லோரும் பாராட்டியதையும் பெரிய பெரிய வழக்கறிஞர்களும் அந்த ஆங்கிலத்தால் தலைகவிழ்ந்ததையும் சென்னவீரய்யா அரைகுறை ஆங்கிலத்தில் விவரித்துக்கொண் டிருந்தான். கிருஷ்ணப்பாவுக்கு உட்கார நாற்காலி தர வேண்டுமா நின்றுகொண்டே பேசிவிட்டுப் போகக்கூடியவனா என்பதைத் தீர்மானிக்க முடியாமல் சென்னவீரய்யா அவனை உற்றுப் பார்த்துக்கொண்டிருந்தபோது, அண்ணாஜி உற்சாகமாக எழுந்து நின்று தன் நாற்காலியையே அவனுக்குத் தந்ததைக் கண்டு சென்னவீரய்யா, 'வேண்டாங்க. நாற்காலி கொண்டுவரச் சொல்றேன்' என்று கடூரமாக 'ஏ மாதா. ஏ மாதா. எங்கடா போன?' எனக் கத்தினான். அண்ணாஜி நின்றிருந்ததைப் பார்த்து, அவனும் எழுந்து நின்றான். அண்ணாஜியின் மரியாதைக்குப் பாத்திரனான கிருஷ்ணப்பாவை உச்சி முதல் உள்ளங்கால்வரை கவனித்தான். 'இவர் மிஸ்டர் கிருஷ்ணப்ப கௌடா. இன்னும் பத்து வருடங்களில் இந்தத் தேசத்தின் பெரிய தலைவராவார். விவசாயிகளின் தலைவராவார். சுயமாகச் சிந்திக்கக்கூடியவர். க்ராஸ் ரூட்ஸ் பாலிடிக்ஸ் செய்யக்கூடியவர்' என்று கிருஷ்ணப்பாவை அறிமுகப்படுத்திக்கொண்டிருந்தபோது சென்னவீரய்யா புல்தரையின் புற்களைப் பார்த்ததைக் கண்டு அண்ணாஜி தன் பாடத்துக்குத் திரும்பினான். 'க்ராஸ் ரூட்ஸ் என்பது இடியம். உதாரணத்துக்குக் காந்தியின் பாலிடிக்ஸ் க்ராஸ் ரூட்ஸ் பாலிடிக்ஸ். மேலோட்டமான மாற்றங்களுக்காக மட்டும் முயலாமல் சாதாரண மக்களின் கான்ஷியஸ்னெஸ்ஸை யும் மாற்ற முயல்வது. நேற்று நான் பேசியது அதைத்தான்.'

கிருஷ்ணப்பாவை உள்வாங்கிக்கொள்ள முயலும் வார்த்தை களில் சென்னவீரய்யா அர்த்தபூர்வமாகச் சொன்னான், 'இன்றைய இங்கிலீஷ் ஸ்டாண்டர்ட் எவ்வளவு கீழ எறங்கி யிருக்குதுன்னா டபுள் கிராஜுவேட்டுகளுக்கும் புரியல. இல்லீங் களா கிருஷ்ணப்ப கௌடா? டெமாக்ரஸிங்கற பேர்ல குப்பன் சுப்பனையெல்லாம் வாத்தியாராக்குனா நம்ம கொளந்தைங்க எப்படிக் கத்துக்குவாங்க? சொல்லுங்க.'

கௌரி தேஷ்பாண்டேயின் வீட்டுக்குப் போகக்கூடாதென்பதற்காகக் கிருஷ்ணப்பா அண்ணாஜியைப் பார்க்க வந்திருந்தான். ஆனால் லானில் நடந்துகொண்டிருந்த இந்த நாடகம் அவனுக்கு அருவருப்பாயிருந்தது.

'மன்னிச்சுக்குங்க நான் போகணும்' என்றான். உமா தானே ட்ரேயில் காபி கொண்டுவந்ததைக் கண்டு முள்ளின் மேல் உட்கார்ந்ததைப் போல அமர்ந்து காபி குடித்தான். அவன் எழ நினைத்தபோது சென்னவீரய்யாவே கார் எடுத்துவரச் சொல்லிக் கிளம்பியதால் அண்ணாஜியுடன் கராஜ் மேலிருந்த அவன் அறைக்குப் போனான்.

கதவைத் தாழ்போட்டுக்கொண்டு, 'அண்ணாஜி, நான் கல்லூரியை விட்டுவிட்டேன். விளையாட்டுத்தனம் போதும்' என்றான். அண்ணாஜி சந்தோசத்தில் கிருஷ்ணப்பாவைக் கட்டிக் கொள்ளப் போய், அவன் இறுக்கத்தைக் கண்டு, உடம்பைத் தொடுவதென்றால் அவனுக்குக் கூச்சம் என்பதை நினைவு படுத்திக்கொண்டு நீட்டிய கைகளை அப்படியே தூக்கி 'க்ரேட். கிராமத்துக்குப் போ' என்று சிகரெட் பற்றவைத்தான். இருவரும் சற்று நேரம் மௌனமாக உட்கார்ந்திருந்தார்கள்.

'நேற்றைய கூட்டத்துக்கு டிஎஸ்பியும் வந்திருந்தான்.' கிருஷ்ணப்பா கேள்விகேட்கும் பாவனையில் அண்ணாஜியின் முகத்தைப் பார்த்தான்.

'எஸ். நான் ரெஸ்பெக்டபுள் ஆவதற்கு முயன்றுகொண்டிருக்கிறேன். ஆனால் பார் ...' என்று அன்றைய இந்து பத்திரிகையின் உள்பக்கப் பத்தியொன்றைக் காட்டினான். அதில் சுவாமிஜி என்று தன்னை அழைத்துக்கொண்டு, தெலுங்கானாப் பகுதியில் விவசாயிகளைப் போராட்டத்துக்குத் தூண்டிய ஒருவன் தப்பித்துப் போய்விட்டானென்றும் அவனைப் பிடித்துக்கொடுப்பவருக்குத் தக்க வெகுமானம் கொடுப்பதாகவும் பிரசுரமாகியிருந்தது. மொட்டையடிக்கப்பட்ட தலை, காவி ஜிப்பாவும் காவி பைஜாமாவும் அணிந்திருந்த உயரமான உருவத்தையுடைய நீண்ட முகம் கொண்ட இந்த சுவாமிஜியைப் பற்றிய வர்ணனையும் செய்தியிலிருந்தது. வங்காளக் குடும்பஸ்தனைப் போலத் தெரிந்த அண்ணாஜியைக் கிருஷ்ணப்பா சந்தேகத்தோடு பார்த்துக்கொண்டிருந்தபோது, அண்ணாஜி தன் ட்ரங்க்பெட்டியிலிருந்து காவி ஜிப்பா ஒன்றையும் காவி வேட்டி ஒன்றையும் வெளியே எடுத்துக் காகிதத்தில் சுற்றி, 'இனி இது பயன்படாது. இதை எரித்துவிடு' என்றான்.

'அடுத்து என்ன?' என்றான் கிருஷ்ணப்பா.

'நீ கிராமத்துக்குப் போன பிறகு அங்கே எங்காவது என்னை மறைத்துவை. இப்போதைக்கு நான் ராய் பாணியில் மார்க்சியத்தை

விமர்சித்துக்கொண்டும் எழுதிக்கொண்டும் என் அடையாளத்தை மறைத்துக்கொண்டிருக்கிறேன். இவற்றைப் பார்' என்று தன்னுடைய ஒரு புத்தகத்திலிருந்து கத்தரித்து ஒட்டியிருந்த லிங்கன், ரூஸ்வெல்ட் ஆகியோரின் படங்களைத் தன் அறையில் காட்டினான்.

கிருஷ்ணப்பாவுக்குத் தனக்கேற்பட்டுக்கொண்டிருந்த காரண மற்ற திகில்களைச் சொல்லிக்கொள்ள வேண்டும் எனத் தோன்றினாலும், பேச விருப்பமில்லை. காவி ஜிப்பாவையும் காவி வேட்டியையும் அன்றைய இந்துவிலேயே சுற்றிக்கொண்டு புறப்பட எழுந்து நின்றபோது, கதவைத் தட்டிய சத்தம் கேட்டது. அண்ணாஜியின் கண்களில் சந்தோசம் ஒளிர்ந்தது.

'உமாவாக இருக்க வேண்டும். மார்வலஸ் உமன். புரட்சிக் காரர்களுக்குப் பக்கத்தில் இப்படிப்பட்ட பெண்ணொருத்தி இருந்தால்...' என்று போய்க் கதவைத் திறந்தான். கார்க்கியின் சிறுகதைத் தொகுதியைப் பிடித்தவாறு நின்றுகொண்டு உமா 'உள்ளே வரலாமா?' என்றாள்.

அண்ணாஜி 'நீயும் இரு. நாங்கள் கார்க்கியைப் பற்றி விவாதித்துக்கொண்டிருக்கிறோம்' என்றாலும் கிருஷ்ணப்பா ஒப்புக்கொள்ளவில்லை. காதலில் ஒளிர்ந்த உமாவின் கண்கள், அவள் மூச்சுக்கு ஏறியிறங்கிய பருத்த மார்பகம்... துறுதுறுப்பான கவனிப்புகளால் தன்னிடம் பொறாமை எழுந்ததைக் கவனித்து அவன் மனசில் வெட்கம் உண்டாயிற்று. அண்ணாஜியும் உமாவைப் பார்த்து அவளோடு தனியாக இருக்கத் திகிலடைந்திருக்கலாம். கிருஷ்ணப்பாவை உட்கார்ந்திருக்கக் கட்டாயப்படுத்தியவாறு மாடிப்படியிறங்கி வந்து அண்ணாஜி விடைகொடுத்தான்.

நேராகக் கௌரியின் வீட்டுக்குப் போக வேண்டுமெனக் கிருஷ்ணப்பாவுக்குத் தோன்றி அவள் வீட்டுப் பக்கம் நடந்தான். வீடு நெருங்கிக்கொண்டிருக்கத் திகிலடையத் தொடங்கினான். அவள் வீட்டிலிருக்கக் கூடாதென விரும்பியபடி கேட் எதிரில் நின்றான். போர்ட்டிகோவில் கார் இல்லாததைக் கண்டு மனம் கசந்தது. அந்த நேரத்தில் அவள் கல்லூரிக்குப் போயிருப்பாள் என்பதை அவன் மறந்துவிட்டிருந்தான். அல்லது காரில் அவள் தாய் எங்காவது போயிருப்பதும் சாத்தியம். தோட்டத்தில் பூச்செடிகளுக்கு இடையில் வேலைசெய்துகொண்டிருந்த வேலைக்காரனொருவன் கிருஷ்ணப்பாவைக் கவனித்து, 'சின்னம்மா இல்ல. பெரியம்மாவைப் பார்க்கணுமா?' என்று கேட்டான். கிருஷ்ணப்பா வேண்டாமெனச் சொல்லிவிட்டுச் சரசரவென நடந்தான். அவன் மனம் லேசாகிவிட்டிருந்தது.

எங்கே போவது எனத் தெரியாமல் அலைந்துகொண்டிருந்தவன், வெயிலேறிக்கொண்டிருக்கையில் இன்று அந்தப் பைராகி

யின் மௌனத்திற்கான ரகசியத்தை உடைத்துவிட வேண்டுமென மனத்தில் நினைத்துக்கொண்டு குன்றில் ஏறினான். காலைச் சிற்றுண்டி சாப்பிடாததால் தனக்கு மிகுந்த பசியெடுப்பதை உணர்ந்தான். இரவில் தூக்கம்வேறு இல்லாததால் களைப் படையத் தொடங்கினான்.

பைராகி அடுப்பைப் பற்றவைத்துக்கொண்டிருந்தது தொலை விலிருந்தே தெரிந்தது. அதைக் கண்டு பசி அதிகரித்தது. முந்தின நாளைப் போலவே பாறையொன்றில் சாய்ந்து உட்கார்ந்தான். பைராகி அடுப்பில் மண்சட்டி ஒன்றை வைத்துவிட்டுக் குகை யிலிருந்து தடித்த புத்தகம் கொண்டுவந்து படித்தவாறு உட்கார்ந் தான். அது என்ன புத்தகம் என ஆவலாயிருந்தது. ஆனால் எழுந்துபோய்ப் பார்ப்பதால் அவன் தனிமைக்கு ஊறுவிளைய லாம் என்று பேசாமலிருந்தான். சற்று நேரத்திற்குப் பிறகு பைராகி குகையிலிருந்து புரச இலைகளைக் கொண்டுவந்து சாப்பாட்டு இலைகள் மூன்றைப் பின்னினான். அவன் சாப்பாட்டில் இன்றைக்கும் இவனுக்குப் பங்கு கிடைக்கும். அந்தளவில் இவன் இருப்பை அவன் கவனித்திருந்தான். எந்தச் சந்திலிருந்தோ நாய் தோன்றி இன்னொரு பாறை நிழலில் படுத்து நாக்கை நீட்டிக்கொண்டு மூச்சுவிடத் தொடங்கியது. கருப்புப் புள்ளிகள் கொண்ட சாம்பல் நிற நாய், என்றைக்கோ ஒரு நாள் இந்தப் பைராகியின் பின்னால் வந்து இங்கே கூடாரமடித்திருக்க வேண்டும்.

மண்சட்டியிலிருந்தது வெந்த பிறகு பைராகி அதைச் சரியாக மூன்று பாகங்களாகப் பிரித்துக்கொண்டிருந்தபோது கிருஷ்ணப்பா எழுந்து அடுப்புக்குப் பக்கத்தில் போய் உட்கார்ந் தான். பைராகி ஓர் இலையை நாய்க்கு வைத்துவிட்டு வரப் போனபோது அவன் படித்துக்கொண்டிருந்தது வால்மீகியின் சமஸ்கிருத ராமாயணம் என்பதைக் கிருஷ்ணப்பா கவனித்தான். பிறகு மௌனமாக அருகருகே உட்கார்ந்து இருவரும் சாப்பிட் டார்கள். இன்றைக்கு வேகவைத்ததில் அரிசி, பருப்போடு தேங்காயும் வெல்லமும் இருந்தன. யாரோ வெல்லத்தைப் போட்டிருக்க வேண்டும்.

பைராகியோடு பேச்சுக்கொடுக்க வேண்டும் எனத் தோன்றி யது. தன்னை அதிதீவிரமாக அலைக்கழிக்கும் கேள்வியைக் கேட்டால் என்ன?

'ஒவ்வொரு சமயம் என்ன செய்யணுன்னு தெரியல. நூத்துக்கணக்கான சாத்தியங்கள் முன்னால தெரியுது. எதுக்காக வாழணுன்னு தெரியல.'

கிருஷ்ணப்பாவுக்குத் தன்னுடையது சம்பந்தமில்லாத பிரலாபமெனத் தோன்றும்படி பைராகி எந்த உணர்வையும்

காட்டிக்கொள்ளாமல் சாப்பிட்டவாறு உட்கார்ந்திருந்தான். அவன் மௌனத்தால் தன் கேள்வியே போலியோ சுய கற்பனையோ என்று கிருஷ்ணப்பாவுக்குச் சந்தேகம் ஏற்பட்டது. அல்லது ஏதோ முட்டாளிடம் உள்ளுக்குள் இருப்பதைச் சொல்லிக் கொள்ளும் மூர்க்கச் செயலைத் தான் செய்துகொண்டிருக்க லாம் எனவும் தோன்றியது. பாதிச் சாப்பாட்டுக்கு நடுவிலேயே இலையை எறிந்துவிட்டுக் குகைக்கு மிகத் தொலைவிலிருந்த பள்ளத்தில் கைகழுவினான். திரும்பி வந்தபோது நடந்த சம்பவத் தால் பைராகி அவனுக்கு மேலும் அதிகமாக ரகசியமான நபரானான்.

ஒரு முதியவன் – தலையில் தொப்பி அணிந்து சட்டையின் மேல் துண்டு போர்த்தியவன் – சாப்பிட்டுக்கொண் டிருந்த பைராகியின் முன்னால் வந்து நின்றான். துண்டால் முகத்தைத் துடைத்தபடி தண்ணீர் கேட்டான். பைராகி பானை யிலிருந்த தண்ணீரையும் இலையில் செய்த தொன்னையையும் அவனுக்குக் காட்டினான். முதியவன் தண்ணீர் குடித்துவிட்டுத் தொன்னையின் அடிப்பாகத்திலிருந்ததைக் கண்ணில் தேய்த்துக் கொண்டு, 'மூகாம்பிகை கோவிலுக்குப் போகணும். வழி தவறிட் டேன். இங்கிருந்து தூரமா?' எனக் கேட்டான்.

பைராகி சாப்பிட்டு முடித்திருந்தான். எழுந்து நின்றான். கைகழுவிக்கொண்டு வந்து, 'இந்தத் தடத்துல போங்க. அந்தப் பெரிய பாறைக்குப் பக்கத்துல வலது பக்கம் திரும்புங்க. அங்கப் படிக்கட்டு இருக்கு. சுமார் நூறு படி ஏறுனா கோவில் வரும்' என்றான்.

முதியவன் கைகூப்பிவிட்டுச் சென்ற பிறகு கிருஷ்ணப்பா ஆச்சரியத்தோடு பைராகியைப் பார்த்தவாறே, 'அது ஏன் நீங்க எங்கிட்ட பேசுறதில்ல?' என்றான்.

அந்தக் கேள்விக்கு விடை கிடைக்கவில்லை. உடற்பயிற்சி யின் மூலம் பக்கவாதம் தாக்கிய இடது பக்கத்துக்கு உயிர் பாய்ச்ச முயன்றுகொண்டிருக்கும் கிருஷ்ணப்பா இந்தச் சம்பவத்தை நினைத்துக்கொண்டு சொல்கிறான், 'கேள்வி ஃபாக்சுவலா இருந்தா மட்டும் அந்தப் பைராகி பதில் சொல் வான். அபிப்ராயத்தின் அடிப்படையில கேக்கற கேள்விகளுக்குப் பதில் சொல்றதில்ல. அண்ணாஜி பொங்குற மனுசனாயிருந்தா இந்தப் பைராகி அவசியமிருந்த அளவுக்கு மட்டும் உலகத்தோட பேசினான். ஆனால் இதனால அவனுக்கு உள்ள என்ன பழுத்துப் பலன் கொடுத்திருந்துச்சோ? அதனால அவன் என்ன பலன் கண்டானோ? வேற யாராவது பலனடைஞ்சாங்களா? சொல்ல முடியல. ஆனால் நானோ அண்ணாஜியோ கடைசியில

சாதிச்சதுதான் என்ன?' இப்படிக் கிருஷ்ணப்பா பேசும்போது அவன் மிகவும் மனமுடைந்துபோயிருப்பான் என்பதால் இதுகூட அவனது ஒட்டுமொத்த அபிப்ராயம் எனச் சொல்ல முடியாது. அந்தப் பைராகி அவனைச் சங்கடப்படுத்தியிருக்கிறான் என்பது மட்டும் உண்மை. அவனைப் போலவே மௌனியாக உள்ளே இருப்பதைத் தகதகவென எரியவைத்துக்கொண்டிருக்க வேண்டும் என்னும் ஆசை கிருஷ்ணப்பாவை விடவில்லை. மலம்மூத்திரம் கழிக்கிறோம் என்னும் உணர்வை இழந்துகொண்டிருக்கும் இப்போதுங்கூட.

பைராகி பேசுகிறான் எனத் தெரிந்த பிறகு அவனைப் பேசவைக்கும்படியான கேள்வி தன்னிடம் என்ன இருக்கிறது என்று கிருஷ்ணப்பா சங்கடப்பட்டுக்கொண்டே தேடினான். கேட்கும் கேள்வி உண்மையானதாக இருக்க வேண்டும். தெளி வாகக் கேட்கக்கூடியதாக இருக்க வேண்டும். இந்த இடத்திற்கு வழி எங்கே என்பதைப் போல. தன் கஷ்டங்களெல்லாம் மனத்தின் ஏக்கத்தால் பிறந்திருக்கலாம் எனக் கிருஷ்ணப்பா பயந்தான். அல்லது தன் பிரச்சினை என்னவென்பதே உண்மை யில் தனக்குத் தெரியவில்லை என நினைத்தான். ஒருவேளை அப்படிப்பட்ட கேள்வி கேட்பது சாத்தியமானாலும் அது இந்தப் பைராகியின் அறிவுக்கு எட்டாதிருந்து அவன் பேசா திருக்கலாம். அல்லது எதுவும் பிறரைக் கேட்டுத் தீர்த்துக்கொள்ளக் கூடிய கேள்வியல்ல என்னும் நிலைப்பாடு அவனுடையதாக இருக்கலாம்.

மாலையாகிக்கொண்டிருந்தபோதே கிருஷ்ணப்பா குன்றி லிருந்து இறங்கினான். கௌரி தேஷ்பாண்டேயைப் போய்ப் பார்க்கலாமா? பார்த்தால் என்ன சொல்வது? தன் எல்லா நடத்தைகளும் பக்குவமற்றவை என எண்ணி ஹாஸ்டலுக்குப் போனான். பையன்களெல்லாம் தன்னை ஏதோ கேட்கக் காத்திருந்தார்கள் எனத் தெரிந்தாலும், 'களைப்பா இருக்குதுப்பா. நாளக்கிப் பேசலாம்' என்று அறைக்குப் போய்ப் படுத்தான். கிஷோர் கொண்டுவந்து கொடுத்த பாலைக் குடித்துவிட்டு, அவன் தந்த உறையை அவசரமாகக் கிழித்துப் படித்தான்.

'இன்று என்னைக் கேட்டுக்கொண்டு வீட்டுக்கு வந்தவர் நீங்களாகத்தான் இருக்க வேண்டும். மாடியிலிருந்த என் அம்மா வுக்கு வேறு யார் கவிஞர்போலத் தெரிந்திருக்க முடியும்? நாளை வாருங்கள் – வர வேண்டும் எனத் தோன்றினால். கூச்சப்படாதீர்கள்.

உங்களுடையவளேயான,
கௌரி தேஷ்பாண்டே.'

கிருஷ்ணப்பாவுக்குச் சந்தோசமாயிருந்தது. பயமாயிருந்தது. சாவோடு போராடும் இந்தத் தினங்களில் அப்போது நடந்த வற்றையெல்லாம் நினைவுபடுத்திக்கொண்டு ஆச்சரியப்படு கிறான். நம் கற்பனை ஏன் காதலுக்குச் சிக்கிய பெண்ணைவிடக் காதலுக்குச் சிக்காமல் போனவளையே அதிகம் நாடுகிறது? அவளை அவ்வளவு விரும்பியும் ஏன் தனக்கு அவளிடம் சரளமாக, தெளிவாக 'நீ எனக்கு வேண்டும்' எனச் சொல்ல முடியவில்லை? அவ்வளவு சுலபமாக, புத்திக்கூர்மையோடு, லேசாகப் பேசிவிடக்கூடிய அவளாலும் பெண்ணுக்கு ஆண் தேவைப்படும் வகையில் 'நீ எனக்கு வேண்டும்' என அறிவுறுத்த முடியவில்லை. தெய்வீகமாகத் தோன்றிய அவள் முகத்தை நினைத்தபோது அழகான அவளது உடம்பை விரும்ப முடிய வில்லை. அவள் உடம்பைக் கூடும் விருப்பமேற்பட்டபோது அவள் பேச்சு, முகம், கண்வீச்சு ஆகியவற்றின் நினைவுவந்து தன் விருப்பங்களைப் பற்றி வெறுப்படையும்படியாயிற்று. அதனால் அந்தத் தினங்களில் தன் உணர்வுகளையெல்லாம் தன் உயிர் முழுவதையும் விரும்பும் ஒரு வார்த்தையாக, ஒரு கேள்வியாக, சலனமற்ற ஒரு தீர்மானமாகச் சொல்ல முடிய வில்லை.

கிருஷ்ணப்பாவுக்கு அன்று தூக்கம் வந்தது. நடு இரவில் ஏதோ சத்தம் கேட்டதாகத் தோன்றி விழிப்பு வந்தது. எழுந்து விளக்கைப் போட்டான். மாடிப் படிகளில் இறங்கியபோது ஹாஸ்டல் மாணவர்களெல்லாம் ஆவேசத்தோடு யாரையோ உள்ளே தள்ளிக்கொண்டிருந்ததாகத் தெரிந்தது. கிருஷ்ணப்பா அவசரமாக இறங்கிக்கொண்டிருந்தபோதே ஷாமண்ணா மூச்சிரைத்தபடி கிருஷ்ணப்பாவை அவன் அறைக்குத் தள்ளிக் கொண்டுபோய்க் கதவைச் சாத்திக்கொண்டு கைகூப்பி நின்றான். ஷாமண்ணா குடித்திருந்தாற்போலிருந்தது. தம்கட்டி மூச்சு விட்டுக்கொண்டு படபடத்தான்.

'நீங்க கொஞ்சம் பேசாமயிருக்கணும். அந்தப் பாப்பாரப் பசங்களை வாந்தியெடுக்க வைச்சதுக்கப்பறம் உங்களைக் கூப்பட றோம். உங்க கால்ல விழவைக்கிறோம். அவங்களுக்கு எதுவும் தொந்தரவு பண்ணல. உங்கமேல ஆணை' என்றான். ஷாமண்ணா லகுவாக வெளியே போய்க் கிருஷ்ணப்பாவின் அறைக் கதவைச் சாத்திக்கொண்டு தாழ்ப்பாள் போட்டான். கிருஷ்ணப்பா எதுவும் செய்ய முடியாதவனாக உட்கார்ந்து கீழே மிகுந்த கூச்சப்படும் பையன்களும் ஆர்ப்பரித்துத் திட்டுவதையும் தப்தப் சத்தங்களையும் வாக்குவாதத்தையும் திடீரென எல்லாமும் அமைதியானதையும் கேட்டுக்கொண்டான். தாழ்ப்பாள் திறந்தது. ஷாமண்ணா எதிரே நின்று 'நாளக்கி வேணுன்னா எங்க எல்லாரையும் திட்டுங்க. இப்ப கீழே வாங்க. அந்தத் தேவிடியா

பசங்க உங்ககிட்ட அபாலஜி கேட்டுக்கச் சம்மதிச்சிருக்குதுங்க' என்றான்.

கிருஷ்ணப்பா கீழே வந்து பார்த்த காட்சி சிரிப்பூட்டுவதாயிருந்தது. கும்பலின் தலைவன் ராமு ஒரு கட்டிலின் காலில் கட்டப்பட்டிருந்தான். ஹாஸ்டல் அடுப்பின் கரியும் சாம்பலும் கொண்டுவரப்பட்டு அவன் முகத்தில் பூசப்பட்டிருந்தன. அவனுடைய இரண்டு தோழர்களின் கைகள் பின்புறம் கட்டப்பட்டுக் கால்கள் கயிற்றால் இறுக்கப்பட்டு அந்தக் கயிறு ஜன்னல் கம்பியில் கட்டப்பட்டிருந்தது. கரியும் சாம்பலும் பூசப்பட்ட ராமுவின் பெரிய மீசை கொண்ட முகம் பயம், கோபம், அவமானத்தால் விகாரமாயிருந்தது. ஷாமண்ணா அவன் எதிரில் நின்று, வெற்றிக்களிப்பில் பூரித்தவாறு கிருஷ்ணப்பாவின் முன்னிலையில் ஜபர்தஸ்தாக விசாரித்தான் – கௌரவமாகப் பன்மையில் விளித்து. ஆனால் இந்த இதத்துக்கு வருவதற்கு முன்னால் பேச வேண்டியவற்றை எல்லாம் அவற்றுக்குரிய முறையில் பேசி முடித்திருந்தான் என்பது கிருஷ்ணப்பாவுக்குத் தெரியாமலில்லை.

'நடு ராத்திரியில நம்ம ஹாஸ்டல் செவுத்து மேலே நீங்க அசிங்க அசிங்கமா எழுதிக்கிட்டு இருந்தீங்களா இல்லியா?'

ஷாமண்ணாவின் கேள்விக்கு ராமு கோபக் குரலில் பதில் சொன்னான்.

'ஆமா . . .'

'அது பீத்திங்கற மாதிரியான வேலங்கறதை ஒத்துக்கறீங்களா?'

ஷாமண்ணா தன் பான்ட் பையிலிருந்து சைக்கிள் செயினை வெளியே இழுப்பதையே பார்த்தவாறு ராமு விகாரமான முகத்தோடு 'ஆமா' என்றான்.

'கிருஷ்ணப்ப கௌடரு நமக்கெல்லாம் லீடர். அவரு கிட்ட நீங்க மன்னிப்பு கேக்கணும். அதுக்கு முன்னால நாங்க உங்களை விடுவிக்கறோம். நீங்க நிஜமான வருத்தம் தெரிவிக்கணும்.'

சோக்குப்பேர்வழி என்று தான் நினைத்திருந்த ஷாமண்ணனின் இந்த முகத்தைக் கண்டு கிருஷ்ணப்பாவுக்கு ஆச்சரியமாயிருந்தது. ஷாமண்ணாவின் கண்களையே கவனித்துப் பையன்கள் மூன்று பேரையும் விடுவித்தார்கள். ராமு உதறிக்கொண்டே கிருஷ்ணப்பாவின் பக்கம் திரும்பி 'எங்க வாட்சுகளை பறிச்சி வச்சிருக்காங்க. திருப்பித் தரச் சொல்லுங்க' என்றான்.

'சே. நாங்க ஒன்னும் திருடங்கல்ல' என்று ஷாமண்ணா அவர்களது மூன்று வாட்சுகளையும் திருப்பிக்கொடுத்துவிட்டுப்

பையன்களோடு அவர்களைச் சுற்றி நின்று கிருஷ்ணப்பாவை அவர்களுக்கு எதிராக நிறுத்தினான்.

கிருஷ்ணப்பா தான் இயல்பாகப் பேசும் முறையில் எந்த உத்வேகமும் இல்லாமல் சொன்னான், 'எங்கிட்ட நீங்க மன்னிப்பு கேட்கத் தேவையில்ல. நானும் நீங்களும் அல்லது கௌரி தேஷ்பாண்டேயும் நீங்களும் சமன்னு நெனச்சி இப்படிப் பண்றது சரியில்ல. பாவம், நீங்க என்ன செய்வீங்க? உங்கள மாதிரியே நானும் அந்தக் காலேஜில காலங்கழிச்சிட்டிருக்கறது னால அப்படிப்பட்ட பிரமை உங்களுக்கு உண்டாயிருக்குது...'

புறப்படுவதற்கிருந்த ராமுவை ஷாமண்ணா கையால் தடுத்து, கண்ணை உருட்டி, நிறுத்தி 'அவருக்குத் தேவையில்லாம இருக்கலாம். ஆனால் நாங்க டிமாண்ட் பண்றோம் அவருகிட்ட மன்னிப்பு கேளுங்க' என்றான்.

ராமு தடுமாறியபடி, 'தப்புதான். மன்னிச்சிடுங்க' என்றான்.

ஷாமண்ணா 'ஒரு பக்கெட் தண்ணி கொண்டாங்கடா' என்றான்.

பக்கெட் வந்தபோது தன் துண்டை அதில் முக்கி ராமுவின் முகத்தைத் துடைக்கப்போனான். அவன் முகத்தைத் திருப்பிக் கொண்டபோது 'நீங்க மன்னிப்பு கேட்டதுக்கப்பறம் நான் பூசிய கரியைத் துடைக்கிறது என் கடமை பாருங்க' என்றான்.

ராமு ஒத்துக்கொள்ளவில்லை. தானே கழுவிக்கொண்டான். அதன் பிறகு ஷாமண்ணா 'நீங்க செவுத்துல எழுதுனதை இப்ப நீங்களே அழிக்கணும். கண்டிப்பா' என்றான்.

ராமுவும் கூட்டாளிகளும் ஒத்துக்கொண்டு புறப்பட்டார்கள். ஹாஸ்டல் முழுவதும் வெளியே நின்று அவர்கள் துடைத் ததைப் பார்த்தது.

ராமுவையும் அவன் கூட்டாளிகளையும் தண்டிப்பது கோழைத்தனம் என்பதைப் போலத் தான் முகுளமாக நடந்து கொண்டிருந்தாலும் அந்தத் தண்டனையைத் தான் சூட்சுமமாக விரும்பியிருக்கலாம் எனக் கிருஷ்ணப்பாவுக்கு இப்போது தோன்றுகிறது. பின்னால் அவன் அரசியல் வாழ்க்கையில் இப்படிப்பட்ட சந்தர்ப்பங்கள் எத்தனையோ எழுந்தபோது பழிதீர்த்துக்கொள்வதில் தான் காட்டிய ஆர்வமின்மையே தன் எதிராளிகளை ஒழித்துக்கட்டக்கூடிய அஸ்திரமானதும் உண்டு. தான் வாய்விட்டுச் சொல்லாமலே நடக்க வேண்டியது மற்றவர்களால் நடந்ததும் உண்டு. தான் யோக்கியமாயிருந்து மற்றவர்களைக் கொண்டு இப்படிப்பட்ட வேலைசெய்துகொள்

அவஸ்தை 67

வது சரியா? ஆனால் இப்படிப்பட்ட தார்மீகக் கேள்விகள் வேண்டாத சூட்சுமங்கள் எனத் தோன்றும் சமூக நீதிக்குச் சம்பந்தப்பட்ட சந்தர்ப்பங்கள் அவை. ஏழை தலித்துகளுக்கான போராட்டத்தில் திடமாக இறங்கிய பிறகு அதில் வெற்றிபெறு வதற்காகச் செய்யும் வேலைகளெல்லாம் நியாயமானவை என்று அண்ணாஜி ஒருமுறை சொல்லவில்லையா? ஒவ்வொரு விரலையும் மடித்து நீட்டுவதைக் கற்றுக்கொண்டிருக்கும் கிருஷ்ணப்பாவை அவன் முரட்டுத்தனத்தை அடைவதற்காகக் கைவிட்ட தன் ஆளுமையின் அம்சங்கள் இப்போது மட்டும் தொல்லைப்படுத்துகின்றன. மற்றவர்கள் நலனுக்காக வாழ்வதில் கூட நாம் முழுக்க ஈடுபட்டிருப்போம் என்பது நிச்சயமல்ல வெனத் தோன்றுகிறது.

மறுநாள் காலையில் போய்க் கௌரி தேஷ்பாண்டேயைக் கிருஷ்ணப்பா பார்த்தான். அவள் கல்லூரிக்குப் போகாமல் வீட்டிலேயே இருந்தாள். தன் மகள் யாரோ ஒரு பையனோடு ஒட்டிக்கொள்கிறாளே என்று அவள் தாய் அனுசூயாபாய் சந்தோசப்பட்டதாகத் தெரிந்தது. உயரமாக, மெலிதாக இருந்த அனுசூயாபாய் பச்சை வண்ணப் பட்டுப் புடவையுடுத்தி மாடியிலிருந்து இறங்கி வந்து கிருஷ்ணப்பாவுக்குக் கூச்சம் உண்டாகாத வகையில் உபசரித்தார். அவர் கூந்தலில் நரை முடிகள் தெரிந்தாலும் அவர் முகம் இன்னமும் இளமையின் துடிப்பையும் கவர்ச்சியையும் தக்கவைத்துக்கொண்டிருந்தது. கிருஷ்ணப்பாவுக்கும் மகளுக்கும் பலகாரம் கொடுத்து ஃப்ளாஸ்க் கில் காப்பியை ஊற்றிவைத்து இருவரையும் பேசிக்கொண்டிருக்கச் சொல்லித் தன் அறைக்குப் போனார்.

கௌரியே கிருஷ்ணப்பாவுக்கு உப்புமா பரிமாறியவாறு அவன் இறுக்கத்தைத் தளர்த்த முயன்றாள்.

'அடுத்து என்ன பண்ணலான்னு இருக்கறீங்க?'

கிருஷ்ணப்பா இந்தக் கேள்விக்குப் பதில் சொல்லக் கஷ்டப் பட்டதைக் கௌரி கவனித்தாள்.

'தெரியல. ஊருல போய் இருக்கறேன். எங்க அம்மா இருக்குது. கொஞ்சம் நஞ்செய் நிலம் இருக்குது. கிராமத்துல இருந்துட்டே என்ன பண்ணனுன்னு படுதோ அதைப் பண்றேன். நீங்க?'

கிருஷ்ணப்பா அன்னியோன்யத்துக்காக இந்தக் கேள்வி யைக் கேட்டிருக்க முடியாது. உப்புமாவைச் சாப்பிட்டு முடித்த கிருஷ்ணப்பாவுக்குக் கௌரி ஆப்பிளை வெட்டிக்கொண்டிருந் தாள். நஞ்சப்பா தன் தாய்க்கென்று சிம்லாவிலிருந்து கூடையில் ஆப்பிள் தருவிக்கிறார் எனக் கிருஷ்ணப்பாவிடம் சொல்லி

அவன் எதிர்வினையைக் கவனிக்க வேண்டுமென்னும் ஆசையை அடக்கிக்கொண்டாள்.

'ஒரு பொண்ணுக்குத் தாயாகற ஆசையே இல்லாம இருக்கலாங்கறதை நீங்க ஒத்துக்கறீங்களா?'

கிருஷ்ணப்பா இப்படிப்பட்ட கேள்வியை எதிர்பார்க்க வில்லை. கௌரி அவசரப்படாமல் அவன் பதிலுக்காகக் காத்திருந் தாள்.

'நான் அதைப் பத்தி யோசிக்கல. பெண்கள் குழந்தைங் களுக்காக ஆசைப்படறது சகஜம்ன்னு நெனச்சிட்டிருந்தேன்.'

'இல்ல. நான் சொல்லறது அவளுக்குக் குழந்தைங்க மேல ஆசையிருக்கும். ஆனால் தானே தாயாகணுன்னு இல்லாம இருக்கலாம்.'

'ஏன், பயத்துனாலயா?'

'இல்ல. பயங்கூட அல்ல. ஆண் சம்பந்தத்துல ஆசையிருந்தும் தன்னோட ஒடம்பு குழந்தை பெக்கற சாதனமாகறது ஒரு பொண்ணுக்கு இஷ்டமில்லாமலயே இருக்கலாம். இது இயற்கைக்கு எதிரானதுங்கறீங்களா?'

'உங்களுக்கு அப்படிப் பட்டுச்சின்னா அப்ப நான் அதைப் புரிஞ்சிக்க முயற்சிபண்றனே. ஆனால் நீங்க ரொம்பப் பொது வாகக் கேட்டா எனக்கு என்ன சொல்றதுன்னு புரியல.'

கௌரி உற்சாகமடைந்தவளாகச் சொன்னாள், 'ரூம்ல ஒக்காந்து பேசலாம் வாங்க.'

வேண்டுமானால் சிகரெட் பற்றவையுங்கள் என்று ஒரு டப்பாவை எதிரே வைத்தாள். நஞ்சப்பா தன் உபயோகத்துக் கென்று இங்கே வைத்திருக்கும் பிளேயர்ஸ் டப்பாவாயிருக்க லாம் என்னும் யோசனை கிருஷ்ணப்பாவுக்கு வந்து போயிற்று. சிகரெட் பற்றவைத்து உட்கார்ந்தவனிடம் கௌரி 'எஸ். எனக்கு அப்படிப் படுது. இதுக்கு நானிருக்கற விசேஷ சூழ்நிலைன்னு நெனச்சுக்காதீங்க. அப்படின்னு நெனச்சி அம்மா ரொம்ப வேதனைப்படறா. நிறைய நாடுகளுக்குப் போய்வரணும், நிறையப் புஸ்தகம் படிக்கணும், விதவிதமான ஜனங்களோட பழகணும் இப்படி என்னென்னமோ தோனிட்டே இருக்கு. யாரோ ஒருத்த னோட சேந்து அவனோட பொண்டாட்டியா ஆயுள் முழுசை யும் கழிக்கணுன்னு நான் நினைக்கல.'

கிருஷ்ணப்பா பேசாமல் உட்கார்ந்திருந்தான். கௌரி சிரித்துக்கொண்டே, 'உங்களுக்கு ஷாக்கா இருக்கலாம் இல்லியா?

ஆனால் நிஜமாவே எனக்கு அப்படிப் படுது. கூடவே நானும் கொஞ்சம் எங்க அம்மா மாதிரியே – எனக்கு ஆம்புள வேணும். நான் சபல புத்தியுள்ள பொண்ணு அல்லன்னு புரிஞ்சிட்டிருக்கறேன். வாங்க... '

தன் கேள்விக்குப் பதில் தர வேண்டிய அவசியம் இல்லாமல் செய்வதற்குக் கௌரி கிருஷ்ணப்பாவைத் தோட்டத்துக்கு அழைத்துக்கொண்டு போய் ரோஜாக்களைக் காட்டினாள். தோட்டத்தின் மூலையில் ஒரு மரத்தின் பொந்திலிருந்த பறவையின் கூட்டைக் காட்டினாள் – பக்கத்தில் நின்று. மென்மையான அடிமட்டத்தில் இன்னும் பச்சை பச்சையாக இருந்த, சிவப்பான வாயைத் திறந்து கீ கீ என்ற குஞ்சைக் காட்டியவாறு கௌரி அவன் தோளின் மேல் மிக இயல்பாகத் தன் முகத்தை அழுத்தியிருந்தாள். அவள் மகிழ்ச்சியில் நடுங்கியவாறு மெய்மறந்து நின்றது கிருஷ்ணப்பாவுக்குப் புரிந்தது. அவன் சிறுவனாயிருந்த போது இப்படிப்பட்ட எத்தனையோ கூடுகளைத் தேடிக்கொண்டு போயிருக்கிறான். சில சமயம் தேவையற்ற குரூரத்தோடு உண்டி வில்லால் பறவைகளின் கால்களில் அடித்து அவற்றை இம்சித்திருக்கிறான். ஆனால் கௌரியின் உற்சாகத்தால் அவன் இன்று மிகவும் மென்மையடைந்தான். பூக்களின் படங்களிருந்த மொட மொடப்பாக இஸ்திரி செய்யப்பட்ட வெள்ளைப் புடவை யுடுத்தி, சடையை நெஞ்சின் மேல் போட்டு மகிழ்ச்சியால் ஈரமான கண்களால் கிருஷ்ணப்பாவின் முகத்தைப் பார்த்தாள். லேசாகத் தொட்டவாறு தன் அருகில் நின்ற கௌரியை மேலும் தொட்டுக்கொண்டு நிற்க வேண்டுமென நினைத்ததைக் கிருஷ்ணப்பா கட்டுப்படுத்திக்கொண்டான்.

குன்றுப் பக்கம் போகலாமெனக் கிருஷ்ணப்பா அறிவுறுத்திய போது கௌரி ஒப்புக்கொண்டு காரில் போகலாமே என்றாள். கிருஷ்ணப்பா அதனால் கூச்சப்பட்டாலும் அவளை அவ்வளவு தூரம் நடக்கவைத்தால் களைத்துப்போவாள் என்பதால் ஒத்துக் கொண்டான். வழியில் மஹேஸ்வரய்யா, அண்ணாஜி, தன்னைப் பற்றிச் சுலபமாகக் கௌரியிடம் சொல்லிக்கொண்டது கிருஷ்ணப்பாவுக்கு ஆச்சரியமாயிருந்தது. குன்றுக்கு அடியில் காரை நிறுத்திவிட்டு, பைராகியைப் பற்றி அவளுக்குத் தெரியுமா எனக் கேட்டான். ஊரைவிட்டுத் தொலைவில் வசித்த அவளுக்குத் தெரிந்திருக்கவில்லை. கிருஷ்ணப்பா, 'வாங்க அவரைப் பாக்கலாம்' என்று கௌரியுடன் குன்றில் ஏறியபோது சொன்னான் 'பாருங்க, உங்க கேள்விக்கு என்ன பதில் சொல்றதுன்னு தெரியல. உங்களுக்கு அப்படிப் பட்டுச்சுன்னா சரி. ஆனால் ...'

கௌரி மூச்சுவாங்கியதைப் பார்த்து நின்றான். அடுத்து வந்த பாதை சற்றுக் கடினமாயிருந்தது. ஒரு பாறைமீது ஏற

வேண்டியிருந்தது. கௌரி புடவையை மேலே ஏற்றிக்கொண்டு இயல்பான குரலில் சொன்னாள், 'பிடிவாதத்துக்காக அப்படிச் செய்யறேன்னு என் அம்மாவைப் போல நீங்களும் யோசிக்கா தீங்க.'

'இல்ல' என்று கிருஷ்ணப்பா பாறையில் ஏறிக் கௌரி ஏறிக்கொள்ளக் கையை நீட்டினான். கௌரி அவன் வலிமை யான தோள்களை லேசாகப் பற்றிக்கொண்டு பாறையில் ஏறினாள்.

'பாலிடிக்ஸ்ன்னா எனக்கு போர்' என்று இது தன் உறுதி யான கருத்தென்பதைப் போலச் சொன்னாள் 'இதுவே சின்ன ஊருன்னு எனக்குப் படுது. பெரிய ஊர்ல ப்ரைவசி இருக்கும். பம்பாய்க்கோ டெல்லிக்கோ போயி நடமாடணுன்னு நினைச்சுக் கறேன். அதெப்படி நீங்க கிராமத்துக்குப் போயிருக்கப்போறீங் களோ?' அவள் சொன்னதற்கும் அதிகமானதைக் கிருஷ்ணப்பா அவள் பேச்சில் தேடினான். பைராகியின் குகைக்கு எதிரில் நாய் கத்திக்கொண்டு ஆவேசத்தோடிருந்ததாகத் தெரிந்தது. தன் உணவைச் சமைத்துக்கொண்டிருந்த பைராகி எழுந்து நின்று நாயை அமைதிப்படுத்த முயன்றுகொண்டிருந்தான். குகைக்குப் பக்கத்தில் வந்துகொண்டிருந்தபோதே கௌரி பயத்தில் கத்திக்கொண்டு கிருஷ்ணப்பாவை ஒட்டி நின்றாள். நாகப்பாம்பு ஒன்று படமெடுத்து நாயைப் பயமுறுத்தியவாறு குகைப் பக்கம் போய்க்கொண்டிருந்தது. பைராகி நாயைக் கெட்டியாகப் பிடித்திருந்தான். பாம்பு அவசரமாகக் குகைக்குள் நுழைந்தது. பைராகி நாயைத் தடவியபடி குகையைவிட்டு வெளியே போகு மாறு தாஜாசெய்யத் தொடங்கினான். நாய் படிப்படியாக அமைதியடைந்து தூரமாகப் போய்க் குகைப் பக்கம் வெறித்துப் பார்த்தவாறு தன் இடத்தில் படுத்தது. சட்டியிலிருந்தது வெந்த பிறகு பைராகி இலைகளை எடுத்துவரக் குகைக்குள் போய்க் கொண்டிருந்ததைப் பார்த்த கௌரி பயத்தால் பீடிக்கப்பட்ட வளாகிக் கிருஷ்ணப்பாவைக் கெட்டியாகப் பிடித்து நடுங்கத் தொடங்கினாள். குகைக்குள்ளிருந்து புஸ் என்னும் சத்தம் வந்தது. உள்ளே செல்லவிருந்த பைராகி அசையாமல் நின்றான். உடம்பெல்லாம் காதாகப் படுத்திருந்த நாய் மீண்டும் உத்வேகம் கொண்டு குலைத்தவாறு ஓடிவந்தது. பைராகி அதைக் கட்டிப் பிடித்துச் சமாதானப்படுத்த முயன்றான். கிருஷ்ணப்பாவுக்கு அருகில் நாயை இழுத்துவந்து அதைப் பிடித்துக்கொள்ளுமாறு கண்ணால் அறிவுறுத்தினான். கிருஷ்ணப்பா நாயைப் பிடித்துக் கொண்டிருந்தபோது வெளியே சட்டியிலிருந்த தண்ணீரால் எதிரிலிருந்த கல்லில் சமதளமாயிருந்த நான்கு இடங்களைக் கழுவினான். கிருஷ்ணப்பா 'சுவாமி எங்களுக்குச் சாப்பாடு வேண்டாம்' என்றபோது சட்டியிலிருந்ததில் பாதிப் பாகத்தைத்

தூரத்தில் நாய்க்கு வைத்து, நாயைச் சாப்பாட்டுக்கு அருகில் அழைத்துக்கொண்டு போனான். ஆனால் நாய் சாப்பாட்டை விரும்பாமல் பின்னுக்கு ஓடிக் குகைக்கு எதிரே நின்று குலைக்கத் தொடங்கியது. பாம்பு 'புஸ்' என்று சீறிக்கொண்டேயிருந்தது. மீண்டும் பைராகி நாயைப் பலவந்தமாக இழுத்துக்கொண்டு போய் அதன் சாப்பாட்டுக்கு முன்னால் நிறுத்தப் பார்த்தான்.

கௌரி இந்த நாடகத்தையெல்லாம் ஆச்சரியத்தோடு பார்த்த படி உட்கார்ந்தாள். பைராகியின் கையில் நாய் தத்தளித்துக் கொண்டே இருந்தது.

'நாயை அதன்பாட்டுக்கு விட்டுவிடுற மனுசர் நீங்கன்னு நெனச்சிட்டிருந்தேன்' என்றான் கிருஷ்ணப்பா. கீதையின் 'நைநம் ஹந்த்தி ந ஹைநதே' அவனுக்கு நினைவுக்கு வந்தது. பைராகி தினசரி படிக்கும் புத்தகமல்லவா அது?

பைராகி கிருஷ்ணப்பாவின் பேச்சைத் தீவிரமாகக் கேட்ட தாகத் தோன்றியது. சின்னப் பெருமூச்சு அவனிடமிருந்து வெளிவந்ததைக் கிருஷ்ணப்பா கவனித்து அவன் எதிர்வினைக் காக ஆர்வத்தோடு காத்திருந்தான். பைராகி நாயை விட்டான். நாய் ஜங்கென்று தாவிக் குகைக்கு எதிரில் நின்று குலைத்தது. புஸ் என்னும் சப்தம் ஏறி இறங்கிக்கொண்டிருக்க முழுக்குகையும் மூச்சுவிடும் உணர்வு தோன்றியது. பைராகியின் முகம் வெளுத் ததைக் கிருஷ்ணப்பா கவனித்தான். கௌரி கிருஷ்ணப்பாவைக் கட்டிக்கொண்டு அவன் நெஞ்சின் மேல் முகத்தை மூடிக் கொண்டாள். தவிர்க்க முடியாத அடுத்த சம்பவத்துக்காகக் கிருஷ்ணப்பா காத்திருந்தான். நாய் குகைக்குள் நுழைந்தது. பாம்பு சீறும் சப்தம் மட்டும் முதலில் கேட்டது. அது படிப்படி யாகக் குறைந்து துணி துவைப்பது போன்ற அடிக்கும் சப்தம் குகையிலிருந்து வந்தது. இன்னொரு கணத்தில் ரத்தத்தை முகம் முழுவதும் பூசிக்கொண்ட நாய் இன்னும் தத்தளித்துக்கொண் டிருந்த பாம்பைக் கவ்விக்கொண்டு புதர்களின் சந்துக்கு ஓடியது. குகை வாசலிலிருந்து சொட்டியிருந்த ரத்தத்தைப் பார்த்தவாறு பைராகி பரிமாறிக்கொண்டிருந்த தன் உணவை அள்ளி வீசி விட்டு வந்து உட்கார்ந்தான். அவன் அமைதியடைய முயன்று கொண்டிருந்ததாகத் தெரிந்தது.

இப்போதும் கிருஷ்ணப்பா இந்தச் சம்பவத்தை நினைவு படுத்திக்கொண்டபடி, 'அந்தப் பைராகி தான் கண்ட இம்சையை உள்வாங்கிக்கொள்ளவே இல்லையோ என்னவோ. எனக்குப் புரியவில்லை' என்கிறான்.

❍

காலையில் விரல்களைக் கொஞ்சம் கொஞ்சமே மடித்தும் நீட்டியும் உள்ளங்கையை அசைக்கக் கிருஷ்ணப்பா முயன்றான். பின்னர் ஒரு நாள் காலை முழங்கையையும் காலையும் மடிப்பது கூடத் தனக்குச் சாத்தியமாகலாம் என நம்பிக்கைகொண்ட போது சின்னதாக அவனுக்குள் தெம்பு பிறந்தது. அமெரிக்காவி லிருந்து திரும்பிவந்து டெல்லியின் மிராண்டா கல்லூரியில் ஆங்கிலம் கற்பித்துக்கொண்டிருந்த கௌரி தேஷ்பாண்டேவுக்கு நான்கு நாள்கள் அளவுக்கு வந்து தன்னைப் பார்த்துவிட்டுப் போகுமாறு எழுதச் சொல்ல வேண்டும் எனத் தோன்றியது. அவளைக் கடைசியாகப் பார்த்துப் பதினைந்து வருடங்களுக்கு மேலாகியிருந்தது. இன்னமும் அவள் குழந்தை பெற்றுக் கொள்ளாமல் திருமணம் செய்துகொள்ளாமல் இருக்கிறாள். ஃபிலடெல்பியாவில் அவள் படித்துக்கொண்டிருந்தபோது தான் அமெரிக்காவைச் சேர்ந்த ஒருவனோடு வாழ்ந்துகொண்டிருப்ப தாக எழுதியிருந்தாள். மூன்று வருடங்களுக்குப் பிறகு அவனுக்குச் சொந்தக் குழந்தைகள் வேண்டும் என்னும் ஆசை இருப்பதாகவும் அதை அவன் சொல்லிக்கொள்ளாவிட்டாலும் தன்னால் அவன் ஏமாற்றமடையக் கூடாதென்று அவனிடமிருந்து விலகிக்கொள்வ தாகவும் எழுதியிருந்தாள். கௌரி அப்படி எழுதிய பிறகு அன்று அவள் பேசியபோது குழந்தைகள் வேண்டாம் என்ற தற்கு அவளது பக்குவமற்ற நிலை காரணமாயிருக்கலாம் என்னும் தன் ஊகம் சரியல்லவெனப் படிப்படியாக அவனுக்கு உறுதி யாயிற்று.

ஆனாலும் அவை கிருஷ்ணப்பாவைப் பொறுத்தவரையில் மிகுந்த ஆதங்கம் நிறைந்த நாள்கள். அளவற்ற விடியலின் ஓரத்தில் குதிகாலில் நின்றவனைப் போல அப்போது அவன் இருந்துகொண்டிருந்தான். எளிதாக, உல்லாசமாக அவனோ டிருக்க முயன்று கௌரி தோற்றிருந்தாள். இருவரும் சேர்ந்திருந்த போது ஒருவரையொருவர் தீபத்தைப் போலக் கூராகப் பற்ற வைத்துக்கொண்டதுண்டே தவிர சாவதானமாக ஒருவர் சூட்டில் மற்றவர் கரைந்து மென்மையடைந்தது கிடையாது. தன்னைக் கிருஷ்ணப்பா ஏற்றுக்கொள்வதற்கு அவசியமான பேச்சென்று கௌரி எதையோ தொடங்குவாள்.

'நான் உங்களுக்குச் சொல்லல இல்லியா? என் அப்பா பெல்காமிலிருந்தப்ப நஞ்சப்பாவும் அவரும் சினேகிதர்கள். ஒன்னா ஏதோ பிசினஸ் செஞ்சிட்டிருந்தாங்க. எங்கள் வீட்டில தான் நஞ்சப்பா தங்குவாரு. என் அப்பாவுக்கு இன்னொரு காதலியும் இருந்தாளாம்.'

இவையெல்லாம் தேவையற்ற விவரங்களெனக் கிருஷ்ணப்பா வின் மனம் வேறெதிலோ இருக்கும். ஏதோ மகத்தானதை

எதிர்பார்த்துத் தன்னோடு வந்த கிருஷ்ணப்பாவைத் தான் சில்லறை விஷயங்களின் பக்கம் இழுத்துக்கொண்டிருப்பதாக அவளுக்குப் பச்சாதாபம் ஏற்பட்டுவிடும். அவனுக்கு விருப்பமான வற்றைச் சமைத்துப் பரிமாறியது மட்டுமே இந்தப் பூமியில் அவனோடு சேர்ந்து அவள் செய்த காரியங்கள்.

ஒவ்வொரு மாலையும் கிருஷ்ணப்பா வந்துவிடுவான். கௌரி தனக்குப் பரிச்சயமற்றவளோ என்பதைப் போல 'மன்னிச்சுக்குங்க. நீங்க படிக்கணுமாயிருந்துச்சோ என்னமோ? பரீட்சை நெருங்கிட்டிருக்கல்ல?' என்பான். இப்படிச் சலுகை யிலும் தள்ளி நின்ற கிருஷ்ணப்பாவையே அவளும் விரும்பினாள்.

'இல்ல வாங்க' என்பாள். கிருஷ்ணப்பா எதுவும் பேசாமல் தன் விசாலமான பார்வையை அறையில் அவசரமில்லாமல் செலுத்தியபடி உட்கார்ந்தால், 'பாடட்டுமா?' என்று கௌரி கேட்பாள். பாட்டால் கிருஷ்ணப்பா இறுக்கம் தளர்வான் என்று அவளுக்குத் தெரியும். மகள் கிருஷ்ணப்பாவுக்கு முன்னால் உட்கார்ந்து பாடுவதை அனுசூயாபாய் மாடியிலிருந்து இறங்கி வந்து கேட்டுக்கொள்வாள். அவள் மூலையிலிருந்த மோடாவில் யாருக்கும் தொந்தரவு உண்டாகாத வகையில் அமைதியாக உட்கார்ந்திருப்பது கிருஷ்ணப்பாவுக்கு விருப்பமானது. சுருட்டைக் கூந்தலோடு கருப்பு விக்கிரகத்தைப் போலத் திடமாயிருந்த கிருஷ்ணப்பாவையும் பால் நிறத்தில் தீவிரப் பாவனைகளோ டிருந்த தன் மகளையும் கண் குளிரப் பார்த்தவாறு அனுசூயா பாய் மகிழ்ச்சியடைவாள். தான் சதா படித்துக்கொண்டிருந்த சரத் சந்திரரின் புதினங்களின் வர்ணனைகளில் இந்த இருவரை யும் இருத்துவாள். இதற்கிடையில் நஞ்சப்பாவும் வந்தால் யாரும் கூச்சப்படமாட்டார்கள். ஏழையான கிருஷ்ணப்பனுடனான சினேகம் முதலில் அவருக்குப் பிடிக்காவிட்டாலும் கௌரி என்றால் பயந்துகொண்டிருந்த நஞ்சப்பா பேசாதிருந்தார். வர வர மிகுந்த கடவுள் பக்தியுள்ளவராகியிருந்த நஞ்சப்பா சாயங்காலம் விநாயகர் கோவிலில் பூஜையை முடித்துக்கொண்டு குங்குமப் பிரசாதம் கொண்டுவந்திருப்பார். இந்தப் பிரசாதத்தை மூவருக்கும் கொடுத்துவிட்டு அவர் மாடிப் படியேறிப் போவார். அனுசூயாபாய் எழுந்து போவது கௌரிக்கோ கிருஷ்ணப்பா வுக்கோ தெரியாது.

ஏன் கௌரியைத் தான் அடையவில்லை? தனியாக இருந்த போது கிருஷ்ணப்பாவுக்கு அவளோடு கூடும் தீவிர ஆசை உண்டாகிக்கொண்டிருந்தது. ஆனால் மிருகத்தைப் போலத் தான் அவளைச் சம்போகிப்பதைக் கற்பனை செய்துகொள்ளும் போதே தன்னைப் பற்றி மிகுந்த வெறுப்படைவான். அவனை இப்படிப்பட்ட பாவ உணர்விலிருந்து விடுவித்தவளென்றால்

அது லூஸியானா – உடம்பின் குளிரைப் போக்கி அதன் ஒவ்வொரு இடுக்கும் மூலையும் உயிர்த்துடிப்பானவையென்று காட்டியவள். ஆனால் அது முன்னரே கௌரியால் நடந்திருந்தால் . . .

ஒரு நாள் மத்தியானம் அண்ணாஜியைப் பார்க்கவென்று கிருஷ்ணப்பா புறப்பட்டான். சமீபத்தில் அண்ணாஜி பணத்துக்கு அலைய வேண்டியிருக்கவில்லை. தேவைக்கும் அதிகமான பணம் அவனிடம் புழங்கியது. கிருஷ்ணப்பா கடன்பட்டுக் கொண்டுவந்து கொடுத்திருந்ததையெல்லாம் திருப்பிக் கொடுத்திருந்தான். எங்கிருந்து அவ்வளவு பணம் என்று கிருஷ்ணப்பா கேட்காவிட்டாலும், அண்ணாஜியே உமாவின் உதாரகுணத்தைப் புகழ்ந்திருந்தான். அவள் கணவனுக்குத் தெரியாமல் அவனது கறுப்புப் பணத்தைத் தண்டவாளப் பெட்டியிலிருந்து திருடித் தந்துகொண்டிருந்திருக்கலாம். அண்ணாஜியை இதன் நியாயமற்ற தன்மை பாதிப்பதில்லை. கிருஷ்ணப்பாவோடு மார்க்சிய – லெனினியம், மிகுந்த நுட்பமான பிரச்சினைகள் பற்றி இப்போதும் மெய்மறந்து பேசுவான். இவற்றைக் கேட்டுக்கொண்டு உமா தன் மாநிறக் குண்டு முகத்தைக் கைகளால் தாங்கி உட்கார்ந்திருப்பாள். அண்ணாஜி அவள் பக்கம் திரும்பி மிகச் சிக்கலான வாதங்களை எடுத்துவைப்பான். ஆராதனையில் பூப்போடுவது போலச் சிந்தனைகளை உமாவுக்கு முன்னால் எறிந்தவாறு அண்ணாஜி தேவியின் விக்கிரகத்தைப் பூஜித்துக்கொண்டு உட்கார்ந்தவனைப் போலக் கிருஷ்ணப்பாவுக்கு அப்போது தெரிவான்.

அன்றைக்கு மத்தியானம் போய்க் கதவுக்கு எதிரே நின்றிருந்த போது உமா வேதனைப்பட்டுக்கொண்டிருந்தாற்போலவும் அண்ணாஜி ரகசியமாக ஏதோ சொல்லிக்கொண்டிருந்தாற்போலவும் கேட்டது. கதவைத் தட்டப்போனவன் பின்வாங்கினான். அவன் காலடியோசை கேட்டிருக்க வேண்டும். இருவரும் அந்த வேகத்தில் மூச்சுவாங்கியவாறு கெடுபிடியில் நடமாடிக் கொண்டிருந்ததைக் கதவுக்கு வெளியிலிருந்து கேட்டுக்கொண்ட கிருஷ்ணப்பா சற்றுக் கூச்சப்பட்டான். தான் இப்போது புறப்பட்டுப் போவதும் சரியல்ல; நின்றிருப்பதும் தவறு. என்ன செய்வதெனத் தெரியாமல் ‘நான் கிருஷ்ணப்பா. பிறகு வருகிறேன். சும்மா வந்திருந்தேன். அவ்வளவுதான்’ என்றான். அண்ணாஜி இதனால் மிகுந்த சமாதானமடைந்தது அவன் குரலிலிருந்தே தெரிந்தது.

‘ஓ கிருஷ்ணப்பாவா? இரு. போகாதே.’

கிருஷ்ணப்பாவுக்கு மேலும் அதிகக் கஷ்டமாயிற்று. இப்போது தான் போக முடியாது. எதுவும் நடக்காததுபோல அண்ணாஜி, உமாவின் முகங்களைப் பார்க்க வேண்டும்.

அவர்களிருவருக்கும் மறைப்பது கஷ்டமாகாதபடி, இதெல்லாம் புரியாத முட்டாளைப் போலத் தான் காட்டிக்கொள்ள வேண்டும்.

கதவு திறந்தது. கூந்தல் கலைந்திருந்த உமா துணியால் புத்தகங்களின் மீதிருந்த தூசைத் தட்டியபடி ஸ்டூலின் மேல் நின்றிருந்தாள். அவள் இந்த வேலையிலிருந்ததால் உடனே கதவைத் திறக்க முடியவில்லையென்று தான் புரிந்துகொள்ள வேண்டும். ஆனால் அண்ணாஜி அப்போதுதான் எழுந்தவனைப் போலக் கண்ணைத் தேய்த்துக்கொண்டிருந்தது மட்டும் பொருத்த மற்றதாயிருந்தது. ஆனால் ஒன்றிரண்டு நிமிடங்களுக்குள் அண்ணாஜி லெனினின் 'டெமாக்ரடிக் சென்ட்ரலிஸம்' தத்துவத்தில் இருந்த முரண்பாடுகளை உண்மையிலேயே ஆழ்ந்து விவாதித்துக்கொண்டிருந்தான். இடையில் லெனின் சொன்ன வார்த்தைகள் சரியாக நினைவுக்கு வராமல், 'உமா, லெனினின் கலெக்டெட் வொர்க்ஸ் இருக்கிறதல்லவா? கொடு' என்றான். உமா புத்தகத்தைக் கொண்டுவந்து எதிரே வைத்தாள். 'மிஸ்டர் சென்னவீரய்யாவைவிட இவளே வேகமாகக் கற்றுக்கொள்கிறாள். இவளுக்குச் சிந்தனை ஆற்றலும் இருக்கிறது' என்று அண்ணாஜி உமாவைப் புகழ்ந்து, புத்தகத்தில் தனக்குத் தேவையான வார்த்தைகளைத் தேடினான். உமா காப்பி போட்டு எடுத்துவரக் கீழே போனாள்.

கிருஷ்ணப்பா தன் வாழ்க்கையின் மிகத் தீவிரமான பொறாமையை அன்று அனுபவித்தான். உமாவின் நடவடிக்கையில் கண்ட இதமான ஆயாசம் அவனைச் சஞ்சலம்கொள்ள வைத்தது. தான் ஏன் அண்ணாஜியைப் போலில்லை என்று தீவிர அதிருப்தியடைந்தான். இவனுக்குப் பசியும் தாகமும் கொண்ட உடம்பே இல்லையோ என்னவோ என நினைக்கும்படியிருந்த அண்ணாஜி தனக்குத் தேவையானதைப் பெண்ணிடமிருந்து இவ்வளவு சுலபமாகப் பெறும்போது தனக்கு ஏன் சாத்தியமாகவில்லை? கற்பனையிலும் அவன் கௌரியை நிர்வாணமாகப் பார்க்கமாட்டான். அண்ணாஜி இறந்த பிறகும் அந்தப் பொறாமை கிருஷ்ணப்பாவிடம் தங்கியிருந்தது. அதைக் கிருஷ்ணப்பா களைந்தது லூஸினா அவன் தேகம் முழுவதையும் உதட்டாலும் நாக்கின் நுனியாலும் நெருப்புப் படுக்கையாகச் செய்து அதன்மேல் தன்னைச் சிறுத்தையைப் போல வசியப்படுத்தித் தேகத்தைத் தந்தபோது. கிருஷ்ணப்பா திடீரென எழுந்து நின்றதைப் பார்த்து அண்ணாஜி எந்தத் தயவும் இல்லாமல் 'போகாதே. உட்கார்ந்திரு. உமா சந்தேகத்தில் தத்தளிப்பாள். உன் ஊகம் சரி. ஆனால் இவையெல்லாம் என் கைமீறியவை' என்றான். இவ்வளவு எளிதாக விட்டுத்தள்ளக்கூடிய அண்ணாஜியைக் கண்டு கிருஷ்ணப்பா ஆச்சரியப்பட்டான்.

❍

முந்தானையால் முழுக்க மூடி, பெரிய குங்குமப் பொட்டிட்டு மூக்குத்தியணிந்திருந்த முகத்தைச் சுற்றுக் கவிழ்த்துக் காப்பி எடுத்து நின்ற உமாவைப் பார்த்துக் கிருஷ்ணப்பா இன்னும் அதிகமாக ஆச்சரியப்பட்டான். அப்படியானால், பாவ உணர்வால் வேதனைப்படாமல் சமூகக் கட்டுகளை மீறக்கூடியவள் பெண். அண்ணாஜி மிகவும் சினேகிதமான குரலில் 'உட்கார் உமா. ஒரு சீரியஸான விஷயத்தை உங்கள் இருவருக்கும் சொல்ல வேண்டும்' என்று அவளை எதிரில் உட்காரவைத்துக்கொண்டு தன் சிறப்பான பாணியில் வகுப்பு எடுத்தான்.

'இதுவரை சமூகம் சிருஷ்டித்த எல்லா உற்பத்தி உறவுகளும் மனிதனின் சுதந்திரத்தை வரம்புக்குட்படுத்துபவை. உதாரணத் துக்கு ஆண் பெண் சம்பந்தத்தைப் பார்க்கலாம். மற்ற பொருள் களைப் போலவே பெண்கூட ஒரு சொத்து. அதனாலேயே இது தனக்குச் சொந்தமான பெண் இது வேற்றுப் பெண் என்னும் வகைப்படுத்தல்களின் அடிப்படையில் தன் சொத்தைக் காப்பாற்றிக்கொள்ளும் முறையை மனிதன் ஃபியூடல் அமைப்பி லும் காப்பிடலிஸ்ட் அமைப்பிலும் ஏற்படுத்திக்கொண்டிருக் கிறான். இந்த எல்லா அமைப்புகளும் மனிதனின் இயல்பான விகாசத்தைத் தடுக்கின்றன. அவ்வாறே நம்முடைய இந்த லிபிடோ – இந்தக் காம வாழ்க்கை – இயற்கைக்கு மாறான கட்டுப்பாடுகளுக்கு உள்ளாகிறது. குறைபாட்டின் அடிப்படையில் முதலாளித்துவப் பொருளாதாரம் கட்டமைந்திருக்கிறது. அதாவது செயற்கையான குறைபாடு, சுரண்டல். இது காம வாழ்க்கைக்கும் பொருந்தும். இப்போது பாருங்கள் வளமுற்ற நிலையில் மனித னின் உணவு, உடை, உறையுள், பண்பாட்டுத் தேவைகள் நிறைவேறும்போது, மனிதன் இறுதி விடுதலைக்குத் தயாராகிறான். தங்களைத் தீவிரமான சங்கடங்களுக்கு உள்ளாக்கும் காம வாழ்க்கைக்குத் தொடர்புள்ள விலக்குகளை மீறி ஆணும் பெண் ணும் விடுதலையடைகிறார்கள். திருமணமானவளின் விஷயத் தில் மட்டும் அதுவும் நியமங்களுக்குட்பட்டு இந்த உடம்பு சில வகையான இன்பங்களை அடையலாம் என்னும் தடைகள் மறையும் – சொத்தின் அவசியம் வர்க்கமற்ற சமுதாயத்தில் மறைந்ததைப் போல. அப்போது மொத்தத் தேகமும் விடுதலை யடைந்து இன்பத்தின் ஊற்றாகும். இந்த இன்பத்தின் சாதனையே மனிதனுக்கு நியாயத்தைத் தரும். தான் போகிப்பது மிகவும் மதிப்புமிக்கது, சுதந்திரமானது என்னும் உணர்வைவிடப் பெரிய நியாயம் வேறென்ன?'

'உன் வாழ்க்கை முறையை நியாயப்படுத்திக்கொள்ளவே நீ இப்படி வாதிடுகிறாய் என்று சொல்லலாமல்லவா?'

உமா அங்கிருந்ததை மறந்து கிருஷ்ணப்பா காட்டமாகக் கேட்டான்.

‘என் விஷயத்தை விட்டுவிட்டு யோசி. கிருஷ்ணப்பா, நீ விவசாயக் குடும்பத்தைச் சேர்ந்தவன். உன் முன்னோர்கள் நில உடைமைக்காரர்கள். அதனால் பெண் விஷயத்தில் நீ ஃப்யூடல்’ அண்ணாஜி பாதி நகைச்சுவையோடு சொன்னான்.

‘கட்டற்ற வாழ்க்கை நடத்துவது கூடாது என நம்புவதும் பெண்ணைப் பவித்திரம் எனக் கருதுவதும் ஃப்யூடல் என்றால் அது ஏன் கூடாது?’

‘பெண் ஏன் பவித்திரம்? அவள் உடமை என்பதால். இப்படிச் சொல்கிறவர்களே பெண்களை அடிக்கிறவர்கள். சமையல், அலங்காரம், இசைக்கு மட்டும் பெண்கள் தகுதி யானவர்கள் எனக் கருதுகிறவர்கள். தன்னோடு சம்போகத்துக்கு ஒப்பும் பெண் ஒழுக்கமற்றவள் எனக் கருதுகிறவர்கள் . . .’

கிருஷ்ணப்பாவுக்கு அண்ணாஜியின் கடைசி வார்த்தை களால் மர்மஸ்தானத்தில் அடி விழுந்தாற்போல வலித்தது. அண்ணாஜியின் எதிரில் உமா எந்தக் கல்மிஷமும் இல்லாத பெண்ணாக உட்கார்ந்திருந்தாள் – உண்மை. ஆனால் இரவு அவள் தன் கணவனுக்கும் உடம்பைத் தர வேண்டுமல்லவா? தங்கப் பல் சென்னவீரய்யாவுக்கும் அவள் உடம்பு இன்பத்தின் ஊற்றாகுமா? அண்ணாஜியால் ஆன அளவு? இல்லாதிருந்தால் எப்படிக் கணவனுக்கு உடம்பைத் தருகிறாள்? கிருஷ்ணப்பாவின் மொத்த ஆளுமையும் ஒரு பெண் இருவருடன் படுக்கக் கூடாது என எதிர்த்தது. ஆனால் சொல்லவில்லை. அனேகமாக உமா கணவனோடு இயந்திரத்தனமாக இருந்து, அண்ணாஜியோடு மட்டும் உண்மையாக மலரலாம். அப்படியிருந்தால் அவள் கணவனை விட்டுவிட வேண்டும். உமா இல்லாமல் இருந்திருந் தால் அண்ணாஜியோடு இப்படி வாதிட்டிருக்கலாம் என்று நினைத்துக்கொண்டு பேசாமல் உட்கார்ந்திருந்தான்.

அன்று மாலை கௌரியின் வீட்டுக்குப் போனவன் இதையே யோசித்துக்கொண்டிருந்தான். தனக்குக் கௌரி வேண்டும். ஆனால் அவள் தன்னோடு கிராமத்துக்கு வருகிறவளல்ல. திருமணமாகாமல் தன்னோடு படுத்துக்கொள் எனக் கேட்பது அவளைப் போகப் பொருளாகப் பார்ப்பதுபோல. அதற்கு அவள் ஒத்துக்கொண்டாலும் பிறகு அவள் கீழானவளென்று தான் யோசிக்கப்போவது நிச்சயம். இந்த வகையாகத் தடுமாறிய படி கிருஷ்ணப்பா கௌரியின் கேள்விகளுக்கு ஆமாம் இல்லை என்ற அளவிலேயே பதிலளித்துத் திரும்பி வந்திருந்தான். மறுநாள் குன்றுக்குப் போய்ப் பைராகியோடு உட்கார்ந்தான்.

அவன் அதே புத்தகத்தைப் படித்துக்கொண்டிருந்தான். அவனை என்ன கேட்பது எனச் சலிப்பாக இருந்தது. அவன் சமைக்கத் தொடங்கியபோது எழுந்து நின்றான். தன்னை உட்காரச் சொல்லப் பைராகி ஆசைப்பட்டிருக்கலாம். ஆனால் தன் நியமத்தின்படி பேசாமலிருந்தான் என்று அவன் முகத்திலிருந்த உணர்வால் தெரிந்தது. இப்படி மௌனக்கெட்டுக் காத்திருப்பது தன்னுடைய வழியல்ல எனக் குன்றிலிருந்து இறங்கினான்.

ஆனால் வீல் சேரில் தன்னை உட்கார்த்தி மனைவி தள்ளும் போது கிருஷ்ணப்பா யோசிக்கிறான்: நான் மனைவியை அடிக்கப்போயிருக்கிறேன். ஒரே நோக்கத்துக்காக வாழ்ந்து அதிலும் சபலப்படாமல் வறண்டுகொண்டிருக்கிறேன். நிதான மாகச் செத்துக்கொண்டிருக்கிறேன். யாரும் என்னிடம் வந்து தங்கள் காதல் கதையைச் சொல்லிக்கொள்வதில்லை. கட்சி மாறியவர்கள், மாறவிருக்கிறவர்கள் பற்றிய செய்திகளை மட்டும் கொண்டுவருகிறார்கள். எனக்கு ஏன் இப்படியாயிற்று?

உடல் பலமிழந்ததிலிருந்து இப்படிப்பட்ட யோசனைகள் தொல்லைப்படுத்துகின்றன என ஆத்திரம் வருகிறது.

'ஏ நாகேஷ்' என்று கூப்பிடுகிறான். இளைஞர் அணிச் செயலாளர் நாகேஷ் எதிரே நின்று 'என்ன கௌடரே?' என்கி றான். 'ஏதாச்சும் பொண்ணக் காதல் கீதல் பண்ணியிருக்கறியாடா நீ?' என்று கிருஷ்ணப்பா சிரிக்கிறான். 'நானா கௌடரே? அதுக்கெங்க நேரமிருக்குது சொல்லுங்க. தேசத்தோட இத்தனை பிரச்சினைங்களுக்கு மத்தியில . . .' நாகேஷ் நகைச்சுவையின் தீண்டலே இல்லாமல் முகுளமாகப் பேசத் தொடங்கியபோது, 'போகட்டும் விடு. இந்த ஸ்டேட்மெண்ட்ட எழுதிக்கோ' என்று அன்றைக்கு அவசியமான, வேறு அரசியல்வாதிகள் கவனிக்கப் பயப்படும் வார்த்தைகளைச் சொல்கிறான். நாகேஷ் புளகாங்கித மடைந்தவனாக எழுதிக்கொள்கிறான். நாகேஷின் அரும்புமீசை, துளிர்விட்ட தாடி, வசீகரமான முகம், முதுகுவரை வளர்ந்த கூந்தல் இவற்றைக் கிருஷ்ணப்பா பாதி அன்பு பாதி நகைச்சுவை யோடு பார்க்கிறான். அவன் வயதில் தான் ஒரு மனிதன், இப்படிப்பட்டவன் என்று நினைத்துக்கொள்ள அனேகமாகத் தான் அரசியலில் இறங்கிவிட்டேனல்லவா? காலை மடக்க முயன்றவாறே, கௌரி தேஷ்பாண்டேயை வருமாறு நாளை எழுதுவது என நினைத்துக்கொள்கிறான். அவளுக்குத் தன்மேல் இன்னும் விருப்பமிருந்தால் அவளே வராமல் இருந்திருப்பாளா? டெல்லியில் இப்போது தாயுடன் இருக்கிறாளாம். கடிதம் எழுத வேண்டுமென்று நாள்தோறும் நினைத்துக்கொண்டாலும் தன் இந்த அவஸ்தையை அவள் பார்க்கக் கூடாதென்று தள்ளிப் போடுகிறான்.

அனேகமாகச் சாகவிருக்கும் இந்த நேரத்தில் 'நான் முழுதாக மீந்திருக்கிறேனா?' என்னும் கேள்வி அவனைப் பீடித்துக் கொண்டேயிருக்கிறது.

○

வீல் சேரில் உட்கார்ந்து இப்படி யோசித்துக்கொண்டிருக்கும் கிருஷ்ணப்பாவின் கண்ணெதிரே அவன் தீவிரமாக வெறுத்த – மடத்தின் குத்தகைதாரனாயிருந்த – நரசிம்மபட்டன், பெரிய பாக்குத் தோட்ட முதலாளியான நஞ்சே கௌடா, பொதுப்பணித் துறையில் லட்சக்கணக்கில் சாப்பிட்டு மாநிலத்தின் முதலமைச்சரான வீரபத்ரப்பா, தடித்த முகத்து வாரங்கல் போலீஸ் அதிகாரி ஆகியோர் நிற்கிறார்கள். சூம்பிப்போன கைகால்களைக் கொண்ட குழந்தைகளை இடுப்பில் சுமந்த, கலைந்த தலைப் பெண்கள், அழுக்கடைந்த வேட்டியை முழங்கால்வரை உடுத்திய விவசாயிகள் அவர்கள்மேல் ஆவேசத்தோடு பாய்கிறார்கள். கொஞ்சம் கொஞ்சமாக அவர்களை இம்சித்தவாறு நிதானமாகக் கொல்கிறார்கள். அவர்கள் ரத்தத்தைக் கொண்டுவந்து பக்கவாதம் தாக்கிய தன் காலுக்கும் உடலின் பக்கவாட்டிலும் தேய்க்கிறார்கள். 'இது ரத்தமல்ல – புறாவின் ரத்தம். சூடாக இருக்க வேண்டும்' என்று யாரோ சொல்கிறார்கள். கிருஷ்ணப்பா சிரிக்கிறான்.

இப்படிக் கனவு கண்டபடி கிருஷ்ணப்பாவின் கண்கள் குரூரமாக உற்றுப்பார்ப்பதை அப்பாவிடம் ஏதோ சொல்ல வந்த அவன் மகள் கௌரி பார்த்துப் பயப்படுகிறாள். கிருஷ்ணப்பா தன் காலைத் தூக்க முடியும் எனத் தெரிந்து மனம் முழுவதையும் தன் பாதமாக எண்ணித் தூக்கப் பார்க்கிறான். இடுப்பிலிருந்து இப்போது மேலே எழும்பி விடலாம் எனப் புரிந்துகொண்ட கால் பெருவிரல் மேலே எழுகிறது. கிருஷ்ணப்பா பெருமூச்சுவிட்டு மீண்டும் இன்னொரு பகல் கனவுக்குத் திரும்புகிறான். இப்போது விவசாயிகள் யாரையும் கொல்லவில்லை. வயிறு பெருத்த எதிரிகளை எதிரே நிறுத்தி நியாயத்தோடு முகுளமாக அவர்களை விசாரித்துக்கொண்டிருக்கிறார்கள்.

○ ○ ○

பாகம் இரண்டு

ஒரு முக்கியமான சம்பவம் கிருஷ்ணப்பாவைக் கிராமத்துக்குப் போய் நிலைத்திருக்குமாறும் விவசாயிகள் சங்கத்தைத் தொடங்குமாறும் செய்தது. அது அண்ணாஜி கைதாகிக் கொலையுண்டது.

அண்ணாஜி கட்டுமஸ்தாக அவனே கேலிசெய்து கொண்டிருந்தபடி திடகாத்திரமான பூர்ஷுவாவைப் போலத் தெரியத் தொடங்கியிருந்தான். தன் எல்லாக் கதையையும் உமாவுக்குச் சொல்லியிருந்தான். அவனோடு தானும் எங்கு வேண்டுமானாலும் ஓடிவரத் தயாராயிருப்ப தாக அவள் சொல்லியிருந்தாள். இதை அண்ணாஜி அவளது ரொமாண்டிஸிசம் என்று கிருஷ்ணப்பாவிடம் கேலிசெய்திருந்தாலும் அவள் ரகசியமாகத் தண்டவாளப் பெட்டியிலிருந்து தனக்காக எடுத்திருந்த பணம், அவளுட னான தன் பணப் பரிமாற்றங்கள் எல்லாம் இங்கிலீஷ் கற்கும் போதை குறைந்துகொண்டிருந்த சென்னவீரய்யா வுக்குத் தெரியவரும் என்றும் அதன் பிறகு தாங்களிருவரும் ஒன்றாக ஏதேனும் முடிவுசெய்தேயாக வேண்டும் என்றும் அண்ணாஜிக்குக் கவலையாயிருந்தது. தன் எதிர்வினையை வெளிக்காட்டிக்கொள்ளாமல் கிருஷ்ணப்பா அண்ணாஜி யின் இந்தத் தந்திரோபாயங்களைக் கேட்டுக்கொண்டிருந் தான். கிருஷ்ணப்பாவும் நெருக்கமானவனென்று உறுதி யான பிறகு உமா கூச்சமில்லாமல் அவனிருந்தபோதே அண்ணாஜியுடன் பழகியதைக் காண அவள் தனக்கு விருப்பமானவனோடு ஓடிப்போவாளெனத் தோன்றி னாளே ஒழிய, கணவனுக்குத் துரோகம் இழைக்கும் பச்சாதாபம் எதுவும் அவளிடம் காணப்படவில்லை. ஆனால் அவள் தன்னுடன் ஒட்டிக்கொண்ட தீவிரத் தனத்தால் அண்ணாஜியின் உணர்வுகளெல்லாம்

கலவரத்துக்குட்பட்டிருந்தன என்பதைக் கிருஷ்ணப்பா கவனித்திருந்தான். அவள் எதிரிலில்லாமல் தனக்கு விருப்பமான விஷயங்களை அண்ணாஜி பேசமாட்டான். அரசியலின் வறண்ட விஷயங்களை – உமாவுக்குப் புரியட்டும் அல்லது புரியாமல் போகட்டும் – அண்ணாஜி அவள் எதிரில் சமர்ப்பித்த முறையில் காதலின் உத்வேகம் நிறைந்திருந்ததைக் கண்டு கிருஷ்ணப்பா ஆச்சரியமடைந்தான். அண்ணாஜியுடன் ஏதேனும் கிராமத்திற்குப் போய்த் தானும் உழைக்க வேண்டுமென உமா உணர்ந்திருந்தாள். டுடோரியல் காலேஜ் தொடங்கக் கேரளாவுக்குப் போவதென அண்ணாஜி தீர்மானித்திருந்தான். வீட்டில் மர வேலைக்கு வந்துகொண்டிருந்த கேரளத் தச்சனிடமிருந்து ஏற்கனவே உமா கொஞ்சம் கொஞ்சம் – மார்க்கெட், கடைகளில் தேவையான அளவு – மலையாளம் கற்க ஆரம்பித்திருந்தாள். இன்னும் பதினைந்து தினங்களில் அவர்கள் ஓடிப்போவதற்கு எல்லா ஏற்பாடுகளையும் செய்யத் தொடங்கியிருந்தார்கள். தனக்கு மிக அவசியமான துணிகளைச் சின்ன ட்ரங்க்பெட்டியில் நிரப்பி அதை அண்ணாஜியின் அறையில் வைத்திருந்தாள். தினந்தோறும் க்ளப்பில் சீட்டாடிக் குடித்துவிட்டு நடு இரவு கழிந்த பிறகு வீட்டுக்கு வந்துகொண்டிருந்த சென்னவீரய்யாவுக்குத் தன் மனைவி பிற சிநேகிதர்களின் மனைவிமார்களைப் போன்று சண்டைபோடுவதில்லை என்று மகிழ்ச்சி. தனக்கு அடங்கியிருக்கிறாளெனப் பெருமை.

ஒரு நாள் மத்தியானம் போலீஸ் ஜீப் நேராக வந்து நின்றது. அப்போது உமாவோடு அண்ணாஜி பேசிக்கொண்டு உட்கார்ந்திருந்தான். கதவைத் தட்டிய சத்தம் கேட்டபோது கிருஷ்ணப்பா என நினைத்து அண்ணாஜி கதவைத் திறந்தான். எதிரே ராட்சதனைப் போல சாட்சாத் டிஎஸ்பியே நின்றிருந்தான். ஸ்டேசனுக்கு வர வேண்டும் என்றான். உமா பயத்தில் எழுந்து நின்றாள். ‘உமா பயப்படாதே. இவர்கள் ஏதோ தவறாகப் புரிந்துகொண்டிருப்பதாகத் தெரிகிறது. கிருஷ்ணப்பாவை ஸ்டேஷனுக்கு அனுப்பு. எனக்கு ஜாமீன் தேவைப்படலாம்’ என்று போலீஸ்காரர்கள் இம்ப்ரெஸ் ஆகுமாறு சுத்தமான இங்கிலீஷில் பேசிவிட்டு அண்ணாஜி புறப்பட்டான்.

சற்று நேரத்துக்குப் பிறகு வந்த கிருஷ்ணப்பாவிடம் உமா அழ ஆரம்பித்தாள். பெண்கள் அழுவதை அவன் சகித்துக் கொள்ளமாட்டான். என்ன சொல்வதென்ற குழப்பத்திலிருந்த அவனுக்கு உமா ஆயிரம் ரூபாய் கொடுத்து ஏதாவது செய்து அண்ணாஜியை விடுவித்து வருமாறு சொன்னாள். கிருஷ்ணப்பா ஸ்டேஷனுக்குச் சென்றபோது அண்ணாஜியை நேராக வாரங்கல்லுக்குக் கொண்டுசென்றிருந்தது தெரிந்தது. அங்கே கோர்ட்டில்

அவனை ஆஜர்ப்படுத்துவார்கள் என்று சொன்ன இன்ஸ்பெக்டர் 'அவம்மேல கொலை முயற்சிக் குற்றச்சாட்டு இருக்கு மிஸ்டர். ஜாக்கிரதையா இரு' என்றான்.

கிருஷ்ணப்பா உமாவைப் பார்ப்பதற்காகத் திரும்பி வந்தான். அதற்குள்ளாகவே அண்ணாஜி கைதான செய்தியை அறிந்த சென்னவீரய்யா வீட்டுக்கு ஓடிவந்து மனைவியைச் சமாதானப் படுத்திக்கொண்டிருந்தான். 'பாருங்க கிருஷ்ணப்பா. அந்த ஆள் ரெவல்யூஷன் பண்றேன்னு ஏதோ கொலைகிலயிலயும் சம்பந்தப் பட்டிருக்கறான். இங்கே அன்டர்கிரவுண்டா இருந்திருக்கறா னாம். தேங்க் காட். அதோட முடிஞ்சதுல்ல. ஆனால் அவர் நாலெட்ஜைப் பார்த்து என் வைஃபுக்கு அவர்மேல ரொம்ப ரிகார்ட்ஸ். உங்க ப்ரண்டுக்கு ஏதாவது உதவனுன்னு நினைச்சா தயவுசெஞ்சி வாரங்கல்லுக்குப் போயிட்டு வாங்க. செலவுக்கு இந்த ஐநூறை வாங்கிக்குங்க. அண்ணாஜிக்கு ஒரு மாசச் சம்பளமும் பாக்கி இருந்துச்சு. ஆனா தயவுசெஞ்சி என்னை இன்வால்வ் பண்ணாதீங்க. நான் பண்றது பிசினஸ் பாருங்க. ரொம்ப டெலிகேட்' என்றான். கிருஷ்ணப்பா அந்தப் பணத்தை யும் பெற்றுக்கொண்டு ரயிலில் வாரங்கல்லுக்குப் புறப்பட்ட போது மஹேஸ்வரய்யா பிரத்தியட்சமாகிவிடுவதா? 'ஹாஹா நானும் உன்னோட வர்ரம்பா. எனக்குக் கொஞ்சம் தெலுங்கும் வரும்' என்றார்.

மஹேஸ்வரய்யாவின் கூந்தல் முன்பிருந்ததைவிட அதிக நீளமாயிருந்தது. வெளுத்திருந்தது. நெற்றியின் மேலிருந்த பெரிய குங்குமப் பொட்டைப் பார்த்தால் அவர் தன் தேவி பூஜையின் ஏதோ ஒரு மண்டலத்தை நிறைவேற்றிவிட்டு வந்தவராகக் காணப்பட்டார். முதல் வகுப்பு டிக்கட்டுகள் இரண்டு வாங்கி னார். அண்ணாஜிக்காக அங்கங்கே கிருஷ்ணப்பா வாங்கி யிருந்த இன்னமும் தீர்க்க முடியாமல் மீந்திருந்த கடனை மஹேஸ்வரய்யா தீர்த்தார். கிருஷ்ணப்பாவைக் கதர்க் கடைக்கு அழைத்துச் சென்று மெல்லிசான ஆறு வேட்டிகளை வாங்கினார். கூடவே ஜிப்பாக்களுக்கும் மேல் கோட்டுக்கும் துணி வாங்கித் தைக்கக் கொடுத்தார். தோள் எவ்வளவு கீழிறங்கியிருக்க வேண்டும், கழுத்துப் பட்டி எப்படியிருக்க வேண்டும், ஜிப்பா கீழேவரும் போது எப்படி அகலமாயிருக்க வேண்டும் முதலானவற்றைத் தையல்காரருக்குத் தெளிவாக விவரித்து, கிருஷ்ணப்பாவிடம், 'நீ இனிமேல் தார்ப்பாய்ச்சி வேட்டி உடுத்த வேண்டும்' என்றார். மாலை ரயிலில் இருவரும் வாரங்கல்லை நோக்கிப் பயண மானார்கள்.

இரண்டு தினங்களுக்குப் பிறகு வாரங்கல்லை அடைந்து போலீஸ் ஸ்டேஷனுக்கு டாக்ஸியில் அவசரமாகப் போய்

‘ஆர்.எல். நாயக் அவர்களை எங்கே வைத்திருக்கிறீர்கள்?’ என்று கேட்டபோது கிருஷ்ணப்பாவையும் மஹேஸ்வரய்யாவையும் உட்காரக்கூடச் சொன்ன போலீஸ் அதிரிகாரி ஒருவன் ‘அவர் உங்களுக்கு என்ன ஆக வேண்டும்?’ என்றான்.

‘என் சினேகிதன்’ என்றான் கிருஷ்ணப்பா.

‘எச்சரிக்கையோடு பதில் சொல்லுங்கள். எந்தப் பெயரில் உங்களுக்குச் சினேகிதரானார்? அவர் சங்கதிகள் என்னென்ன உங்களுக்குத் தெரியும்?’

‘கோர்ட்டில் விசாரணை நடக்குமல்லவா? இப்போது எதற்கு?’

‘ஆர். எல். நாயக் என்னும் பெயரிலேயே அவர் உங்களுக்குப் பரிச்சயமோ?’

உலக ஞானம் பெற்றிருந்த மஹேஸ்வரய்யா கிருஷ்ணப்பா வுக்குப் பேச வாய்ப்பளிக்காமல் சொன்னார் ‘அந்தப் பெயரில் நீங்கள் கைதுசெய்திருப்பதால் ஊகித்துக் கேட்டோம் அவ்வளவு தான். அவர் அண்ணாஜி என்னும் பெயரில் இங்கிலீஷ் ட்யூடராக இவருக்குப் பாடம் கற்றுத்தந்துகொண்டிருந்தார்.’

‘ஓஹோ அவன் யார் என்று உங்களுக்குத் தெரியுமா யங் மேன்? தெலுங்கானாப் பகுதியில் ஜமீன்தாரரைக் கொல்லச் சில கல்ப்ரிட்டுகளைத் தயார்செய்துகொண்டிருந்த ஒரு சோ கால்ட் கம்யூனிஸ்ட். நீ கதர் அணிந்திருப்பதால் வார்ன் செய்கிறேன். உனக்கு அவனைத் தெரியும் என்றுகூடச் சொல்லிக் கொள்ளாதே. அவனை ஃபினிஷ் செய்தாயிற்று. பார்க்க வில்லையா?’ என்று அன்றைய இங்கிலீஷ் செய்தித்தாள் ஒன்றைக் கிருஷ்ணப்பாவிடம் கொடுத்தான்.

செய்தித்தாளில் காவியுடை தரித்த அண்ணாஜியின் போட்டோவுக்குக் கீழே காவியிலிருந்த குற்றவாளியின் சாவு என்று தலைப்பிருந்தது. கர்நாடகத்தில் பதுங்கியிருந்த இந்தக் குற்றவாளியைப் போலீசார் ஜீப்பில் கொண்டுவந்தபோது ஒரு காட்டின் நடுவே அவனைப் பின்பற்றும் சிலர் ஜீப்பைத் தாக்கிய தாகவும் அந்த என்கௌண்டரில் இரண்டு போலீசார் காயமடைந்ததாகவும் ஆர். எல். ஸ்வாமி என்கிற அண்ணாஜி அந்தக் குண்டு மழையில் சிக்கி இறந்ததாகவும் போலீஸ் சொன்னது பிரசுரமாகியிருந்தது. இந்த ஸ்வாமியைப் பின்பற்று கிறவர்களில் சிலர் கர்நாடகத்தில் இன்னும் பதுங்கியிருக்கலாம் என்றும் கர்நாடகப் போலீசார் அவர்களுக்காக வனப் பகுதிகளில் தேடிவருவதாகவும் அச்சாகியிருந்தது.

கிருஷ்ணப்பாவின் முகம் வெளுத்தது. எதிரில் காக்கி அணிந்து கையில் தடி பிடித்திருந்த தடித்த முகம்கொண்ட அதிகாரியை வெறித்துப் பார்த்தபடி நின்றான்.

'கடைசி வாக்கியத்தைப் படித்தாயா? வேண்டுமானால் இரு. அந்தத் தேவிடியாப் பயலுக்குப் பரிச்சயமானவனென்றால் உன்னையும் கைதுசெய்ய வேண்டியிருக்கும்' தடித்த முகத்து அதிகாரி சொன்னான்.

'கொலகாரப் பன்றித் தேவடியா மவனே . . .'

தான் என்ன செய்கிறோம் என்பதை அறியாத கிருஷ்ணப்பா நெருங்கிப் போலீஸ் அதிகாரியின் கழுத்தைப் பிடித்தான். கான்ஸ்டபிள்கள் இருவர் ஓடிவந்து அவனைப் பிடித்து இழுத்தார்கள். மஹேஸ்வரய்யா கையெடுத்துக் கும்பிட்டு 'மிகவும் கோபக்கார இளைஞன் ஸ்வாமி. விட்டுவிடுங்கள்' என்று தெலுங்கில் அங்கலாய்த்தார். எச்சரிக்கையடைந்துகொண்டிருந்த கிருஷ்ணப்பா 'இந்தக் கேடுகெட்டவங்கிட்ட கெஞ்சாதீங்க விடுங்க' என்றான். போலீஸ் அதிகாரி 'உனக்கு இவ்வளவு திமிரா. பார்த்துக்கொள்கிறேன். அசால்ட் கேஸ் போடுகிறேன். மாஜிஸ்ட்ரேட்டிடம் உன்னை ஒப்படைத்து விசாரணைக்கு இங்கேயே கொண்டுவருகிறேன்' என்று எழுந்து நின்றான்.

'இந்தக் குங்குமப் பொட்டுப் பூசாரியை இங்கிருந்து அழைத்துச் செல்லுங்கள். அவன் ஓடிப்போகாதவாறு கண் வைத்திருங்கள். எல்லா மாறுவேஷங்களிலும் கொலைகாரர்கள்' என்று தன் பான்ட்டை மேலே தூக்கிச் சட்டையை இழுத்து விட்டுக்கொண்டு மீசையை முறுக்கிக்கொண்டான்.

கான்ஸ்டபிள் ஒருவன் வந்து மஹேஸ்வரய்யாவை வெளியே தள்ளத் தொடங்கினான். மஹேஸ்வரய்யா 'நான் ஒரு வக்கீலைப் பாக்கறேன். பயப்படாதே. தேவியின் ஸ்தோத்திரத்தைச் சொல்லிக்கிட்டிரு' என்று கூறி வெளியே போனார்.

எலி முகம்கொண்ட குள்ளமான மாஜிஸ்ட்ரேட் ஒருவனுக்கு முன்னால் கிருஷ்ணப்பாவைப் போலீஸ் அதிகாரி நிறுத்தினான். தன்னைத் தாக்க முயன்றதையும் ஸ்வாமியின் கூட்டாளியாயிருந்ததையும் சொல்லி விசாரணைக்கு ஸ்டேஷனுக்கு அனுப்ப வேண்டும் எனக் கோரினான். கிருஷ்ணப்பா வெறித்துப் பார்த்தவாறு பேசாமல் நின்றான். மாஜிஸ்ட்ரேட்டின் ஒப்புதல் பெற்ற அதிகாரி கிருஷ்ணப்பாவை ஊரிலிருந்த இன்னொரு ஸ்டேஷனுக்குக் கொண்டுபோய் அதன் புழக்கடையிலிருந்த ஓர் அறைக்கு எதிரே நிறுத்தி, அதன் கதவைத் திறக்குமாறு பக்கத்தில் நின்ற போலீஸ்காரனிடம் சொன்னான். கதவு கிரீச்சிட்டவாறு திறந்துகொண்டது.

○

அந்த அறையில் ஒரு ஜன்னல்கூட இல்லை. காற்றோட்டத் துக்கு வாய்ப்பில்லாததால் முடைநாற்றம் கப்பென்று மூக்கைத் தாக்கியது. போலீஸ் கான்ஸ்டபிள் கிருஷ்ணப்பாவை உள்ளே தள்ளி, அவன் காலடியில் கம்பளியை வீசினான். கதவுவழியாக உள்ளே வந்த வெளிச்சத்தில் மலம், மூத்திரத்திற்கென்று வைத் திருந்த துருப்பிடித்த பாத்திரத்தைக் காட்டினான். அதே போன்ற துருப்பிடித்த இன்னொரு பாத்திரத்தைக் காட்டி அதில் குடிக்கத் தண்ணீர் இருக்கும் என்றான் – உருதுவில். 'இரண்டு பாத்திரங் களும் வெவ்வேறு வேலைகளுக்கு நினைவுவைத்துக்கொள்' என்றான் அதிகாரி. கான்ஸ்டபிள் கிருஷ்ணப்பாவின் சட்டைப் பைகளில் தேடி அவற்றிலிருந்து ஆயிரத்தைந்நூறு ரூபாய், சிகரெட்டு, தீப்பெட்டி, பேனா ஆகியவற்றை எடுத்து அதிகாரி யிடம் கொடுத்தான்.

வாரங்கல் வெயில் தாங்கிக்கொள்ள முடியாததாயிருந்தது. அறைக்குள் நுழைந்துகொண்டிருந்தபோதே கிருஷ்ணப்பாவுக்கு அங்கிருந்த புழுதியால் மூச்சுமுட்டியது. உள்ளிருந்த குறைந்த வெளிச்சத்தில் சிலந்திவலை கட்டியிருந்த, அடுப்பைப் போல வெந்துகொண்டிருந்த அறையைச் சுற்றிலும் பார்த்தபடியிருந்த போதே கதவு மூடப்பட்டது. கும்மிருட்டு கவிந்தது.

புழுதி படிந்த நிலத்தில் கம்பளியை விரித்துக் கிருஷ்ணப்பா உட்காரப் பார்த்தான். ஆனால் வெக்கையின் காரணமாகக் கம்பளியின் மேல் உட்காருவது சகித்துக்கொள்ள முடியாததா யிருந்தது. ஆனால் கால் கடுத்ததால் கம்பளியில் உட்கார்ந்து, சட்டையைக் கழற்றி முகத்தையும் உடம்பையும் துடைத்துக் கொண்டான். சிகரெட் பிடிக்க வேண்டும் எனத் தோன்றியது. சட்டைப்பையிலிருந்து எல்லாவற்றையும் போலீஸ்காரர்கள் எடுத்துக்கொண்டிருந்தாலும் ஏதாவது இருக்கலாம் என்று நம்பிக்கையோடு ஒவ்வொரு பையிலும் திரும்பத் திரும்பத் தேடினான்.

அவனுக்கு வந்த முதல் யோசனை: தான் இப்போது புத்தியின் கட்டுப்பாட்டை இழந்துவிடக் கூடாது. தன்னைத் திடீரென்று விழுங்கிவிட்ட இந்தச் சிறுமைக்கு அடிபணியக் கூடாது. முடிந்தளவு ஓய்வெடுத்துக்கொண்டு தன் வலிமையை யெல்லாம் சேர்த்து அடுத்து வரவிருப்பதை எதிர்க்கக் காத்திருக்க வேண்டும்.

குத்தும் கம்பளியை விரித்துக் கால் நீட்டிப் படுத்தான். உடம்பு வேர்த்ததால் தாகமெடுத்தது. தண்ணீரிருந்த பாத்திரம் கண்ணுக்குத் தெரியவில்லை. அதிலிருந்த தண்ணீரைக் குடிப்பதை நினைத்தாலே அருவருப்பாயிருந்தது.

கண்ணை மூடப் பார்த்தான். சற்று அசைந்தாலும் புழுதி யெழுந்து மூக்கை அடைப்பதுபோலிருந்தது. கதவுச் சந்திலிருந் தாவது வெளிச்சக் கீற்று ஒன்று தெரியுமாவென எதிர்பார்த்தால் அது ஒரே பலகையால், பாதுகாப்பாக மூடக்கூடிய சின்னக் கதவாயிருந்தது. அங்கே இருந்தால் இரவோ பகலோகூடத் தெரிவது சாத்தியமல்ல. கிருஷ்ணப்பா ஜெயிலைப் பார்ப்பது இது முதல்முறையல்ல. முதலில் நாற்பதாமாண்டிலும் மைசூரின் விடுதலைக்காக மீண்டும் நாற்பத்தேழிலும் அவன் ஜெயிலுக்குப் போயிருந்தான். அப்போது சிறை என்றால், நண்பர்களெல்லாம் ஒன்றுகூடிப் பாடும், சமைத்து உண்ணும் இடமாகவிருந்தது. அமைப்பையே எதிர்க்கும்போது அரசாங்கத்தின் வர்க்கக் குணம் வெளிப்படும் என்று அண்ணாஜி சொன்னது அந்த இருட்டில் கிருஷ்ணப்பாவுக்கு ஞாபகம் வந்தது. விலங்கைக் கொல்வதைப் போல அண்ணாஜியைக் கொன்றிருந்தார்கள். ஒரு பெண்ணோடு குடும்ப வாழ்க்கையில் ஈடுபட்டு அனேகமாக அமைதியாக வாழ அண்ணாஜி கனவுகண்டிருந்தான். கிருஷ்ணப்பா இதை யோசித்துக்கொண்டிருந்தபோதே அவன் உடம்பு கோபத்தால் சூடாயிற்று. கம்பளியில் படுத்த தன் கருத்த தேகம் பயங்கர விஷப்பாம்பாகி அண்ணாஜியைக் கொன்றவர்களைத் தன் விஷப்பற்களால் கடித்துச் சாகடிக்க முடிந்தால் என்று கனவுகண்டவாறு படுத்தபோது, தன் உடம்பெங் கும் நூற்றுக்கணக்கான இடங்களில் வெட்டியதைப் போலாகி எழுந்து உட்கார்ந்தான். ஊசியைப் போல உடம்பெல்லாம் குத்திக்கொண்டிருந்தவை மூட்டைப்பூச்சிகளென்பது அவன் வேகமாகக் கைகளைத் தேய்த்துக்கொண்டபோது சிக்கி நசுங்கியதன் துர்நாற்றத்தால் தெரிந்தது. எழுந்து உட்கார்ந்து உடம்பெல்லாம் தேய்த்துக்கொண்டான். கழுத்து, கைக்கு எட்டாத முதுகின் மேலெல்லாம் மூட்டைப்பூச்சிகள் ஊர்ந்துகொண் டிருந்தன. கழற்றியிருந்த சட்டையால் உடம்பெல்லாம் தேய்த்தபடி நின்றான்.

இப்படி எவ்வளவு நேரமானதோ? மூலையில் சரசரவென்ற சத்தம் கேட்டது. தட்டின் சத்தமாயிருக்கலாம். அனேகமாக ஒன்றிரண்டு எலிகள் அதைத் தம் முன்னங்கால்களால் சரித்துப் பிறாண்டியிருக்க வேண்டும். கரகரவென்ற சத்தமும் வந்தது. முன்பு இங்கிருந்த கைதி விட்டுச் சென்ற உணவாயிருக்கலாம். அதைத் தின்று முடித்துவிட்டு ஒட்டியிருந்த பருக்கைகளுக்காகத் தட்டத்தின் அடிப்பாகத்தைக் கடித்துக்கொண்டிருந்தன. சத்தம் வந்துகொண்டிருந்த திசையை ஊன்றிக் கவனித்தவாறு நின்றான். உடம்பிலிருந்த மூட்டைப்பூச்சிகளெல்லாம் உதிர்ந்திருந்தன. கால்வழியாக அவை மேலே ஏறாதவாறு தேய்த்தபடி கிருஷ்ணப்பா நின்றிருந்தான். சற்றே வெளிச்சமிருந்தாலும்

எலியின் கண்கள் ஒளிர்ந்திருக்கலாம். அந்த அறையில் எலி வளைகள் இருக்கலாம். கிருஷ்ணப்பா தான் படித்த கதைகளை யெல்லாம் தேடத் தொடங்கினான் – எதில் இப்படி ஒருவன் இருட்டறையில் இரவு பகல்களைக் கழிக்க வேண்டிவந்த கதை யிருக்கிறது என்று. கௌண்ட் ஆஃப் மான்டிக்ரிஸ்டோ கதையில் நாயகன் தன் அறையில் ஓர் ஓட்டையைப் போட்டு அதைப் படிப்படியாகப் பெரிதாக்கித் தப்பித்தது நினைவுக்கு வந்தது. அவன் எதைக் கொண்டு ஓட்டை போட்டான், எப்படி அதைக் காவலாளிகளிடமிருந்து மறைத்தான் முதலானவற்றை நினைவு படுத்திக்கொண்டு நின்றான். அதற்கு வேண்டிய ஆயுதம்? தட்டு ஸ்டீலால் ஆனதாயிருக்கலாமோ? இருக்காது. இருந்தால் அதைத் தட்டித் தோண்டும் சாதனமாக்கலாம்.

கிருஷ்ணப்பா சத்தம் வந்த மூலையை நோக்கி நிதானமாக நடந்தான். மெத்தென்றிருந்த ஏதோ ஒன்று காலில் சிக்கி வழுக்கியது. உடம்பெல்லாம் ஜிவ்வென்றது. எலி என்று அருவெருப்புடன் நடுங்கியபடி பயத்தில் தட்டத்தின் மேல் கால்வைத்ததால் அது கவிழ்ந்து விழுந்ததைப் போலிருந்தது. தட்டத்தைத் தேடி எடுத்தான். அது நூறு இடங்களில் நசுங்கி ஓரத்தில் விரிசல்விட்டிருந்த அலுமினியத் தட்டு. அதிலிருந்து அழுகிய நாற்றம் மூக்கைத் தாக்கியதால் அதைக் கைவிட்டான். அது புழுதியில் தொப்பென்று விழுந்தது.

முன்பு ஒருமுறை சித்தப்பிரமை பிடித்ததைப் போல மீண்டும் நடக்காதவாறு திடமாக இருக்க வேண்டும் என்று நினைத்துக்கொண்டான். அங்கிருந்து தப்பித்துக்கொள்வதற் கான உபாயங்களைத் திரும்பத் திரும்ப யோசிக்கத் தொடங்கி னான். நூற்றுக்கணக்கான உபாயங்களைத் தேடி அவற்றின் சாதகபாதகங்களைப் பற்றி யோசிக்க ஆரம்பித்தான்.

கதவு கிர்ரெனத் திறந்த சத்தம் கேட்டு அதன் பக்கம் திரும்பினான். பாதித் திறந்த கதவுவழியாக வெளிச்சம் வர வில்லை. அதாவது இருட்டாகிவிட்டது எனப் பொருள். இரவான தால் வெக்கை குறைந்திருக்கலாம். கதவுவழியாகக் கொஞ்ச மாகவேனும் உள்ளே வரக்கூடிய காற்றைக் கிருஷ்ணப்பா ஆசையோடு எதிர்பார்த்தான்.

அறைக்கு வெளியே நின்றவன் உருதுவில் என்னவோ சொன்னான். கிருஷ்ணப்பாவுக்கு அது புரியவில்லை. 'பன்னி' என்று அவன் திட்டியது மட்டும் புரிந்தது. தடித்த முகத்து அதிகாரியல்ல. யாரோ கீச்சுக்குரல் போலீஸ் காவலன். நெருப்புக் குச்சி கிழித்து அறைக்குள் ஏதோ தேடியவாறு திட்டியபடியே அவன் நின்றான். சரசரவென்று போய்த் தட்டை எடுத்து அதைக் கிருஷ்ணப்பாவின் முகத்தில் திணித்தவாறு மேலும்

கொஞ்சம் திட்டினான். அனேகமாகத் தட்டை எடுத்துத்தருமாறு அவன் கேட்டிருக்கலாம். இந்தக் காவலன் மெலிந்திருந்தான். வறண்ட கூரான முகத்தில் பெரிய மீசை வைத்திருந்தது அவன் கிழித்த நெருப்புக்குச்சி வெளிச்சத்தில் தெரிந்தது.

கதவைத் தாளிட்டு அவன் கிளம்பிப் போனான். சற்று நேரத்துக்குப் பிறகு கதவைத் திறந்து 'ஏய்' என்றான். கிருஷ்ணப்பா கதவுப் பக்கம் போனான். அவன் தட்டைப் பிடித்து நின்றிருந் தான். அதே தட்டு. 'எனக்குச் சாப்பாடு வேண்டாம்' என்று கிருஷ்ணப்பா இங்கிலீஷில் சொன்னான். காவலன் தட்டை அறைக்குள் வைத்துவிட்டுக் கதவைத் தாளிட்டுக்கொண்டான். உருதுவில் ஏதோ சொல்லியபடி கிளம்பிப் போனான்.

தட்டத்தை வெளியே வீசவும் முடியாது. அதில் கொட்டி யிருந்த சாதம், சாம்பாரின் வாசனையால் கிருஷ்ணப்பாவுக்கு வாந்தி வருவதைப் போலிருந்தது. வாயையும் மூக்கையும் மூடிக் கொண்டு என்ன செய்வதெனத் தெரியாமல் நின்றான். அந்த உணவுக்காக எலிகள் நெருக்கியடித்துச் சத்தம்போட்டன. அருவருப்போடு அதை எடுத்து முன்புபோலவே மூலையில் வைத்துவிட்டு மீண்டும் அறையின் நடுவில் நின்றான். ஜாக்கிரதை யாக அடிமேல் அடியெடுத்து வைத்து அறையின் சுவரைத் தொட்டுத் தடுமாறி நிதானமாக நடந்தான்.

காரை அங்கங்கே பெயர்ந்து சொரசொரப்பாயிருந்த சுவர். மூட்டைப்பூச்சிகளெல்லாம் இந்தச் சந்துகளில் வேர்விட்டிருக்க லாம். சுற்றிச் சென்றபோது தண்ணீர், கழிப்பறைப் பாத்திரங் கள் தட்டுப்பட்டன. தண்ணீரில் முகத்தைக் கழுவிக்கொண்டு முன்னால் போனான். அறையின் இன்னொரு முனையில் சிமெண்டில் கட்டிய திண்ணை இருந்தது. அனேகமாகப் படுப்பதற்காக அந்தத் திண்ணை. கம்பளியால் அதைத் துடைத் தான். பாத்திரத்தில் மீந்திருந்த தண்ணீரால் அதன் சிமெண்ட் மேல்பாகத்தைக் கழுவி அதில் உட்கார்ந்தான். மூட்டைப்பூச்சி யால் படுக்கப் பயம். மூலையில் சில எலிகள் தட்டத்தை முற்றுகையிட்டன.

இப்படிக் காலை இறக்கிவிட்டு உட்கார இருப்பதிலேயே சுத்தமானதொரு இடம் கிடைத்ததென்று தான் சமாதானமடைந் ததைக் கவனித்து அவனுக்கு ஆச்சரியமாயிருந்தது. எப்படி இந்த உடம்பு பொருந்திக்கொள்கிறது! அப்படியே தூக்கக்கலக்கம் சூழ்ந்தபோது வெளியே சத்தமெழுந்தது.

வளையல் சத்தம். கூடவே பூட்ஸ் சத்தம். ஆண் சிரித்தபடி உருதுவில் என்னவோ தமாஷ்செய்கிறான். சினிமா என்று சொல்லும் சத்தம் கேட்கிறது. ஆண் உல்லாசமாகப் பேசுகிறான்.

தடித்த முகத்து அதிகாரியின் பேச்சைப் போலக் கேட்கிறது. அவனாயிருந்தால், அவனுக்கு இங்கிலீஷ் தெரியுமென்பதால், தன் சிகரெட் பாக்கெட்டைக் கொடுக்கும்படி கேட்கலாம். கிருஷ்ணப்பா காதுகொடுத்துக் கேட்டான். யாரோ தப்பித்துக் கொண்டு ஓடி உழலும் சத்தம். ஆண் சத்தமாக எதையோ சொல்கிறான். பெண் அழுகிறாள். இப்போது அவள் தெலுங்கில் பேசுவதால் கிருஷ்ணப்பாவுக்கு அரைகுறையாகப் புரிகிறது. தான் நிஜமாகவே சினிமாவுக்குப் போயிருந்ததாகவும் உடன் இருந்தவன் அடுத்த மாதம் தன்னைத் திருமணம் செய்து கொள்ளப்போகிறவனென்றும் அவனை இன்னொரு போலீஸ் காரன் எங்கே அழைத்துப்போனானென்றும் அவனையும் இங்கே அழைத்துவரச் சொல்லுங்கள் என்றும் அவள் அழுத வாறே மன்றாடிக்கொண்டிருந்தாள். ஆண் சிரித்தவாறே உருதுவில் ஏதோ சொன்னான். கணநேர மௌனத்துக்குப் பிறகு பெண் 'விடுங்க ... விடுங்க ... என்னை விடுங்க' என்று கத்தத் தொடங்கி னாள்.

கிருஷ்ணப்பா திண்ணையிலிருந்து எழுந்து கதவுக்கு அருகில் நின்று தடதடவெனக் கதவைத் தட்டியபடி, 'நீங்களென்ன ராட்சசர்களா? மனிதர்களா? விடுங்கள் அவளை' என்று ஆங்கிலத்தில் கத்தத் தொடங்கினான். பெண்ணின் அழுகை நின்று ஆண் பலமாக மூச்சுவிட்ட சத்தம் கேட்டதுமே கிருஷ்ணப்பா பலமாகக் கதவைத் தட்டியவாறு 'கதவைத் திறவுங்கள். திறவுங்கள்' என்று கத்தினான். கத்தல் தீவிரமடைந்து கொண்டேபோனதும் தன் ஆர்ப்பாட்டம் தன் காதையே தாக்கக் கால்கள் பலமிழந்து சரிந்து உட்கார்ந்தான். குரோதமும் நிராகரிப்பும்கூட மனிதர்களிடம் செல்லுபடியாகின்றனவே ஒழிய இப்படிப்பட்ட இடத்திலல்ல என்று புரிந்துகொண்டு ஆச்சரியமடைந்தான். இது அவனுக்குப் புது அனுபவம். இப்படிப் பட்டதை அந்தப் பைராகியாகட்டும் ஒவ்வொரு பெண்ணுக்குப் பின்னாலும் அலையக் கூடாதென்னும் தத்துவத்தைக் கொண்ட அண்ணாஜியாகட்டும் ரகசிய சாதனையால் முக்திக்கு ஆயத்தம் செய்தவாறே இருக்கும் மஹேஸ்வரய்யாவாகட்டும் அனேகமாகக் கண்டிருக்கமாட்டார்கள். இனிப் பகலே வராதோ எனத் தோன்றியது. பகலானாலும் தனக்குத் தெரியப்போவதில்லை. எலிகள் காலித் தட்டத்தைப் பிறாண்டியபடியே சத்தம் எழுப்பத் தொடங்கின. நேரம் பற்றிய பிரக்ஞையே காணாமல்போயிருந்தது.

காவலன் ஒருவன் கதவைத் திறந்தான். கிருஷ்ணப்பாவின் கண்கள் வெளிச்சத்துக்குப் பழக்கப்பட முயன்றுகொண்டிருந்த போதே இரண்டு போலீஸ்காரர்கள் நுழைந்து, அவன் கண்களைத் துணியால் கட்டி, அவன் கைகளை இழுத்தவாறு 'நட' என்றார் கள் உருதுவில். அவர்கள் இழுத்துக்கொண்டிருந்த திசையில்

கிருஷ்ணப்பா நடந்தான். ஒரு நாற்காலியில் அவனை உட்கார வைத்தார்கள். பிரம்பால் பின்னப்பட்ட இரும்பு நாற்காலி. கைகளிருந்த நாற்காலி. இதனால் நம்பிக்கையுண்டாகிக்கொண்டிருக்க அவன் கண்களைக் கட்டியிருந்த துணியை அவிழ்த்தார்கள்.

ஏதோ ஓர் உலகத்திலிருந்து வந்தவனாகக் கிருஷ்ணப்பா தன் எதிரிலிருந்தவர்களை ஆச்சரியமடைந்தவாறு பார்த்தான். மேஜைக்கு அந்தப் பக்கம் வரிசையாக மூவர் உட்கார்ந்திருந்தார்கள். சுத்தமாக மழித்திருந்த முகங்கள். தலையில் தொப்பி. மொடமொடவென்று இஸ்திரி செய்யப்பட்ட காக்கிச் சீருடை. மூவரும் பூக்களின் சித்திரங்களிருந்த கப், சாசர்களில் டீ குடித்துக் கொண்டிருந்தார்கள். மேஜைமேல் நீலநிற உல்லன் துணி போர்த்தி அதன் மேல் கண்ணாடி இடப்பட்டிருந்தது. மூவரில் நடுவில் உட்கார்ந்திருந்தவன் தான் அணிந்திருந்த கண்ணாடியால் கல்விகற்ற, நாகரிகமானவனாகத் தெரிந்தான். இடது பக்கத்தில் உட்கார்ந்திருந்தவன் நல்ல விளையாட்டுவீரனைப் போலிருந்தான். வலது பக்கத்திலிருந்தவன் மீசை வெளுத்திருந்தது. நெற்றியின் நடுவில் சிறிதாகக் குங்குமமிருந்தது.

நடுவில் உட்கார்ந்திருந்தவன் மிகுந்த அன்னியோன்யத்தோடு இங்கிலீஷில் 'உங்களுக்கு டீ கொண்டுவரச் சொல்லட்டுமா?' என்றான்.

அந்த மூவரின் முதுகுக்குப் பின்னால் தொங்கவிடப்பட்டிருந்த நேரு, ராஜேந்திர பிரசாத்தின் ஃபோட்டோக்களைக் கிருஷ்ணப்பா பார்த்தான்.

'வேண்டாம். நீங்கள் என்னை இங்கே அநியாயமாகச் சிறைவைத்திருக்கிறீர்கள். இதை எதிர்த்து நான் உண்ணாவிரதமிருக்கிறேன்' என்றான். அவர்கள் மனிதர்கள் என்னும் எண்ணம் தோன்றிப் போராட்டம் மீண்டும் அவனுக்குள் முளைவிட்டது.

'நீங்கள் நிரபராதி என்று நிரூபணமானால் ஒரே ஒரு நிமிடம்கூட உங்களை நாங்கள் இங்கே வைத்திருக்கப்போவதில்லை. உங்களுக்குப் பரிச்சயமாகியிருந்த அண்ணாஜி ஆயுதங்களை எங்கே மறைத்துவைத்திருந்தான் என்று தயவுசெய்து சொல்லுங்கள்.'

'எனக்கெதுவும் தெரியாது.'

'நீங்கள் அப்பாவியாகத் தெரிகிறீர்கள். இலட்சியம் மிக்க உங்களைப் போன்றவர்களைப் பிடித்தே அண்ணாஜியைப் போன்றவர்கள் தேசத் துரோகக் காரியத்தைச் செய்கிறார்கள். நீங்கள் இப்போது உண்மையைச் சொன்னால் நாங்கள் உங்களை

விட்டுவிடுகிறோம். நீங்கள் படித்து முன்னுக்கு வர வேண்டும் என்பதே எங்கள் விருப்பம். என்னைப் பாருங்கள் நான் பொலிட்டிக்கல் சயன்ஸ் எம்ஏ முடித்து இந்த வேலைக்கு வந்திருக்கிறேன். எனக்கு இடது பக்கத்திலிருக்கும் இந்த ஜென்டில்மேன் கன்னடர். வாரங்கல் கன்னடர்களுக்கு வரலாற்று முக்கியத்துவம் வாய்ந்தது. ராயப்பா கோவில் சமாச்சாரம் தெரியுமா? இன்னொருவர் ஃபேமஸ் கிரிக்கெட்டர் ஆஃப் திஸ் ரீஜன்.

கிருஷ்ணப்பாவுக்கு இந்த வார்த்தைகள் இதமாயிருந்தன. அவன் ராயப்பா கோவில் விஷயத்தை இடையில் நுழைத்த விதமோ நானும் உன்னைப் போன்ற மனிதன்தான் என்று ரகசியமான சமிக்ஞையில் சொன்னது.

கிருஷ்ணப்பா சொன்னான்

'அண்ணாஜியை நான் விரும்பினேன். அவனை உங்கள் ஆட்கள் கொன்றிருக்கிறார்கள். அண்ணாஜி இந்தக் குடியாட்சியை மேலும் சற்று ஒளிரச் செய்யும் நோக்கம் கொண்டிருந்தவன் . . .' பேசிய பிறகு அவர்கள் அன்னியோன்யத்தில் மயங்கித் தானும் ஏன் அந்தரங்கத்திலிருந்ததைப் பேசினோம் என்று சங்கடப்பட்டான்.

'அது உங்கள் அபிப்ராயம் மிஸ்டர் கௌடா' கிரிக்கெட்டர் சொன்னான்.

குங்குமமிட்டிருந்தவன் கொட்டாவிவிட்டபடி அது அப்படியொன்றும் மதிப்புவாய்ந்த விஷயமல்ல வழக்கமானதுதான் என்பதாக இதமாகக் கன்னடத்தில் சொன்னான், 'நான் குல்பர்கா பக்கத்துக்காரன். நீங்க? சிமோகா பக்கத்தவரா? என்னோட வேலைபாக்கற இவங்க ரொம்ப நல்லவங்க. அண்ணாஜியோட தொடர்பு வச்சிருந்தவங்க யார் யாரு? யாருக்கு அவரு கடிதம்கிடிதம் எழுதிட்டிருந்தாரு? சொல்லிடுங்க. உங்கள விட்டுடுவாங்க.'

அவன் ராகமாகப் பேச்சை முடித்தான். கிருஷ்ணப்பா பேசாமல் அமைதியாயிருந்ததைப் பார்த்து நடுவிலிருந்தவன் சுத்தமான இங்கிலீஷில் சொன்னான், 'யங் மேன் உங்கள் நல்லதுக்குத்தான் சொல்கிறோம். அவன் யார் யாருக்குக் கடிதம் எழுதிக்கொண்டிருந்தான் என்பதைத் தெரிவித்துவிடுங்கள். அவனுக்குப் பெண்கள் தொடர்பு இருந்ததென்றும் எங்களுக்குத் தெரியும் . . .'

'இல்லை எனக்குத் தெரியாது.'

'தேவையில்லாமல் நீங்கள் உங்கள் சஃபரிங்கை ப்ரொலாங்க் செய்துகொள்கிறீர்கள். இங்கே வாயைத் திறக்காமல் தப்பித்துப்

போனவர்கள் இல்லை. நாங்கள் உங்களைக் கேட்பது எங்கள் சுயநலத்துக்காக அல்ல. இது தேசத்துக்கான வேலை. இந்தத் தேசத்தின் பாதுகாப்பைக் காப்பாற்றும் வேலை. நேரு என்ன சொல்லியிருக்கிறார்?'

நடுவிலிருந்தவன் உரையாற்றும் மேன்மையான பாணியில் பேசியதைக் கேட்டுக் கிருஷ்ணப்பாவுக்கு எதிர்பார்ப்பு மேலும் அதிகரித்தது. அவனைக் கோபத்தோடு பார்த்தவாறு கேலியாகச் சொன்னான், 'உங்கள் போலீஸ்காரர்கள் நேற்று இரவு என் அறைக்கு வெளியே என்ன செய்தார்களென்று தெரியுமா?'

கிருஷ்ணப்பாவுக்குத் தொண்டை அடைத்துக்கொண்டு வந்தது. வெட்கத்தால் அவர்கள் முகம் சிறுத்த விதம் எதிரி லிருந்த மூவருக்கும் மனித உணர்வுகள் இருக்கலாம் என்று நம்பிக்கையூட்டுவதாயிருந்தது. அதனால் ஆவேசமடைந்த கிருஷ்ணப்பா விக்கியபடி சொன்னான் 'ஒரு பெண்ணை, இரக்கத்துக்குரியவளை உங்களுடைய இந்த ராட்சதர்கள் ராத்திரி இழுத்து வந்து...'

மேற்கொண்டு பேச முடியாமல் கிருஷ்ணப்பா தலைகவிழ்ந் தான். நடுவிலிருந்தவன் கசப்பாகச் சிரித்துச் சொன்னான், 'டோன்ட் கெட் எக்ஸைடட் யங் மேன். ப்ரூட்ஸ் எல்லா இடங்களிலும் இருக்கிறார்கள். ப்ரூட் ஜனங்களை நம் கட்டுக்குள் வைத்திருக்க நம்மவர்களும் ப்ரூட் ஆக வேண்டியிருக்கிறது. இப்போது நீங்கள் சொல்லப்போகிறீர்களா இல்லையா? வாய்ப்பை இழந்துவிடுவீர்கள். மற்றவர்கள் எங்களைப் போல அல்ல. வாயைத் திறக்கவைக்க தர்ட் டிகிரிகளையெல்லாம் பயன்படுத்துவார்கள். நாங்கள் இப்போது ஒரு கான்பரன்ஸுக்குப் போக வேண்டும். ஆல்ரைட்' என்று கண்களால் சைகைசெய்தான். போலீஸ்காரன் வந்து கிருஷ்ணப்பாவை அறைக்கு வெளியே அழைத்துவந்து மீண்டும் கண்களைத் துணியால் கட்டினான்.

பத்து அல்லது பன்னிரண்டு அடி உயரமான சுவரைச் சுற்றியிருந்த ஒரு முற்றத்தில் கிருஷ்ணப்பா நிறுத்தப்பட்டுக் கண்களைக் கட்டியிருந்த துணி அவிழ்க்கப்பட்டது. எதிரே தடித்த முகத்துக்காரன் இருந்தான். அவன் கிருஷ்ணப்பாவுக் காகக் காத்திருந்தாற்போலிருந்தது.

'அதென்ன நேற்று ராத்திரி கதவைத் தட்டிக்கொண்டிருந் தாய்?'

கிருஷ்ணப்பா அமைதியாக இருந்தான்.

'உன்னை எப்படி வாயைத் திறக்கவைப்பது என்று எனக்குத் தெரியும். ஏரோப்ளேன் தெரியுமா? கட்டுங்கடா இவனை' என்று சிகரெட் பற்றவைத்து உள்ளே சென்றான்.

அவஸ்தை

வராண்டாவில் நிறுத்தியிருந்த இரண்டு கம்பங்களுக்கு நடுவில் கிணற்றுக்கிருப்பதைப் போல உருண்டையான இரும்பு ராட்டிணம் ஒன்றிருந்தது. அதிலிருந்து இறக்கிவிடப்பட்டிருந்த கயிற்றின் ஒரு முனையில் கிருஷ்ணப்பாவின் கைகளை முதுகுக் குப் பின்னால் இறுக்கிக்கட்டினார்கள். இன்னொரு முனையைக் கீச்சுக்குரல் போலீஸ் காவலன் பிடித்துக்கொண்டு 'சார்' என்று கூப்பிட்டான்.

தடித்த முகத்துக்காரன் சிகரெட் புகைத்தபடி வெளியே வந்தான். டபேதார் பிடித்திருந்த லெட்ஜரில் கையெழுத்துப் போட்டவாறு 'எஸ் கோ ஆன்' என்றான். கீச்சுக்குரல்காரன் கயிற்றை இழுக்கத் தொடங்கினான். கிருஷ்ணப்பாவின் பின்புறம் கட்டப்பட்டிருந்த கைகளைக் கயிறு மேல் நோக்கி வளைத்துக் கொண்டிருந்தபோது நிறுத்துமாறு சைகைசெய்து, தடித்த முகத்தவன் 'இப்போதே இவ்வளவு வலிக்கிறது. இன்னும் இழுத்தால் கண்களில் மின்னல் தெரியும்' என்று சிரித்தவாறு 'சொல்லிவிடு. பாவம் நீ சாப்பிடவும் இல்லை' என்றான்.

கிருஷ்ணப்பா பேசவில்லை.

அதிகாரிக்கு உடனே கடுங்கோபம் வந்தாற்போலிருந்தது. உருதுவில் 'இழு' என்றான். கைகளை மேலே மேலே இழுத்த போது அவை முறிந்துபோனதாகத் தோன்றின. கண்கள் இருட்டிக் கொண்டு வந்தன. தான் சரிவதாகக் கிருஷ்ணப்பாவுக்குத் தோன்றியது.

இழுக்கப்பட்ட கயிறு தளர்ந்தது. அப்பாடாவென்றிருந்தது. கிருஷ்ணப்பா கண்களை மூடி அடுத்து மீண்டும் இழுக்கப்படு வதை எதிர்பார்த்திருந்தபோதே பயம் திரும்பியது.

சற்றும் சகித்துக்கொள்ள முடியாது என எதிர்பார்க்கும் வலியை எதார்த்தத்தில் அனுபவிக்கும்போது அவ்வளவு ஒன்றும் சகித்துக்கொள்ள முடியாததல்ல என்று கிருஷ்ணப்பாவுக்கு நிதானமாகப் புரியத் தொடங்கியது. அடுத்து வரவிருக்கும் வலிகளை எதிர்கொள்ளாமல் இப்போதே மனத்தைத் திடப்படுத்தி வைத்துக்கொள்வது எப்படி? மனத்தைத் தன் சிறுவயதுக் காலத்தில் ஓடவிட்டான். தனக்குப் பிரியமாயிருந்த சில கணங் களில் அதை நிறுத்தப் பார்த்தான்.

மாடுகளும் கன்றுகளும் கழுத்து மணிச் சத்தத்தை எழுப்பிக் கொண்டு எதிரில் மேய்கின்றன. கிருஷ்ணப்பா பெரிய பலா மரத்தடியில் கம்பளியின் மேல் உட்கார்ந்திருக்கிறான். புதரி லிருந்து செம்போத்துப் பறவை வெளியே வந்து எம்பி மறைகிறது. இதைப் பார்த்தால் இனிப்பு சாப்பிடுவோம் எனப் பொருள். புல்லாங்குழலை எடுத்துக்கொள்கிறான். பசியெடுக்கும் உணர்வு

ஏற்படுகிறது. கையில் கத்தியைப் பிடித்துக்கொண்டு முக்காடு போட்டுக்கொண்ட தன் அம்மா தூரத்தில் வருவது தெரிகிறது. அம்மாவைப் பார்த்துக்கொண்டிருக்கும்போதே அவளுக்குத் தன் பசியைத் தெரிவிக்க வேண்டும் என வேட்கை கொள்கிறான். அவசரப்படுகிறான்.

எதிரில் நிற்கும் அம்மா புன்னகைத்தபடி 'அதெப்படிப்பட்ட பசியோ? விடியற்காலையில கஞ்சி குடிச்சதில்லியா?' என்று பொய்யான கோபத்தோடு திட்டுகிறாள். கிருஷ்ணப்பா முனகு கிறான் 'அதென்னா கஞ்சி? அதுல மண்ணுதான் இருந்துச்சி' அம்மாவிடமல்லாமல் வேறு யாரிடம் மாமாவின் மனைவியைத் திட்ட முடியும்?

கீரை கொண்டுவருவதற்காகக் கொட்டகைக்குப் புறப்பட்ட அம்மா மகனுக்குப் பக்கத்தில் முடிந்தளவு நேரம் நின்றிருக்க வேண்டும் என்னும் ஆசையால் வேண்டுமென்றே ஏதேதோ சொல்லியபடி, மகனின் பசியைக் கேலிசெய்தவாறு நிற்கிறாள். கிருஷ்ணப்பாவும் கோபத்தில் முனகிக்கொண்டிருக்கும்போதே அம்மா தன் மடியை அவிழ்க்கிறாள். வாழையிலையில் சுற்றிய பலாப்பழக் கடுபுத் துண்டொன்றை எடுத்து 'வாங்கிக்க' என்று கொடுக்கிறாள். கடுபுக்குத் தாராளமாக எருமை நெய் ஊற்றப் பட்டிருக்கிறது. நேற்று செய்த கடுபு. இன்றைக்கு இன்னும் அதிகமான சுவை. அம்மா தன் பங்கில் கொஞ்சம் மறைத்து வைத்துத் தனியாக மகனுக்கு அதை மறுநாள் கொண்டுவந்து தருகிறாள். அத்தையின் கண்ணில் விழாமல் மறைத்துக் கொண்டு வந்து தந்த கடுபை வாங்கிக்கொள்ளும்போது தனக்கேற்பட்ட மகிழ்ச்சியைக் கிருஷ்ணப்பா வெளிக்காட்டிக்கொள்ளுவதில்லை. பக்கத்தில் வைத்துவிட்டு, 'போ. இந்தக் கடுபு சரியா வேகல' என்கிறான். அம்மாவுக்கு மகனின் ஜம்பம் புரிகிறது. 'பிகு பண்ணிக்காதே. சாப்புடு' என்கிறாள். கடுபைச் சாப்பிடும்போது மகனின் கண்கள் ஒளிர்வதைப் பார்த்தவாறே அங்கே நிற்கிறாள்.

கடுபை விழுங்கிக்கொண்டே 'ஹூம் ஹூம்' என்று கத்திய படி கிருஷ்ணப்பா ஜோயிஸ் வீட்டுப் பாழாய்ப்போன அந்த மாட்டுக்குப் பின்னால் ஓடுகிறான். துடுக்கான மாடு, கண்டவர் களின் வயல்களிலும் புகுந்துவிடுகிறது .

ஜோயிஸ் தொடக்கப் பள்ளியில் ஆசிரியர். கிருஷ்ணப்பா மாடு மேய்ப்பதற்கு முன்னால் பத்தோ பன்னிரண்டோ வயது வரைக்கும் அவர் பள்ளிக்கூடத்துக்குப் போய்க்கொண்டிருந்தான். குழந்தைகள் இல்லாத ஜோயிஸின் மனைவி ருக்மிணியம்மா வுக்குக் கிருஷ்ணப்பாவிடம் பாசம். ஏதோ காரணம் காட்டி வெறுமனே அவனை நிறுத்திக்கொண்டு ஏதேதோ பேசியபடி அவனைக் கண் நிறையப் பார்த்துக்கொண்டே நிற்பார். தின்பதற்கு

ஏதாவது தருவார். வெற்றிலைபாக்கு இடித்தபடி கிருஷ்ணப்பாவின் அம்மா தன் சுகதுக்கங்களை அவரிடம் பகிர்ந்துகொள்வார். மாலையில் ஜோயிஸ் ராகம்போட்டு மகாபாரதம் படிப்பதைக் கேட்க யாரிருந்தாலும் இல்லாவிட்டாலும் கிருஷ்ணப்பா ஆஜர். அவர் கிருஷ்ணப்பாவின் அம்மாவிடம் 'உன் மகனுக்கு ராஜ களை இருக்கு' என்பார். கர்ணனின் கதையைக் கேட்டுக் கொள்ளும்போது கிருஷ்ணப்பாவின் கண்கள் ஈரமாவதை ஜோயிஸ் கவனிப்பார். 'ஏகலைவன் கதை சொல்லட்டுமாடா?' என்று கேட்பார்.

ருக்மிணியம்மா மிகவும் மடி. ஏந்திய அவன் கைகளில் மிக உயரத்திலிருந்து அவர் முறுக்கைப் போடுவார். வேலியில் புடவை காயப்போட்டிருந்தால் தூரத்திலிருந்தே கிருஷ்ணப்பாவைப் பார்த்து 'ஏ கிட்டி மடித்துணி விரிச்சிருக்கறேன். எடுக்கறேன். வேலியத் தொடாதே' என்று கத்திக்கொண்டே வந்து புடவையை எடுத்துக்கொள்வார். தொட்டால் என்னவாகுமென்று கிருஷ்ணப்பா ஒருமுறை அதைத் தொட்டுக்கொண்டே வந்ததைக் கவனித்த ருக்மிணியம்மா அவனை அடிப்பதற்காக ஓடிவந்து, அவனைத் தொட்டால் தான் முழுவதும் விழுப்பாகி விடுவோமென்பதை அறிந்து, 'ராஸ்கல்' என்று தூக்கிய கையைத் தூக்கியவாறே நின்றதைப் பார்த்துக் கிருஷ்ணப்பா சிரிக்கத் தொடங்கினான். ருக்மிணியம்மா தன் சிரிப்பைத் தடுத்துக் கொண்டு பொய்க் கோபத்துடன் 'உங்கம்மாகிட்ட சொல்லித் தண்டனை வாங்கித் தர்றேன். வீட்டுக்குப் போறப்ப முதுகுல டின்னு கட்டிக்க வேண்டியிருக்கும்' என்று கிருஷ்ணப்பாவை அந்தப் புடவையை எடுக்கவைத்துக் கிணற்றடியில் இருத்தித் தண்ணீர் இறைத்து ஊற்றவைத்துப் பிழிந்து காயவைப்பார் . . .

கிருஷ்ணப்பா 'ஐயோ' என்று கத்தி இன்னும் கத்த வேண்டும் என்றிருந்ததை அடக்கிக்கொண்டான். கயிறு மீண்டும் கைகளை இழுத்து ஒடிக்கத் தொடங்கியிருந்தது. இந்த வலி எவ்வளவோ காலம் தொடர்ந்துகொண்டிருக்கும் எனத் தோன்றியபோது சடக்கென்று கயிறு தளர்ந்தது. கண் இருட்டிக்கொண்டுவந்து சரிந்தான். கீச்சுக்குரல் காவலன் வாயைத் திறக்கச் செய்து தண்ணீர் ஊற்றினான்.

அவன் சுதாரித்துக்கொள்ளத் தொடங்கியபோது சினிமா இசையின் அலையொன்று காதில் விழுந்து கிருஷ்ணப்பா ஆச்சரியமடைந்தான். காம்பௌண்ட் சுவருக்கு அப்பால் ஹோட்டல் இருக்க வேண்டும். அங்கிருந்து இந்த சினிமாப் பாட்டு இரைச்சலாகக் கேட்கிறது. ஆவாரா ஹூ ஹூ . . . ஆவாரா ஹூ . . . காளைமாட்டு வண்டி செலுத்தும் சத்தம். சாட்டை அடியின் சத்தம். வெளியே ஓர் உலகம் வழக்கம்

போலத் தன் இயக்கத்தில் மூழ்கியிருக்கிறது. ஹோட்டலில் அமர்ந்து சாவதானமாகக் காப்பிக்கு ஆர்டர் செய்யலாம். கடையிலிருந்து பெர்க்லி சிகரெட் வரவழைத்துப் பற்றவைத்துப் புகைவிடலாம். காளைமாட்டு வண்டியின் சத்தம் விலகிச் செல்கிறது. சிலோன் ரேடியோவின் பாட்டு நின்று ஆஸ்ப்ரோ விளம்பரம் கேட்கிறது.

தடித்த முகத்துக்காரன் கால்களை அகற்றி நின்று கண்ணாடி டம்ளரில் காப்பி குடித்துக்கொண்டிருந்தான். அது முடிவதையே பார்த்துக்கொண்டிருந்த காவலன் ஒருவன் கைகளை நீட்டித் தயாராயிருந்தான். குடித்து முடித்த டம்ளரைத் தடித்த முகத்துக் காரன் வேறேதோ நினைவில் இடது கையில் பிடித்தபோது வலது பக்கத்தில் நின்ற காவலன் இடது பக்கம் போய் அதை வாங்கிக்கொண்டு உள்ளே போனான். தன் உயிரை ஆளுகின்ற சர்வவல்லமையுள்ளவனாக நின்ற அதிகாரியைச் சரிந்து உட்கார்ந்த கிருஷ்ணப்பா ஆச்சரியப்பட்டுப் பார்த்தான். இவ னுக்கு அம்மா இருக்கிறாளா? இவனும் முன்பு சிறுவனாயிருந் தானா? வேறேதோ கவனத்தில் நின்றிருந்த அதிகாரி இடுப்பைச் சற்று வளைத்துக் குசுவிட்டு, உருதுவில் ஏதோ சொல்லிக் கிருஷ்ணப்பாவின் பக்கம் பார்க்காமல் கிளம்பிப் போனான். கிருஷ்ணப்பாவைக் காவலனொருவன் எழுப்பிக்கொண்டு போய் இரண்டு நாற்காலிகளிருந்த காலியான அறையில் ஒரு நாற்காலி யில் உட்காரவைத்தான். அலுமினியத் தட்டத்தில் உப்புமாவை யும் டம்ளரில் காபியையும் எதிரில் வைத்துவிட்டுக் காத்து நின்றான்.

கிருஷ்ணப்பாவுக்கு அதைக் கண்டு பசி அதிகரித்தது. ஆனால் தான் உண்ணாவிரதமிருப்பதாக நாகரிகமானவர் களாகத் தெரிந்த அதிகாரிகளுக்கு எதிரில் சொல்லியிருந்ததால் அதைத் தின்ன முடியாது. ஆசையை அடக்கிக்கொண்டு, அது சாத்தியமானதால் சந்தோஷப்பட்டு நாற்காலியில் சாய்ந்து கண்ணை மூடினான். இனித் தூக்கம் பிடிக்க வேண்டும். அப்போது காவலன் படபடவென்று தன் பூட்ஸில் அடிக்கப்பட்டிருந்த லாடத்தால் சிமெண்ட் தரையைத் தட்டினான். கிருஷ்ணப்பா பயந்து விழித்தெழுந்தான். இந்தப் பயம் தெரிந்துவிட்டதே என்று அவமானப்பட்டுத் தான் தூங்கிவிடக் கூடாதென்று கஷ்டப்பட்டுக் கண்ணைத் திறந்துகொண்டு உட்கார்ந்தான்.

கௌரி தேஷ்பாண்டேயை நினைவுபடுத்திக்கொண்டான். அவள் தளர்வாகச் சடைபோட்டிருக்கிறாள். அவளது கறுப்புக் கூந்தல் காதுக்கு மேலிருந்து இறங்கி நெஞ்சின் மேல் சிதறியிருக் கிறது. அவள் தம்பூராவைப் பிடித்துப் பாடிக்கொண்டிருக்கிறாள். 'கபீர் சொல்கிறான் சாதுக்களெல்லாம் கேளுங்கள்' என்னும்

இறுதி வரியை ஏற்றத்தோடு பாடிக்கொண்டிருக்கிறாள். இப்போது கிருஷ்ணப்பா தன் ஆசையால் வெட்கப்படுவதில்லை. எழுந்து வந்து தன் பக்கத்தில் உட்கார்ந்தவளை மென்மையாகத் தடவு கிறான். அதன் பிறகு அதை அண்ணாஜிக்குச் சொல்கிறான். அவன் மகிழ்ச்சியடைகிறான். இந்த அமைப்பை மாற்றும் தியரியைப் பற்றிப் பேசுகிறான். சமூகம் தொல்லையின் மீது கட்டமைந்துள்ளது. இதெல்லாம் மையமாகப் போலீஸ் மயமாகி யுள்ளது. தனிநபராக இந்தப் போலீஸை வெறுத்து என்ன பயன்? அமைப்பு எப்படிச் செயல்படுகிறது என்பதைப் புரிந்து கொண்டு அதை மாற்ற வேண்டும். இப்படி மாற்றுகிறவர்கள் விவசாயிகள், கூலிக்காரர்கள். தடித்த முகத்து அதிகாரிகூட வெறுமனே ஒரு சாதனம். ஆனால் அவன் ராத்திரியில் எவளோ ஒரு பெண்ணைப் பலாத்காரமாகச் சம்போகித்தபோது கேட்ட பயங்கர சப்தங்கள் நினைவுக்கு வருகின்றன. கிருஷ்ணப்பாவின் கண்களிலிருந்து தூக்கம் பறந்து அவை குரூரமடைகின்றன.

மஹேஸ்வரய்யா தன்னை இங்கிருந்து விடுவிக்கும் வழிகளை வெளியில் எங்கோ தேடிக்கொண்டிருக்கிறார். என்ன செய்ய வேண்டுமென அவருக்குத் தெரியும்.

தேசத்தில் புரட்சி வரும். இந்தத் தடித்த முகத்து அதிகாரி யைத் தண்டிக்கும் முறைகளை யோசித்தவாறு கிருஷ்ணப்பா சிக்கலான இயந்திரம் ஒன்றைச் சிருஷ்டித்துக்கொண்டே போகிறான். அதில் ஒன்றுக்குள் ஒன்றாகப் பற்றிக்கொண்டுள்ள நூற்றுக்கணக்கான சக்கரங்கள். விதவிதமான முறையில் அந்த இயந்திரம் இந்த அதிகாரியைப் பிடித்துப் பிழிகிறது. சாக விடாமல் இம்சிக்கிறது. அது செக்கைப் போல இருக்கிறது. கரும்பு பிழியும் இயந்திரம் ஞாபகத்துக்கு வருகிறது. தாரையாகக் கொட்டும் பால், பாக்குத் தோலிலிருந்து வண்ண வண்ணமான நெருப்பு எழுந்து கொதிக்கும் கொப்பரை, இந்தக் கொப்பரையி லிருந்து எடுத்துத் தின்னும் நுரைகொண்ட வெல்லம்...

மீண்டும் சத்தம் கேட்டது. உப்புமாவைக் காவலனே தின்றுவிட்டு அலுமினியத் தட்டை எடுத்துக் கீழே போட்டிருந் தான். கிருஷ்ணப்பாவைப் பார்த்து மூடனைப் போல இளித்த வாறு நின்றிருந்தான். அவன் பற்கள் சொத்தை விழுந்து கறுத்திருந் தன. கிருஷ்ணப்பாவே உப்புமாவைத் தின்றதாக மேலதிகாரிகள் எண்ணுமாறு அவன் செய்திருந்தான்.

ஏரோப்ளேனில் ஏற்ற மீண்டும் அழைத்துப்போகலாம் எனத் தோன்றியது. கைகளைப் பின்புறம் கட்டி இழுக்கும்போது சகிப்புக்கும் எல்லையிருக்கிறது, அந்த முனையைத் தாண்டும் போது ஒவ்வொரு அங்குலமும் வலியை அதிகரித்துக்கொண்டே

போகும். கிருஷ்ணப்பா பயத்தால் நடுங்கியபடி உட்கார்ந்தான். இந்தமுறை தான் அதைத் தாள முடியாமல் அண்ணாஜி பணம் அனுப்பிக்கொண்டிருந்தவர்களின் பெயர்களையெல் லாம் சொல்லிவிடக்கூடும்.

பூட்ஸ் ஒலி கேட்டது.

நெற்றியின் நடுவில் குங்குமமிட்டிருந்த பழுத்த மீசை அதிகாரி உள்ளே வந்து இன்னொரு நாற்காலியில் உட்கார்ந் தான். தன் தொப்பியைக் கழற்றி வியர்த்துக்கொண்டிருந்த நெற்றியைத் துடைத்துக்கொண்டான். குங்குமமும் ஈரமாகி மூக்குக்குக் கீழே இறங்கிக்கொண்டிருந்தது. அந்தக் குங்குமத்தை அழிக்காதவாறு மூக்கையும் கன்னத்தையும் கழுத்தையும் துடைத்துக்கொண்டான்.

'இந்தப் பாழாப்போன வாரங்கல் சுத்தியும் கல்லு மலைகளா இருக்கு. ஆந்திராவின் பயங்கர வெயில். காப்பி கொண்டுவரச் சொல்லட்டுமா?' என்று கேட்டான்.

வேண்டாமென்று கிருஷ்ணப்பா தலையசைத்தான்.

'சர்பத்?'

கிருஷ்ணப்பா வேண்டாமென்றான்.

'நான் இங்க வரக் கூடாது. இதெல்லாம் கீழ்மட்ட அதிகாரிங் களோட வேல. அவங்க அப்ரோச் புரூட்டலா இருக்கும் . . .'

கிருஷ்ணப்பாவின் கவனம் தன் பேச்சில் இல்லையென் பதைக் கவனித்து அவன் 'என் பேரு ஜனார்த்தன ஜோஷிங்க' என்றான்.

கிருஷ்ணப்பா உதட்டைக் கடித்து உட்கார்ந்தே இருந்ததைக் கண்டு 'உங்களுக்கு வேண்டியவராம், மஹேஸ்வரய்யான்னு. வீட்டுக்கு வந்திருந்தாரு. காலையில எங்க வீட்டிலயே டிபன் சாப்பிட்டாரு. அதனால உங்களைப் பாக்கலான்னு நானே வந்தேன்' என்றான்.

மஹேஸ்வரய்யாவின் பெயரைக் கேட்டுத் தன் முயற்சி யில்லாமலேயே கிருஷ்ணப்பா பெருமூச்சுவிட்டு ஆதூரத்தோடு அடுத்ததற்காகக் காத்திருந்தான். ஜோஷி இதைக் கவனித்து மிகவும் மெதுவாகச் சொன்னான், 'எங்க டிபார்ட்மெண்டே இப்படித்தான். எப்ப ரிடயர் ஆவேன்னு காத்திருக்கறேன். ஆனா பாருங்க இன்னைக்கும் பூஜை பண்ணாம நான் வீட்ட விட்டு வெளிய வர்றதில்ல. மீண்டும் ஒருமுறை கழுத்தைத் துடைத்துக்கொண்டு அங்கே நின்றிருந்த காவலனைப் போகச் சொல்லித் தொடர்ந்தான்.

அவஸ்தை 99

‘கிரிமினல்களோட டீல் பண்ணிப் பண்ணி நாங்களும் அதே டெம்பரமென்ட்டுள்ளவங்களாயிடறதாத் தெரியிது. உங்களைப் போல ஐடியலிஸ்ட் யங் மேனை டீல் பண்றது எப்படின்னு எங்களுக்குத் தெரியறதே இல்லீங்க. தேசத்துல ரொம்ப அநியாயம் நடக்கலியான்னு நீங்க கேக்கறீங்க. எஸ். நான் ஒத்துக்கறேன். இங்கப் புரட்சி நடக்கணுன்னு நீங்க நினைச்சா தப்பா? ஒரு சேயிங்கே இருக்குதல்ல – ஒருத்தன் இருபத்தைஞ்சு வயசுக்குள்ள கம்யூனிஸ்ட் ஆகாம இருந்தா அவன் இதயமில்லாதவனா இருக்கணுன்னு. அப்படியே இருபத்தைஞ்சி வயசுக்கு மேலயும் அவன் கம்யூனிஸ்ட்டாவே இருந்தான்னா அவன் மூடனாயிருக்கணும்.’

ஜோஷி கடகடவெனச் சிரித்தபடி கிருஷ்ணப்பாவும் தன்னோடு சிரித்ததாக எண்ணித் தொடைகளைத் தட்டிக் கொண்டு உட்கார்ந்தான். கிருஷ்ணப்பா அவனை உற்றுப் பார்த்தவாறே இருந்தான்.

‘உங்களுக்கு இந்த சேயிங் புதுசாயிருக்காது, இல்லையா? வெரி ஃபன்னி. வெரி வெரி ஃபன்னி.’

ஜோஷி சிரிப்பை நிறுத்திக் கண்ணில் பொங்கிய நீரைத் துடைத்துக்கொண்டு சொன்னான், ‘கௌட் உங்க சர்நேம் இல்லிங்களா? தார்வாட் பக்கத்துல பிராமண கௌடர்களும் இருக்கறாங்க. நீங்க முன்னொரு காலத்துல ஜைனர்களா இருந்தவங்களாம். இப்ப நாமம் போடுறவங்களாம். மஹேஸ்வரய்யா எல்லாம் சொன்னார். வெரி இன்ட்ரஸ்டிங், வெரி வெரி இன்ட்ரஸ்டிங். இந்தப் பிரதேசம் நிஜாம் ஆட்சியில இருந்ததுல்ல. அதனால இங்கிருக்கிற போலீஸ்காரங்கல்லாம் ரொம்ப புரூட்டுங்க. அதனால நானே வந்தேன். மஹேஸ்வரய்யாகிட்ட சொன்னேன் “டோன்ட் வொர்ரி. அந்த அண்ணாஜி இருந் தான்ல அவனோட தொடர்பு வச்சிருந்த ஒன்னு ரெண்டு பொம்பளைங்க மகாராஷ்ட்ராவுல இருந்தாங்களாம். எங்க ளுக்கு அவங்க அட்ரஸ் கெடச்சாப் போதும்”ன்னு.’

ஜோஷி அவ்வளவு பேசிவிட்டு அமைதியானான். தண்ணீர் கொண்டுவருமாறு தெலுங்கில் காவலனிடம் கத்தினான். கிருஷ்ணப்பாவிடம் ‘தண்ணி குடிக்கிறதுக்கென்ன?’ என்று ஒரு கிளாஸ் குளிர்ந்த பானைத் தண்ணீர் கொடுத்துத் தானும் குடித்தான்.

‘இந்த இன்வெஸ்டிகேஷனுக்கு நான்தான் தலைமையதிகாரி. உங்ககிட்டயிருந்து அவ்வளவு தெரிஞ்சா போதும் விட்டுட றோம்னு மஹேஸ்வரய்யாகிட்ட சொன்னேன். ரொம்ப இன்ட்ரெஸ்டிங்கான மனுசன். அப்படிப்பட்டவர் கிடைச்சது

னால யூ ஆர் லக்கி. பாவம் அதெப்படி அண்ணாஜிங்கறீங்கல்ல அவன்கிட்ட மாட்னீங்களோ? நான் என் மகனுக்குச் சொல்றேன். “அப்பா என்னவேனா பண்ணு. ஆனா போலீஸ்கிட்ட மட்டும் மாட்டிக்காதே”ன்னு,

கிருஷ்ணப்பா மெல்லிய குரலில் சொன்னான் – அதுவே தன் கடைசி வார்த்தை என்பதைப் போல – ‘எனக்கு எதுவும் தெரியாது.’

‘ஆல்ரைட்’ என்று ஜோஷி எழுந்து நின்று தன் தொப்பி யைப் போட்டுக்கொண்டு ‘சொல்லணும்னு தோனுறப்ப எனக்குச் சொல்லியனுப்புங்க. வாயைத் தொறக்காம இங்கிருந்து வெளியே போனவங்க இல்ல. நான் சொல்றது ஃபாக்ட். உங்களைப் பயமுறுத்தறதுக்கில்ல’ என்று சட்டையை இழுத்துச் சரிப்படுத்திக் கொண்டு போனான்.

காவலன் வந்து அவனை எழுப்பிக்கொண்டு ஏரோப்ளே னில் ஏற்றும் இடத்துக்கு மீண்டும் கொண்டுவந்தான். அங்கே ஒருவனை ஏரோப்ளேனில் ஏற்றியபடி தடித்த முகத்து அதிகாரி நின்றிருந்தான். கிழிந்த சட்டை அணிந்து பான்ட் போட்டவன் தன் கைகள் எழும்பிய உடனே கத்தத் தொடங்கினான். தெலுங்கில் அவன் படபடத்தபோது அதிகாரி அவனை இறக்கி அவன் சொன்னதைக் குறித்துக்கொண்டு டபேதார் ஒருவ னுடன் அவனை அனுப்பினான். இந்தக் காட்சியைப் பார்ப்பதற் காகக் கிருஷ்ணப்பாவை நிறுத்திவைத்திருந்தவன் பிறகு அவனை எங்கெங்கோ சுற்றி, படியேற்றி இறக்கிப் பல அறைகளின் வழியாக அழைத்துக்கொண்டு போனான். கடைசியாக ஒரு ஹாலின் முன்பாக அவனை அழைத்துப்போனபோது அங்கே சாதாரண உடை அணிந்தவர்கள் மேஜைக்கு முன்னால் உட்கார்ந்து எழுதிக்கொண்டிருந்ததைக் கிருஷ்ணப்பா கண்டான். சாதாரணமான அலுவலகங்களைப் போலவே அதுவும் இருந்தது. நெற்றியில் விபூதி தரித்து வெள்ளைத் தொப்பி போட்டிருந்த ஒருவன் நடுவிலிருந்த மேஜைக்கு முன்னால் உட்கார்ந்து எழுதிக் கொண்டிருந்தான். மை படிந்த மேஜை விரிப்பு, ஒரு பாத்திரத்தில் ஊசிப்போன வாசனை கொண்ட மாவுப்பசை, அதில் தோய்ந் திருந்த தடிமனான குச்சி, சுவரின் மேல் போஸ், நேரு படங்கள், மூலைகளில் பீடி குடித்தபடி நின்றிருந்த காவலர்கள், பீடியைச் சுவரில் அழுத்தி அணைத்த கறுத்த அடையாளங்கள், மூலையில் குவித்த மணலின் மேல் வாய் திறந்திருந்த தண்ணீர்ப் பானைகள், எல்லோரும் மெல்லிய குரலில் பேசிக்கொண்டிருந்த குசுகுசு சத்தம், திறந்திருந்த அலமாரிகளில் அடுக்கியிருந்த மஞ்சள் நிறத்துக்கு மாறிய கோப்புகள். இவற்றையெல்லாம் பார்த்தவாறு கிருஷ்ணப்பா நிதானமாக லாயத்தைப் போல நீளமாயிருந்த

ஹாலில் மேஜைகளுக்கு நடுவே வழி ஏற்படுத்திக்கொண்டவாறு நடந்தான். இதுவே மாவட்டத்தின் முக்கியக் காவல்நிலையமாக இருக்க வேண்டும். ஜோஷியும் இங்கேயே எங்கோ இருக்கிறான். மேலே எத்தனையோ அறைகளில் அவனுக்கு மேலதிகாரியோ மேலதிகாரிக்கு மேலதிகாரியோ இருப்பார். அந்த அறைகளில் மின்விசிறிகள் இருக்கும். இதே கட்டடத்தின் ஓர் அறையில்தான் தன்னை மூன்று அதிகாரிகள் விசாரித்தார்கள். சவரம் செய்த முகத்தைத் தடவியபடி கண்ணாடியை மூக்குக்குக் கீழே இறக்கிக் கொண்டு காகிதங்களில் பேனாவால் கவனமாக எழுதியவாறு உட்கார்ந்திருக்கும் இவர்களெல்லாம் ஏழைக் குடும்பஸ்தர்களாகத் தெரிகிறார்கள். இந்தக் கட்டடத்திலேயே எங்கோ இன்னொரு மூலையில் அந்த முற்றம் இருக்கிறது. தன்னை ஏரோப்ளேன் ஏற்றிய இடம். அங்கு எழுந்த கூக்குரல்கள் நல்ல குடும்பஸ்தர் களாகத் தோன்றும் இந்தக் குமாஸ்தாக்களின் காதுகளில் விழுவதாகத் தெரியவில்லை. ஆனால் அங்கே சித்திரவதையின் மூலம் பெற்ற விஷயங்களை நீதிமன்றத்தில் சமர்ப்பிக்க இந்தக் குமாஸ்தாக்களெல்லாம் வரிசையாக வாக்கியங்களாகத் தயாரித்துக் கொண்டிருக்கலாம்.

இங்கு எங்கேயோ முற்றமிருக்கிறது. ஆனால் தன் இருட்டறை எங்கேயிருக்கிறது? தப்பித்துப்போவதில் முதல் படி இந்தக் கட்டடத்தின் வரைபடம் ஒன்றைத் தயாரிப்பது. அதைத் தயாரித் தால் தப்பித்துச் செல்வது சுலபம் என்னும் காரணத்தாலேயே முதல்முறை தன்னை அழைத்துக்கொண்டு போனபோது கண்ணைத் துணியால் கட்டினார்கள். இன்று தான் ஜோஸியைப் பார்த்த அறை, பிறகு வந்த சித்திரவதை முற்றம், அங்கிருந்து ஏறி இறங்கி நுழைந்த அறைகள், பிறகு நுழைந்த லாயத்தைப் போன்ற இந்தக் கூடம் – குழப்பமான லாயத்தைத் தாண்டிக் கொண்டிருந்தபோதே, அடுத்தமுறை எல்லாவற்றையும் தெளிவாக ஞாபகம் வைத்துக்கொள்ள வேண்டும் என்று கிருஷ்ணப்பா எண்ணிக்கொண்டான். கொஞ்சம் ஆகாயம் தெரிந்தது. அந்த ஆகாயத்தைத் தொட்டுக்கொண்டு நின்ற கறுப்புக் கல் மலைகள் தெரிந்தன. அந்தக் கற்களால்தான் ஊரின் வெக்கை அவ்வளவு சகிக்க முடியாததாக இருந்தது. புராதனக் காலத்துக் கோவில் எனப்படும் ராயப்பா தேவாலயத்துக்கு அந்தப் பாறைகளிலிருந்தே கல்லெடுத்திருக்கலாம்.

அந்தக் கட்டடத்தின் முன்பாகம் சற்றுத் தெரிந்து கிருஷ்ணப்பா ஆச்சரியமடைந்தான். இவ்வளவு குறுகலான கூடங்களை, சித்திரவதை முற்றத்தை, வாழ்க்கையின் அல்லாட்டத் தில் களைத்துப்போனவர்களாகத் தெரியும் குழிவிழுந்த கண் களைக் கொண்ட ஏழைக் குமாஸ்தாக்களையும் ராட்சதனைப் போன்றிருந்த தடித்த முகத்து அதிகாரியையும் உள்ளடக்கிய

அந்தப் பிரம்மாண்டக் கட்டடத்தின் முன்பாகம் அழகாயிருந்தது. அத்தனை வெக்கையிலும் பச்சைப் புல்வெளி இருந்தது. நீரூற்று இருந்தது. செயற்கையாக இடுப்பை வளைத்துக் குடமொன்றைப் பிடித்து நின்ற பெண்ணின் சிலையொன்றின் மேல் ஊற்று பீறிட்டுக்கொண்டிருந்தது. அந்தக் கட்டடத்துக்கு வெளியே சைக்கிள் ரிக்ஷாக்கள் வரிசையாகக் காத்திருந்தன. எந்தப் பயமுமில்லாமல் வெற்றிலைபாக்கு மென்றவாறு விவசாயிகளும் தார்ப்பாய்ச்சிக் கட்டிய வேட்டியைத் தூக்கிப் பிடித்த பட்டணத்துக்காரர்களும் நடமாடிக்கொண்டிருந்தார்கள். அது கட்டடத்தின் முன்பகுதியென்றும் அப்போது மத்தியானம் என்பதையும் மனத்தில் குறித்துக்கொண்டான். முதல் பாடம்: இப்போதைய வலி எதிர்பார்த்ததைவிடப் பொறுத்துக்கொள்ளக் கூடியதாக இருக்கிறது. இரண்டாம் பாடம்: அந்த இருட்டறையில் கால, தேசங்கள் மறந்துபோகலாம் என்பதால், காலத்திலும் இடத்திலும் தான் எங்கிருக்கிறோம் என்னும் உணர்வு தன்னிட மிருந்து மறையாதவாறு பார்த்துக்கொள்ள வேண்டும்.

பசியால் கால்களில் சக்தியிருக்கவில்லை. அவனோடிருந்த அம்மை வடு முகத்துக் காவலன் குரூரமானவனாகத் தெரியாத தால் தனக்குத் தண்ணீர் வேண்டுமெனச் சைகைசெய்தான். குளிர்ந்திருந்த நீரை அங்கேயே மூலையிலிருந்த பானையிலிருந்து காவலன் எடுத்துத் தந்தான். கட்டடத்தின் முன்பகுதியை மேலும் சற்றுக் கவனித்துத் தாகம் தணியத் தண்ணீர் குடிக்கும் சாக்கில் அங்கேயே நின்றிருந்தான். காவலன் அவசரப்படுத்திக் கிளப்பினான். அவன் இப்போது நுழைந்து சென்ற அறைகள் காலியாயிருந்தன. எங்கெங்கோ நடந்து கடைசியில் நின்றபோது அவனுக்கு எதிரில் இருந்த கதவு தன் அறையினுடையதெனத் தெரிந்தது. காவலன் அவனை உள்ளே விட்டுக் கதவைப் பூட்டிக் கொண்டான்.

○

மூட்டைப்பூச்சிகள் உடம்பில் ஊர்ந்து கடித்தபோது ஆச்சரியமுண்டாகவில்லை. உடம்பைத் தேய்த்தபடி சிமெண்ட் கட்டிலில் உட்கார்ந்தான். இந்த மூட்டைப்பூச்சிகளாலாவது உடம்பின் விழிப்புணர்வு மீந்திருக்கிறதல்லவா? ஊரின் சீதோஷ்ணத்துக்குப் பொருந்தியதாலோ என்னவோ உடம்பு அவ்வளவு ஒன்றும் வேர்க்கவில்லை. அப்படியே உட்கார்ந்திருந்த போதே கண்கள் சொருகின. யாராவது திடீரென எழுப்பி விடுவார்களோவெனத் திகிலடைந்தவாறு அதற்குள் தேகத்துக்குத் தேவையான தூக்கத்தையெல்லாம் பெற்றுவிட வேண்டுமென மனம் ஒன்றிக் கண்களை மூடிச் சுவரில் சாய்ந்தான். மூட்டைப் பூச்சிகள் இருக்கின்றன, அவை கடித்துக்கொண்டேயிருக்கின்றன.

அவஸ்தை　　　　　　　　　　　　🕉 103 🕉

இது தவிர்க்க முடியாதது என்று புரிந்துகொள்ள முயன்றுகொண்டிருந்தபோதே கிருஷ்ணப்பாவுக்கு ஆழ்ந்த உறக்கம் வந்தது.

விழித்தபோது அதே தினமா மறுநாளா பகலா இரவா எனத் தெரியாமல் வெட்கப்பட்டான். மூக்கின் இரண்டு துவாரங்களையும் துணியால் மூடிக்கொண்டு தலையில் சின்னதாக முடிச்சிட்டு அதில் செண்பகப்பூவை முடிந்துகொண்டு 'மடி தூரப் போ' என்றவாறு தனக்குத் தூரத்திலிருந்து முறுக்கைத் தூக்கிப்போட்டுக்கொண்டிருந்த ருக்மிணியம்மாவின் ஞாபகம் வந்து அவரோடு நடந்த சிரிப்பூட்டக்கூடிய ஏதாவதொரு சம்பவத்தைத் தேடியவாறு உட்கார்ந்தான். அவன் யோசிக்கவே விரும்பாத ஒன்று நினைவுக்கு வந்து அவனைப் பீடித்தது.

கிருஷ்ணப்பாவின் அப்பா இறந்தது அவன் வயிற்றிலிருந்த போதே. சிறுவனாயிருந்தபோது கிருஷ்ணப்பா தன் அப்பா எல்லோரையும்போல முதியவனாகி இறந்திருக்க வேண்டும் என்று நினைத்திருந்தான். ஆனால் மஹேஸ்வரய்யா தன்னை மாடுமேய்ப்பதிலிருந்து விடுவித்துப் பள்ளியில் சேர்ப்பதற்காக நகரத்துக்கு அழைத்துக்கொண்டு போன தினத்தன்று அம்மா அவனை ஊருக்கு வெளியேயிருந்த ஆலமரத்தடியில் உட்கார வைத்துக்கொண்டு அப்பா இறந்தது எப்படி என்பதை விவரித்திருந்தாள். அப்பா பிடிவாதக்காரன். அவனுக்கும் பங்காளிகளுக்கும் பாகப்பிரிவினை நடந்திருந்தாலும் எத்தனையோ நாட்கள்வரை ஒரு பாக்குத் தோட்டம் தொடர்பாக அவன் பெரியப்பா மகனுடன் சண்டை நடந்துகொண்டேயிருந்தது. அந்தப் புட்டண்ண கௌடாவுக்கு மிகுந்த பொறாமை. வைக்கோல் பொதிக்கு நெருப்புவைப்பது முதலான தொந்தரவுகள் கொடுத்துக் கொண்டேயிருந்தான்.

அப்பா பிடிவாதக்காரனாதலால் அதற்கெல்லாம் மசிய வில்லை. கோர்ட்டு கோர்ட்டாக அலைந்து அலைந்து கடைசியில் தோட்டம் தனக்கு உரிமை என்று நிறுவிக்கொண்டான். அது நடந்த மறுநாள் அப்பா வீட்டுக்கு வரவில்லை. மாடுமேய்த்துக் கொண்டிருந்த பையனொருவன் பயங்கரமான கதையைக் கொண்டுவந்தான். போய்ப் பார்த்தால் மூங்கில் குத்துக்கு அடியில் அப்பாவை வெட்டித் துண்டு துண்டாக்கி வீசியிருந் தார்கள். போலீஸ் கேஸாயிற்று. புட்டண்ண கௌடாவுக்குத் தண்டனை கிடைத்தது. அது நடந்த பின்னரே இவனுடைய அம்மா தன் அண்ணனின் வீட்டுக்குப் போனாள்.

இந்தக் கதையைக் கேட்ட பிறகே அத்தை கோபம் வந்த போதெல்லாம் 'அப்பனைத் தின்னு பொறந்த சனியனே' என்று தன்னைத் திட்டிக்கொண்டிருந்தது ஏன் என்று கிருஷ்ணப்பா வுக்குப் புரிந்தது.

இந்தச் சம்பவம் தன்னைப் பாதிக்காதவாறு பார்த்துக் கொண்டான். தன் அப்பா கொலைசெய்யப்பட்டாரென யாரிடமும் சொல்ல வேண்டுமென அவனுக்குத் தோன்றியதில்லை. மஹேஸ்வரய்யாகூட அதைக் கேட்டதில்லை. ஆனால் பிறந்ததிலிருந்தே தன் வாழ்க்கையை இருள் கவிந்து நாசமாக்க முயல்வதாகவும் அதைத் தான் பிடிவாதத்தால் வெல்ல வேண்டும் என்றும் தெள்ளத்தெளிவாகக் கிருஷ்ணப்பாவுக்குத் தோன்றியிருக்கிறது.

தன் அப்பாவைக் கொல்லுமளவு அவன் பங்காளிக்கு ஏன் வெறுப்பு தோன்றியது? இப்படிப்பட்ட வெறுப்பு பிறருக்கு உண்டாகுமாறு தான் செய்துகொண்டிருக்கலாம். கீழ்மை, இழிவு, இருள் என்று புரிந்துகொண்டவையெல்லாம் சிலரிடம் ஒருசேர இருப்பதாகத் தெரிகிறது. இப்படித் தான் பார்த்தவை யெல்லாம் இங்கே – இந்த நிலத்தின் புழுதியில், இந்த வெக்கையில், இந்த மூட்டைப்பூச்சிகளில், காற்றில்லாத இந்த இருட்டில் – மையம்கொண்டதாகத் தோன்றுகிறது. தான் இதை வெல்ல முடியுமா என்று கிருஷ்ணப்பா உதட்டைக் கடித்து எழுந்து நின்றான்.

அண்ணாஜி சொல்லியிருந்தான் 'சிறுமையை வெல்ல வேண்டியது உன் மனசிலல்ல. புற உலகத்தில். அதனுடைய மூலம் இருப்பது அங்கேதான்.' அவன் சொன்னது உண்மையாயிருக்கலாம். ஆனால் தன் மனம் அதனால் பாழாகாதவாறு கடந்து நிற்கும் உபாயங்களைத் தான் இந்தச் சந்தர்ப்பத்தில் தேட வேண்டியிருந்தது. தான் இங்கே அனேகமாகச் சாக வேண்டி வந்தால் உதட்டைக் கடித்துக்கொண்டே சாக வேண்டும். கடைசி நொடிவரைக்கும் தன் மனத்தை இந்த இருள் கவியாதவாறு காப்பாற்றிக்கொள்ள வேண்டும்.

மஹேஸ்வரய்யா சொல்வார், 'அவதானியாக வேண்டும். மாட்டிக்கொள்ளக் கூடாது. வளைந்து கொடுக்கும் வலிமையை இழந்துவிடக் கூடாது. உள்ளேயும் இருக்க வேண்டும், வெளியிலும் இருக்க வேண்டும். பழத்தைத் தின்னவும் வேண்டும். பார்த்துக் கொண்டிருக்கவும் வேண்டும். இலேசான உடம்பு, வலிமையான இறக்கை, கூரான நகம், ஆகாயத்தை நோக்கித் தூக்கிய கூரான அலகு, அபாயம் அவ்வளவு தூரம் இருந்தாலும் அதற்குத் தெரியும். துணைக்கு ஏங்குவதில்லை. தன்னளவிலேயே பாடிக் கொள்ளும்.'

இப்படி யோசித்தபடி சற்று நேரம் கழிந்த பிறகு காலத்தைப் பற்றிய பிரக்ஞையைத் தான் இழந்தேவிட்டதாக அவனுக்குத் தோன்றியது. இந்த அறைச் சுவருக்கு அப்பால் இன்னொரு அறை இருக்க வேண்டும் – தெருவல்ல. அந்த முற்றத்துக்கு

அப்பாலிருந்து கேட்பதுபோல் அங்கிருந்து கேட்பதில்லை. அந்தத் தடித்த முகத்து அதிகாரி தன்னை மறந்துவிட்டிருக்க வேண்டும். கண்ணெதிரில் இருந்தபோதே மிகவும் குரூரமாக அவன் மேலே எகிறலாம் எனத் தோன்றியதுபோலவே அவன் தன்னை அலட்சியப்படுத்தி வேறெங்கோ கவனத்தைச் செலுத்தியது நினைவுக்கு வந்து திகிலடைந்தான். அந்த அதிகாரி, ஜோஷி, இன்னொருவன் எல்லோரும் தன்னை மறந்துவிட்டு வேறு யாரையோ தேடிக்கொண்டோ தண்டித்துக்கொண்டோ இருக்கலாம். தன்னிடம் விவரங்களெதுவும் இல்லை; விடுதலைசெய்ய வேண்டும் என்று நிச்சயித்து, விடுதலைசெய்துவிட்டதாக நினைத்துக்கொண்டிருக்கலாம். இன்னொருமுறை தண்டிப்பதற்காகத் தன்னை வெளியே கொண்டு செல்லலாம் என ஆசைப் பட்டான்.

எவ்வளவு தேய்த்துக்கொண்டாலும் ஏதோ மூலையிலிருந்து மூட்டைப்பூச்சிகள் கழுத்துப் பட்டி, அக்குள், தொடைச் சந்துகளில் கடித்தன. இந்த இருட்டு அறை வயிற்றைப் போல. இதில் தான் படிப்படியாக ஜீரணமாகிக்கொண்டே போவதாகத் தோன்றியது.

இந்த வகையான யோசனை பேராசை போன்றது என வெட்கப்பட்டான். சித்திரவதைகளை மிகவும் சிக்கலான முறையில் நிறைவேற்றும் இயந்திரத்தைக் கற்பனை செய்தபடி உட்கார்ந்தான். அதனாலும் களைப்படைந்தான். சாப்பிட்டு எத்தனை தினங்களாயிற்று? மூன்று? நான்கு? தாகம் ஆரம்பமாயிற்று. இருட்டில் தடுமாறிச் சென்று பாத்திரத்தில் மீந்திருந்த தண்ணீரால் வாயை ஈரப்படுத்திக்கொண்டான்.

தான் என்ன செய்துகொண்டிருக்கிறோம் என்பது தெரியாமலேயே கைவிரல்களால் சமயமார்க்கத்தவர்களின் சிருஷ்டி முறையில் நிலத்திலிருந்த புழுதியில் சக்கரத்தை அவன் வரையத் தொடங்கியிருந்தான். மஹேஸ்வரய்யா எதிரில் உட்கார்ந்து விவரித்ததைப் போல உணர்ந்தான். அனேகமாக முன்னொரு முறை ஆனதைப் போலப் புத்தி பேதலிக்கும். தான் கடவுளை நம்புவதில்லை என்று சொல்லிக்கொண்டே சக்கரத்தை சிருஷ்டித்துக்கொண்டே மூட்டைப்பூச்சிகளை உடம்பில் தேய்த்துச் சாகடித்தபடி உட்கார்ந்தான். கிழக்கு முகத்தின் திரிகோணம் தோன்ற, நடுவில் பொட்டு, அதன் மேல் முந்தைய திரிகோணத்தின் மையத்தைப் பிளந்து கிழக்கு முகத்தின் இன்னொரு திரிகோணம். முதல் திரிகோணத்திலிருந்து மேற்கு முகமாக மற்றொரு திரிகோணம் வரைந்து... மஹேஸ்வரய்யாவின் கண்கள் அதில் ஊன்றி ஒளிர்ந்துகொண்டிருந்தன. நெற்றியின் மேல் அகலமான குங்குமம், முதுகின் மேல் ஈரமான நீண்ட

கூந்தல். சிவப்புக் கரை வேட்டியைத் தார்ப்பாய்ச்சி உடுத்தி, வெற்று நெஞ்சில் ருத்திராட்சை அணிந்திருந்தார்.

சமயமார்க்கத்தவர்கள் இதயக் கமலத்திலேயே பூஜிப்பார்கள் என்று மஹேஸ்வரய்யா சொல்லியிருந்தார். அப்படிப்பட்ட பூஜைக்குக் கிருஷ்ணப்பா ஆயத்தத்திலிருந்தபோது மஹேஸ்வரய்யா சிந்தாமணி க்ருஹத்தை விவரித்திருந்தார். இதற்குத் தேஜோமயமான எட்டு மதில்கள். ரத்தினமயமான பதினோரு மதில்கள். தத்துவமயமான ஆறு மதில்கள். இப்படி இருபத்தைந்து மதில்கள். ஒன்றைவிட இன்னொன்று உயரம். எந்த மதிலுக்குள்ளும் நுழைவது கடினம்...

தான் அப்படிப்பட்டதொரு வியூகத்தில் இருப்பதாகக் கிருஷ்ணப்பா பாதி மயக்கம் பாதி ஹாஸ்யத்தோடு எண்ணிக்கொண்டான். சிரிக்கத் தொடங்கினான். மூலாதார வெற்றிடத்தின் மத்தியில் மதனாகார வடிவமான திரிகோணமிருக்கிறது. அங்கே ஊர்த்துவ முகம் கொண்ட சுயம்புலிங்கமிருக்கிறது. அதைச் சர்ப்பாகாரமாக மூன்றரைச் சுற்று சுற்றிக்கொண்டு அழகாகவும் தெளிவில்லாமலும் குண்டலினி சக்தி சப்தமெழுப்புகிறது. அப்படிப்பட்ட சப்தம் சிரித்தபடி வயிற்றைக் குலுக்கும்போது தன்னிடமிருந்து புறப்படுவதாகத் தோன்றியது. பரமசிவ காமேஷ்வரனையும் பார்வதி காமேஷ்வரியையும் சமமாகப் பூஜிப்பதற்குத் தயாரானான். ஹே பகவதி, உன்னோடு கூடாதிருந்தால் அந்தப் பரமசிவன் முடவனாகிவிடுவான் என்று தியானித்தான். 'சமயீ...' என்று தேவியைக் கண்ணெதிரே தருவித்துக் கொண்டிருந்தான். மஹேஸ்வரய்யா மனப்பாடம் செய்யவைத்த சுலோகங்களைக் கிரீடத்திலிருந்து கீழிறங்கியபடி பலமாகப் பாடத் தொடங்கினான். ஒளிரும் கிரீடம், பாரிஜாதமலரின் நறுமணம் கொண்ட அவள் கூந்தல், முகத்தின் காந்தி பொங்கி வழிவதற்கான தடமாகத் தெரியும் அவள் வகிடு, மன்மதனை எரித்த கண்கள், தும்பிகளைப் போலப் போதையேறியுள்ள அவள் முகத் தாமரை, மன்மதனின் வில்லைப் போன்ற புருவம், சிருங்காரம், வியப்பு, பீதி, ஹாஸ்யம் மின்னும் கண்கள், அவள் மூக்குத்தி, அவள் உதடுகள், நாக்கின் தாம்பூலம், தொண்டைக் குழி, தொண்டை நாளம், தொண்டை நாளத்தின் மூன்று கோடுகள், அவளது நான்கு கைகள், உள்ளங்கை, ஸ்தனம், ரோமாவளி, கங்கைநதியின் நிரந்தரமான சுழலைப் போன்ற, சிவனின் கண்ணுக்குத் தவச் சித்தியின் குகைவாயில் போன்ற அவள் நாபி, அவள் ஸ்தன பாரத்தால் வாடி மெதுவாக ஒடிந்துகொண்டிருக்கிறதோ என்பதைப் போலுள்ள இடுப்பு, அதைக் காப்பாற்றுவதைப் போன்ற திரிவளி, சிறிதாகவும் அகலமாகவுமிருக்கும் நிதம்பம், அவள் பாதங்கள் என எல்லா

வற்றையும் நினைத்தபடி சுலோகங்களை ஞாபகப்படுத்திக் கொண்டு பாடியவாறு உன்மத்தனாக உட்கார்ந்தான். இந்த மூட்டைப்பூச்சிகள், இந்த இருட்டறை, இந்தப் புழுதி எல்லா வற்றையும் இளப்பமாகப் பார்த்துத் தான் வெல்வதாகத் தோன்றி யது. தன்னிடமிருந்து புறப்படும் நாதம் சர்ப்பாகாரமான குண்டலினியினுடையது எனப் புரிய மனம் ஒன்றித் தனக்குள் சித்தத்தை நிலைநிறுத்தப் பார்த்தான். 'அல்ல, இது சித்தப்பிரமை யல்ல' என்று மீண்டும் மீண்டும் எண்ணிக்கொண்டு தொல்லை யுண்டானதால் பெருமூச்சுவிட்டு எழுந்து நின்றான்.

ஸ்ரீசக்கரத்தில் மூன்று கோடுகள் கூடும் இருபத்து நான்கு சந்திகள் மர்மஸ்தானங்கள்; இரண்டு கோடுகள் கூடும் இருபத்து நான்கு சந்திகள் ஸ்தானங்கள். அல்லாமல் சிருஷ்டி முறை, சம்ஹார முறை என இரண்டு முறைகளிருக்கின்றன. சம்ஹார முறையில் வரைவது வாமாசாரிகளான கௌலமார்க்கத்தவர் களுடையது.

தன்னுடையது சமயமார்க்கமாயிருக்கலாம். தடித்த முகத்து அதிகாரியினுடையது கௌலமார்க்கமாயிருக்கலாம். சம்போக யட்சணி சித்தி, பரஸ்திரி நினைப்பு, பிள்ளைகளின் நாக்கை அறுக்கும் மந்திரதந்திரம் போன்ற வாமமார்க்கங்களால் தேவி யைப் பூஜிக்கும் அவன் இந்தத் தெலுங்கு நாட்டின் பிரசித்தமான காபாலிகனாயிருக்கலாம். இப்படி யோசிக்கக் கிருஷ்ணப்பா வுக்கு மீண்டும் சிரிப்பு பொங்கி வந்தது. வெகுவிரைவில் களைப்படைந்து இருட்டில் சிமெண்ட் படுக்கையில் உட்கார்ந்து கண்களை மூடினான். வியர்வையில் நனைந்த தன் வேட்டி, ஜிப்பாவைப் புழுதியில் சகித்துக்கொள்ள முடியாததால் அவற்றைக் கழற்றி எறிய வேண்டுமென்றிருந்தது. ஜிப்பாவைக் கழற்றி அதைத் தலைக்கு வைத்துக்கொண்டு தூங்கினான். அடியில்லாத பாதாளத்தில் மிதப்பதாகத் தோன்றியது.

○

மீண்டும் எவ்வளவு நேரமாயிற்றோ? காவலன் ஒருவன் வந்து கையை இழுத்துக்கொண்டிருந்தான். கிருஷ்ணப்பா எழுந்து உட்கார்ந்து தான் எங்கிருக்கிறோம் என்று நினைவுபடுத்திக் கொண்டான். அவன் இழுத்துக்கொண்டேயிருந்ததால் அவன் இழுத்த திசையில் சென்றான். உருதுவில் என்னவோ திட்டிக் கொண்டிருந்த அவன் கீச்சுக்குரல் காவலன் என்பதைக் கிருஷ்ணப்பா கவனித்தான்.

அறைக்கு வெளியிலும் இருட்டாகவிருந்தது. ஆனால் இரவுக் காற்று இதமாயிருந்தது. தாராளமாகக் காற்றை உள்ளிழுத்தபடி கிருஷ்ணப்பா நடந்தான்.

விளக்குகளால் முற்றம் பிரகாசமாயிருந்தது. ஏரோப்ளேன் ஏற்றும் ராட்டிணத்திலிருந்து இறங்கிய கயிறு ஆடிக்கொண்டிருந்தது. நாற்காலி ஒன்றில் தடித்த முகத்து அதிகாரி உட்கார்ந்து பாட்டிலிலிருந்த ரம்மை க்ளாஸில் ஊற்றிக்கொண்டிருந்தான். பூச்சூடியிருந்த இரண்டு பெண்கள் அவன் காலடியில் உட்கார்ந்திருந்தார்கள். அவர்கள் கைகளிலும் க்ளாஸுகள் இருந்தன. இருவரும் உடுத்தியிருந்த சேலைகள் விளக்கு வெளிச்சத்தில் மின்னின. அவர்களின் உதடுகள் சிவந்திருந்தன. காதுகளில் மின்னும் தோடுகள். ஹைதராபாத்தின் பிரசித்தமான கல் வளையல்கள் அவர்கள் கைநிறைய இருந்தன.

உருதுவில் என்னவோ சொல்லி அவன் பகபகவெனச் சிரித்தான். இரண்டு பெண்களும் ஒருவரையொருவர் நிமிண்டிக் கொண்டு புன்னகைத்தார்கள். காவலன் தன்னையும் நாற்காலியில் உட்காரவைத்ததால் கிருஷ்ணப்பா ஆச்சரியப்பட்டான். தடித்த முகத்து அதிகாரி கால்களை நீட்டி ஓய்வாக உட்கார்ந்திருந்ததால் மனிதனாகக் கிருஷ்ணப்பாவுக்குத் தெரிந்தான்.

அனேகமாக அப்படித் தோன்ற இன்னொரு முக்கியக் காரணம் அவன் இப்போது தொப்பி அணிந்திராததால் ஒட்ட வெட்டிய அவன் தலை கோணலாயிருந்தது கிருஷ்ணப்பாவுக்குத் தெரிந்தது. தலை இப்படிக் கோணலாகாதிருக்கட்டும் என்று குழந்தையாயிருந்தபோது தலைப்பகுதியில் துணியை உருண்டை யாகச் சுற்றி நடுவில் இடைவெளி விட்டுப் படுக்கவைப்பார்கள். தன் தலை அழகாயிருப்பதற்கு அம்மா கொடுத்த விளக்கம் இது.

'குடிக்கிறாயா?'

இவன் காபாலிகன்தான். 'குடிக்கிறாயா?' என்று கேட்கிறான் என்னும் யோசனை வந்ததால் தன் கடினமான முகம் மென்மையானதை அவனும் கவனித்திருக்க வேண்டும்.

'நீ அட்ரஸ்களைக் கொடுக்காவிட்டால் எனக்குத் தொந்தரவு தான் தெரியுமா? அந்த ஜோஷி இருக்கிறானே, என்னை இன்னெஃபிஷியண்ட் என்று கான்பிடென்ஷியல் ரிபோர்ட்டில் எழுதிவிடுவான்.'

மகிழ்ச்சியாயிருக்கும் சந்தர்ப்பத்தில் இந்த அதிகாரி தன் வார்த்தைகளால் திருப்தியடையலாம் என்று கிருஷ்ணப்பா 'எனக்கு எதுவும் தெரியாது. நிஜமாகவே' என்றான்.

'அப்படியானால் அவனென்ன உன் அக்காவுக்குப் புருஷனா? அல்லது கள்ளப் புருஷனா? அவனுக்காக இவ்வளவு தூரம் வந்திருக்கிறாய்?'

அதிகாரி தன் காலடியில் உட்கார்ந்திருந்தவளை உதைத்துச் சிரிக்கத் தொடங்கினான்.

‘அவனுக்கு நிறையப் பெண்பித்து எனக் கேள்விப்பட்டிருக் கிறேன். இங்கே போலவே நீங்களும் குருவுக்குப் பெண்களை சப்ளை செய்ய வேண்டுமா? நீ அவனுக்குப் பிம்ப் வேலை செய்திருக்கிறாயா? இந்த இருவரையும் எனக்காகக் கொண்டு வந்திருக்கிறார்கள். ஃபர்ஸ்ட் க்ளாஸ் தேவடியாள்கள் இவர்கள். எப்படிக் காலைத் தூக்குவார்கள் தெரியுமா? உன் பிருஷ்டம் கடகடவென்று குதிக்க வேண்டும். அப்படி. இவர்களில் ஒருத்தியை எடுத்துக்கொள். எனக்கு அட்ரஸ்களைக் கொடு. இல்லாவிட்டால் என் ப்ரமோஷனுக்குத் தொந்தரவு. என் கஷ்டம் உனக்கெங்கே தெரியும்? எனக்குப் பத்துப் பிள்ளைகள். ட்வென்ட்டி ஃபோர் அவர் ட்யூட்டி. அந்த ஜோஷி அழைக்கும்போது இங்கு வர வேண்டும். ஜோஷி அமைச்சருக்கு வாக்குக் கொடுத்திருக்கிறான். அந்த அமைச்சர் பெரிய கடவுள் பக்தன். வாரத்துக்கொருமுறை திருப்பதிக்குப் போகிறான். கம்யூனிஸ்டுகளை அழிக்கிறேன் என்று ஜோஷி வாக்குக் கொடுத்துவிட்டதால் எனக்கும் உனக்கும் இப்படித் தொந்தரவு வந்திருக்கிறது. எடுத்துக்கொள் இவளை, ஊம்.’

அவன் குனிந்து பெண்ணின் முந்தானையை இழுத்தான். ரவிக்கையைக் கழற்றப் போனபோது அவள் அவனைத் தடுத்தாள். அவன் தடுமாறியபடி எழுந்து நின்றான். கிருஷ்ணப்பா தன்னை வெறித்துப் பார்த்துக்கொண்டிருந்ததைக் கண்டு அவன் ‘இந்த ராஸ்கல் எப்படி ஆத்திரமூட்டுகிறானென்று பாருங்கள். அவுருங் கடா அவன் உடையை’ என்றான் திடீரென்று. கிருஷ்ணப்பா திமிறினாலும் விடாமல் இரண்டு காவலர்கள் அவனைப் பிடித்துக்கொண்டு உடைகளைக் களைந்து நிர்வாணமாக்கினார் கள்.

‘எப்படியாவது உன்னிடமிருந்து இன்றைக்கு அட்ரஸ்களை வாங்கச் சொல்லியிருக்கிறான் ஜோஷி. என்னைப் பற்றி உனக்குத் தெரியாது . . .’ என்று பேசிக்கொண்டே கிருஷ்ணப்பாவுக்கு எதிரில் வந்து நின்றான். கையிலிருந்த தடியால் கிருஷ்ணப்பா வின் லிங்கத்தைக் குத்திக்கொண்டே பெண்களின் பக்கம் பார்த்த வாறு ‘உன் கொட்டையை நசுக்கிவிடுவேன்’ என்று பகபகவென்று சிரித்தான்.

கீச்சுக்குரல் காவலன் ஓடிப்போய் க்ளாஸில் மேலும் கொஞ்சம் ரம் ஊற்றிக் கொண்டுவந்து அதிகாரியை மெதுவாக நடக்கவைத்து அழைத்துப்போய் நாற்காலியில் உட்காரவைத்தான். ஏப்பம்விட்டவாறு உட்கார்ந்த அதிகாரி தெம்பான குரலில் ‘ஏய் . . . அவன் வாயில் மூத்திரம் பெய்டா’ என்று இங்கிலீஷில் சொன்னான். காவலன் பேசாமல் நின்றிருந்ததைக் கண்டு

உருதுவில் மீண்டும் கத்திச் சொன்னான். பெண்களில் ஒருத்தி எழுந்து வந்து அவன் தொடைமீது உட்கார்ந்து கைகளால் அவன் கழுத்தை வளைத்து என்னவோ சொன்னாள்.

'ஏய் ...' என்று அதிகாரி யாரையோ அழைத்தான். கட்டுமஸ்தான இளைஞன் ஒருவன் எதிரில் வந்து நின்றான். அதிகாரி சிரித்தவாறு என்னவோ சொன்னான். அவன் கேட்காதிருக்கவே தானே எழுந்து போய் ஒடுங்கி உட்கார்ந்திருந்த இன்னொருத்தியை எழுப்பி அவள் உடையை அவிழ்த்தான். இளைஞனும் தன் உடையைக் களைந்தான். கிருஷ்ணப்பா கண்ணை மூடிக்கொண் டான். ஓடுவதற்காக எழுந்து நின்றான். அதிகாரி பாய்ந்து வந்து கிருஷ்ணப்பாவைப் பிடித்துக்கொண்டு அவன் கைகால் களைக் கட்டிப்போட்டு, நிலத்தின் மேல் படுக்கவைத்து, தடியால் அவன் லிங்கத்தைத் தூக்கிப் பிடித்து 'ஃப்ளாக் ஹாய்ஸ்ட் செய்கிறேன். சல்யூட்' என்று ஆர்ப்பரித்தான். எல்லோரும் சிரிக்க அவன் மகிழ்ச்சியடைந்து, நிர்வாணமாயிருந்த இளைஞ னின் பிருஷ்டத்தைத் தடவித் தட்டியபடி நின்றான். திறந்த கண்களைக் கிருஷ்ணப்பா மீண்டும் மூடி, அதிகாரி சிரித்ததை யும் உற்சாகமூட்டியதையும் கேட்டுக்கொண்டான். அதிகாரி மீண்டும் கீச்சுக்குரல் காவலனைக் கூப்பிட்டு மூத்திரம் பெய்யு மாறு சொன்னான். கிருஷ்ணப்பா பயத்தால் கண்ணைத் திறக்கப் பெண்ணின் மேல் நிர்வாணமாகப் பாய்ந்திருந்த இளைஞனும் அவர்களைக் குனிந்து பார்த்துக் கொக்கரித்துக் கொண்டிருந்த அதிகாரியும் தெரிந்தார்கள். அதிகாரி இந்தக் காட்சியைப் பார்த்துக்கொண்டே தடியால் கீச்சுக்குரல்காரனைத் தள்ளிக்கொண்டேயிருந்தான்.

இரண்டு காவலர்கள் வந்து பலவந்தமாகத் தோசைக் கரண்டி போட்டுக் கிருஷ்ணப்பாவின் வாயைத் திறந்தார்கள். அதிகாரியின் பான்ட்டை இன்னொரு பெண் அப்போது கழற்றத் தொடங்கினாள். கீச்சுக்குரல்காரன் தன் காக்கி அரைக் கால்சட்டையின் பொத்தான்களைக் கழற்றி ஏதோ சபித்தபடி இவன் பக்கம் வந்தான். இவன் நெஞ்சின் மேல் மண்டியிட்டு உட்கார்ந்தான். அசையாதவாறு இரண்டு காவலர்களும் பிடித்துக் கொண்டிருந்ததால் கிருஷ்ணப்பா அமைதியாக இருந்தான். வாயில் விழவிருந்ததை விழுங்கிவிடாதிருக்க மூச்சுக்கட்டினான்.

அதிகாரி அட்டகாசத்தோடு கத்தியபடி இளைஞனை உற்சாகப்படுத்தியவாறு நிர்வாணமாக நின்றிருந்த இன்னொரு பெண்ணைக் கசக்கிக்கொண்டிருந்தான். 'ஆயிற்றா' என்று கீச்சுக் குரல் காவலனை அழைத்துக் கேட்டான். காவலன் ஆயிற்று என்று எழுந்து நின்று பொத்தான்களைப் போட்டுக்கொண்டான். அவன் மூத்திரம் பெய்யவில்லையென்பது கிருஷ்ணப்பாவுக்கு ஆச்சரியமூட்டியது. இது நடந்த பிறகு அதிகாரி கிருஷ்ணப்பாவை

மறந்துவிட்டு நிர்வாணமாயிருந்த பெண்களைப் பக்கத்தில் அமர்த்திக்கொண்டு குடித்தபடி உட்கார்ந்தான். கிருஷ்ணப்பா வுக்கு அனைத்தும் மங்கிக்கொண்டேபோயின.

கண் திறந்தபோது முற்றம் முழுவதும் ஏதோ மென்மையாகப் படர ஆயத்தம் நடந்துகொண்டிருப்பதாகத் தோன்றியது. நாற்காலி அங்கேயே இருந்தது. த்ரி எக்ஸ் ரம் பாட்டிலும் க்ளாஸ்களும் அங்கேயே இருந்தன. விளக்குகளையெல்லாம் அணைத்திருந் தாலும் அது மங்கலாகக் கனவில் என்பதாகத் தெரிந்தன. ஆகாயத்தில் தெளிவாயிருந்த நட்சத்திரங்கள் மங்கிக்கொண்டே யிருந்தன. கிலுகிலுவென்ற சத்தம். ஏதோ நல்லது நடப்பதற்கான அறிகுறி. கிருஷ்ணப்பா ஆழமாக மூச்சிழுத்துக்கொண்டான். பெரிய சுகம் தனக்கு அப்போது கிடைக்கப்போகிறது என்னும் நம்பிக்கை தருவதான வாசனையைக் கவனித்தான். முற்றத்தில் விளைந்திருந்த ஒவ்வொரு காட்டுச் செடியையும் நன்றியோடு பார்த்தவாறு மலரவிருந்த முகூர்த்தத்துக்காகக் காத்திருந்தான். ஆகாயம் சிவந்தது. சூரியனின் கதிர்கள் முற்றத்தில் நுழைவதை எதிர்பார்த்தான். அவன் உடம்பின் மேல் வேட்டியை யாரோ போர்த்தியிருந்தார்கள். கீச்சுக்குரல் காவல்காரனாக இருந் தாலும் இருக்கலாம். வெளிச்சம் ஆகாயத்தைக் கழுவியபடி மலர்ந்துகொண்டிருந்தது.

அந்தக் கணம் ஆதி அந்தமில்லாதது. அனேகமாகத் தான் அப்போது இறந்துவிட்டிருக்கலாம் எனத் தோன்றியது.

○

இருட்டறைக்குள் தள்ளப்பட்ட பிறகு, எவ்வளவு நேரமா யிற்று என்னும் உணர்வே தனக்கு மீண்டும் மறந்துபோகலாம் எனத் திகிலடையத் தொடங்கியபோது, முன்னறிவிப்பு எதுவு மில்லாமல் கதவு திறந்தது. கீச்சுக்குரல் காவலன் துணிகளைக் கொடுத்தான். வெளியே அழைத்துக்கொண்டு போனான். ஆபீஸில் மஹேஸ்வரய்யா காத்துக்கொண்டிருந்தார். ஒன்றும் பேசாமல் அவர் காரில் கூட்டிக்கொண்டு போனார். ஒரு ஹோட்டலுக்கு முன்னால் காரை நிறுத்தி அவனை அறைக்கு அழைத்துப் போனார். அங்கே அவரே அவனைக் குளிப்பாட்டி, புதுச் சட்டை, வேட்டி உடுத்தி ஆரஞ்சுப்பழச் சாறு குடிக்கவைத்தார்.

தூங்கி எழுந்தபோது மாலையாகியிருந்தது. அறைக்குச் சாப்பாடு வரவழைத்தார் மஹேஸ்வரய்யா. கண்ணாடி ஜன்னல் களுக்கு எதிரில் உட்கார்ந்து ஊரின் குறுகலான வீதிகளையும் வர்ணத்தை இழந்த கட்டடங்களையும் பார்த்தவாறு கிருஷ்ணப்பா சாதத்துடன் சற்று மோர் கலந்து சாப்பிட்டான். மஹேஸ்வரய்யா நிதானமாகத் தன் உணர்வுகளை வெளிக்காட்டிக்கொள்ளாமல் கிருஷ்ணப்பா விடுதலையான கதையைச் சொன்னார்.

ஜோஷியால் பயனில்லை எனப் புரிந்துகொண்ட பிறகு மஹேஸ்வரய்யா வாரங்கல்லில் வசிக்கும் புகழ்பெற்ற கவிஞர் ஒருவரிடம் போனார். மஹேஸ்வரன் – பார்வதி திருமணத்தைப் பற்றி மகாகாவியம் எழுதியிருந்த இந்தக் கவிஞர் தெலுங்கு இலக்கிய வட்டாரத்தில் பெயர்பெற்றிருந்தார். புகழ்பெற்ற வைதீகக் குடும்பத்தில் பிறந்தவர். இவர் பெயரில் மட்டுமல்ல உண்மையிலேயே அஷ்டாவதானி. இந்தக் கவிஞரும் கடவுள் பக்தர். தேவி உபாசகர், ரசிகர் என்பவை மட்டுமே மஹேஸ்வரய்யா வின் ஆர்வத்துக்குக் காரணமாயிருக்கவில்லை. உள்துறை அமைச்சருக்கு இந்தக் கவிஞர் மிக நெருக்கம். தான் எழுதி யிருந்த மகாகாவியத்தை அவதானியான கவிஞர் உள்துறை அமைச்சருக்கே அர்ப்பணித்திருந்தார். அமைச்சர் அந்த மகா காவியத்துக்கு மிக உயர்ந்த பரிசுகளைப் பெற்றுத்தந்திருந்தார்.

அவதானி இரவானதும் நடத்திக்கொண்டிருந்த தர்பாருக்கு மஹேஸ்வரய்யா ஒரு முழுப்பாட்டில் விஸ்கி வாங்கிக்கொண்டு போனார். அவதானி இனிமையாகத் தன் கவிதைகளைப் பாடிக் கொண்டிருந்தார். கூடியிருந்தவர்கள் மெச்சுதலோடு தலையாட்டிக் கொண்டிருந்தார்கள். தான் கர்நாடகத்திலுள்ள அவதானியின் ரசிகரென்று சொல்லிக்கொண்டு விஸ்கியைக் கொடுத்தபோது, கவிஞர் சிரித்த முகத்தோடு சொன்னார் 'என் சுராபானப் புகழ் கர்நாடகம்வரைக்கும் பரவியிருக்கிறது என்று சொல்லுங்கள்.'

மஹேஸ்வரய்யாவும் அவரும் வெகுநேரம் சர்வக்ஞர், வேமனாவைப் பற்றிப் பேசினார்கள். அவதானி இரவு நீள உற்சாகமடைந்துகொண்டேபோனார். தனக்குத் தெரிந்த தெலுங்கு போதாமல் போனபோது மஹேஸ்வரய்யா சம்ஸ்கிருதத்தில் பேசத் தொடங்கினார். சம்ஸ்கிருதம் தெரியாத அவதானியின் மற்ற ரசிகர்கள் குழு அந்த இருவரின் சம்ஸ்கிருத உரையாட லால் புளகாங்கிதமடைந்து விஸ்கியை உறிஞ்சியது. பாட்டில் முடிந்துகொண்டிருந்தபோதே அவர்களில் பெரிய வியாபாரி யும் வைஸ்யா இனத்தவனுமான வெங்கடரமணய்யா என்பவன் காரில் போய் இன்னொரு பாட்டில் கொண்டுவந்தான். அவர் களுக்கெல்லாம் அது மகத்தான இரவாகப் பட்டது. நீண்ட நேரமான பிறகு அவதானி மஹேஸ்வரய்யா வந்த காரணத்தை விசாரித்தார். மஹேஸ்வரய்யா அப்பாவியான கிருஷ்ணப்பா கைதானதைச் சொல்ல அவதானி உடனடியாக உள்துறை அமைச்சருக்கு ஃபோன் செய்யத் தீர்மானித்து எழுந்து நின்றார். வெங்கடரமணய்யா தன் காரில் இருவரையும் வீட்டுக்கு அழைத்துச் சென்று உள்துறை அமைச்சருக்கு லைட்னிங் கால் புக் செய்தான். அவதானி ஃபோன் எடுத்தபோது மிகச் சாவதான மான உரையாடல் சுமார் பதினைந்து நிமிடம் நடந்தது.

இப்போது என்ன எழுதிக்கொண்டிருக்கிறார் என்று உள்துறை அமைச்சர் அவதானியைக் கேட்டிருக்க வேண்டும். அவதானி இனிய குரலில் தன் சமீபத்திய கவிதையைப் பாடிக்கொண்டிருந்த போது வெங்கடரமணய்யா பூரித்துக் கால் கட்டைவிரலில் நின்றிருந்தான்.

எங்கே அவதானி கிருஷ்ணப்பாவை மறந்துவிடுவாரோ என்று மஹேஸ்வரய்யாவுக்குப் பயம். கவிதை முடிந்துகொண்டிருந்தபோதே அவதானியை மென்மையாகத் தொட்டு 'பெயர் கிருஷ்ணப்ப கௌடா' என்றார். அவதானி அது சாதாரண விஷயம் என்பதாகக் கைது விஷயத்தைச் சொல்லி எதையோ கேட்டுக்கொண்டபடி தான் ஃபோன் செய்த எண்ணையும் அது உள்துறை அமைச்சரின் பரம ரசிகரான வெங்கடரமணய்யாவினுடையது என்றும் தெரிவித்தார். வெங்கடரமணய்யா இதனால் மிக மிகப் பூரித்தது தெரிந்தது. அவதானி ஃபோனைக் கீழே வைத்துவிட்டு 'இன்னும் பத்து நிமிடங்களுக்குள்ளாக உங்கள் வேலை நடக்கும்' என்று மஹேஸ்வரய்யா விடம் தெரிவித்தார். வெங்கடரமணய்யா கப்போர்டிலிருந்து ஸ்காட்சை எடுத்து மூவருக்கும் ஊற்றினான். அப்போதே நடு இரவு கழிந்திருந்தது. இவையெல்லாம் தன்னளவில் பயங்கரமாயிருந்த அந்த இரவு நேரத்திலேயே நடந்திருக்கின்றன என்று கிருஷ்ணப்பா ஆச்சரியப்பட்டவாறு கேட்டுக்கொண்டான். பத்து நிமிடங்களுக்குப் பிறகு ஃபோன் வந்தது. ஜோஷி ஃபோனில் கிடைக்கவில்லையென்றும் விடிந்தவுடனே அமைச்சரே நேரடியாக அவனுக்கு ஃபோன் செய்வதாகவும் வெங்கடரமணய்யாவின் வீட்டுக்கு ஜோஷியிடமிருந்தே ஃபோன் வரும் என்றும் அமைச்சரின் பிஏ தெரிவித்தான். மஹேஸ்வரய்யா வெங்கடரமணய்யாவின் வீட்டிலேயே இரவு படுத்திருந்தார். விடிந்த பிறகும் ஃபோன் வரவில்லை. வெங்கடரமணய்யா குளித்துவிட்டுக் கடைக்குப் புறப்பட்டுப் போனான். அவதானி எழுந்திருப்பது பிற்பகலுக்குப் பிறகு. மஹேஸ்வரய்யா தேவியை மனசிலேயே நினைத்துக்கொண்டு காத்திருந்தார்.

'கடைசியில ஃபோன் வந்துச்சி. நீ விடுதலையான. கிருஷ்ணப்பா, என்னைக்கும் அரசனோட கண்ணுலபடாம வாழணும். ஆனா அது உன் சுபாவத்துக்குச் சாத்தியமல்ல. உன் தலையெழுத்து. விடு. இனி அந்தப் பேச்சே வேண்டாம். சாயங்காலம் புறப்படலாம்' என்று மஹேஸ்வரய்யா பெருமூச்சு விட்டார்.

○ ○ ○

பாகம் மூன்று

'நாகேஷ் . . . நாகேஷ் . . .'

வெளியே பேப்பர் படித்துக்கொண்டு உட்கார்ந்திருந்த நாகேஷ் அவசரமாக எழுந்து கிருஷ்ணப்பா படுத்திருந்த அறைக்குள் வந்தான். தான் அழைத்தால் மகிழ்ச்சியடையும் நாகேஷைப் பார்த்துக் கிருஷ்ணப்பா தெம்படைந்தான். ஹாஸ்டலில் கிஷோர் குமார் இப்படித்தான் அவனுக்குச் சேவைசெய்துகொண்டிருந்தான். இப்போது இன்ஜினியரா யிருக்கிறான். மாற்றல் வாங்கித் தாருங்கள் என்று கேட்க வந்திருந்தான். நாகேஷ் வந்து நின்றபோது எதற்காக அழைத்தது என்பதே மறந்துபோனது. அவனே கேட்டான் 'பேப்பர் படிக்கணுமா கௌடரே? இன்னக்கி ஒன்னும் முக்கியமான செய்தி இருக்கற மாதிரித் தெரியல.'

'இந்தத் தேசத்துல அதென்ன செய்தி இருக்குமோ?' கிருஷ்ணப்பா ஜன்னலுக்கு வெளியே பார்த்தபடி கேட்டான்.

தன்னிடமிருந்து எதிர்வினையை எதிர்பார்த்துக் கௌடர் பேசவில்லையென அறிந்த நாகேஷ் அமைதியாக நின்றான். பேச்சின் அவசியம் எப்போது இல்லை என்பதை அறிந்த இந்த நாகேஷைப் போன்றவர்கள் அரசியலில் அரிது என்பதால் கிருஷ்ணப்பாவுக்கு அவனென்றால் விருப்பம்.

'சீதா பேங்குக்குப் போயிட்டாளாடா?'

'போயிட்டாங்க கௌடரே. அவங்களுக்கு வீரண்ணா கார் அனுப்பியிருந்தாரு. கௌரியும் நர்சரிக்குப் போயிட்டா.'

'விடிஞ்சதுமே அதென்னமோ ரகளை பண்ணிட் டிருந்தா . . .'

'ஸ்கூலுக்குப் போகலன்னு . . .'

கிருஷ்ணப்பாவின் முகம் மென்மையடைந்தது!

‘எனக்கும் அவ வயசுல ஸ்கூலுக்குப் போறதுக்கு விருப்ப மிருக்கலப்பா. பாரதம் படிச்சுக்காட்டறண்டான்னு தாஜா பண்ணி ஜோயிஸ் அழைச்சிட்டுப் போயிருந்தாரு.’

நாற்காலியை இழுத்துப்போட்டு நாகேஷ் உட்கார்ந்து கொண்டான்.

‘சொல்றீங்களா? எழுதிக்கறேன்’ என வற்புறுத்தாத குரலில் கேட்டான்.

‘எழுதிக்கலாம். இன்னிக்கென்னமோ சொல்லணுன்னே தோனல நாகேஷ். காலை இன்னும் கொஞ்சம் தூக்கலாம்போலத் தெரிஞ்சது. முயற்சிபண்ணுனேன். முடியுங்கறது பிரமையா நிஜமான்னு உன்னைக் கேக்கலான்னு கூப்பிட்டேன். பாரு.’

பாதத்தை இழுத்துக்கொள்ள முயன்றவாறு கிருஷ்ணப்பா மனமொன்றினான்.

‘நேத்தக்கிவிட அதிகமா இழுத்துக்கறனா நாகேஷ்?’

பொய் சொன்னால் கிருஷ்ணப்பாவுக்குப் பிடிக்காது என்பதை அறிந்த நாகேஷ் ‘எனக்கு அப்படித் தோனல கௌடரே. கை எப்படியிருக்குது?’ என்றான்.

‘கை’ என்று நாகேஷ் கொடுத்த ரப்பர்ப் பந்தைச் சுற்றியும் விரல்களையெல்லாம் மடிக்கக் கிருஷ்ணப்பா முயன்றான். தன் உயிரையெல்லாம் தீவிரமாக விரல்களில் தள்ளியபடி உதட்டைக் கடித்தான். பந்தின் குளிர்ந்த வழுவழுப்பான வெளிப் பகுதியைச் சுற்றி விரல்கள் மடங்கிக்கொண்டன. மென்மையாகப் பந்தை அழுத்தும் விருப்பம் உடம்பெங்கும் தழலாகி விரல்களில் இறங்கியது. பந்து கைப்பிடிக்குள் அடங்கியது என்றெண்ணித் தெம்படைந்தான். அந்தத் தெம்பு நாகேஷின் கண்களிலும் மின்னியதால் கிருஷ்ணப்பா மகிழ்ச்சியடைந்தான். அப்படிப் பந்தைப் பிடித்துத் தன் பிடிவாதத்தால் அதன் மென்மையான எதிர்ப்பையும் ஒப்புதலையும் ரசித்தபடி ‘நான் ரொம்ப நல்லாப் பம்பரம் விடுவேண்டா’ என்றான்.

வாரங்கல்லிலிருந்து திரும்பிய பிறகு வயல் சேற்றில் கைகளை ஊன்றி நெல் நாற்று நட்டது நினைவுக்கு வந்தது. கிராமத்துக்குச் செல்வதற்கு முன்பாகக் கௌரி தேஷ்பாண்டேயைப் பார்ப்பதற் காக மஹேஸ்வரய்யாவுடன் போயிருந்தான். தேர்வுக்காகப் படித்துக்கொண்டிருந்தவள் வெளியே வந்து வரவேற்றாள். வாரப்படாமல் அவள் தலை கலைந்திருந்தது. படித்துக்கொண் டிருந்ததால் முகம் வாடியிருந்தது. ஆதரவற்றவளாக அழகாகத் தெரிந்தாள். நரகத்திலிருந்து திரும்பி வந்திருந்த கிருஷ்ணப்பா ஏனோ பேசாமல் அவளைப் பார்த்தவாறு நின்றான். தன் அப்போதைய அனுபவங்களால் அவளுக்குப் பாரமாவதாகத் தோன்றி மனம் கல்லாயிற்று.

'இவுரு மஹேஸ்வரய்யா. கிராமத்துக்குப் போறதுக்கு முன்னால உங்களை வந்து பாக்கலான்னு தோனுச்சு' என்றான்.

காப்பி கொண்டுவந்து அனுசூயாபாய் உபசரித்தார். கிருஷ்ணப்பா இளைத்துக் காணப்பட்டதன் காரணத்தைக் கேட்டார். கிருஷ்ணப்பாவுக்குக் கூச்சம் ஏற்படாதவாறு மஹேஸ்வரய்யாவே நடந்ததை நாசூக்காக விவரித்தார். ஈரமான, கவலையுற்ற கண்களால் தன்னைப் பார்த்தவாறு கௌரி அப்போது உட்கார்ந்திருந்தாளல்லவா?

'பரீட்சை முடிஞ்சி எங்க கிராமத்துக்கு வந்துட்டுப் போங்க.'

கிருஷ்ணப்பா உபசாரமான குரலில் சொன்னான். ஏன் தன்னால் கட்டாயப்படுத்தும் குரலில் சொல்ல முடியவில்லை? தன் கசப்பான வார்த்தைகளால் கௌரி ஏமாற்றமடைந்தவளாகத் தெரிந்தாளல்லவா? இந்தச் சூட்சுமங்களெல்லாம் இப்போது கிருஷ்ணப்பாவைப் பாதிக்கின்றன. தன் வாழ்வு புரளும் சமயத்தில் எல்லாச் சாத்தியக்கூறுகளையும் தான் முழுமையான விழிப்போடு கவனித்திருக்கிறேனோ இல்லையோ என்று சந்தேகம் எழுந்தது. என்ன காரணத்தால் அப்போது தான் பேச வேண்டியதைப் பேச முடியாமல் போயிற்று? 'நீ வேண்டும்' என்று சொல்லிக்கொள்ள முடியாத கர்வமா? துணைக்காக ஏங்கக் கூடாதென்னும் நிஷ்டூரமான தன் விரதமா வாரங்கல் போலீஸ் ஸ்டேஷனின் நரகத்திலிருந்து எழுந்துவந்தவன் பிசாசைப் போன்றிருந்ததாகத் தோன்றினேனா? ஆம். தூயதான ஒளி மிக்க கலைந்த தலை கௌரியைப் பார்த்தபடி நின்றபோது தன் உடம்பு அழுக்கடைந்திருந்ததாகத் தோன்றியது. அவள் ஊமையாக நின்றிருந்ததைப் பார்த்து 'அடுத்து நீங்க என்ன செய்யப்போறீங்க?' என்று கிருஷ்ணப்பா கேட்டான்.

அனேகமாகத் தன் கேள்வியின் தோரணை பொதுவாயிருந்ததாகக் கௌரி துக்கப்பட்டிருக்கலாம். அதற்கு அவளெதுவும் பதிலளிக்கவில்லை.

'ஏண்டா நாகேஷ், நாம தீவிரமா விரும்பறதை அடையற தைரியம் ஏன் நமக்கில்ல? அடைந்த பிறகு அது அதே மதிப்போட இருக்காதுங்கற பயமா?'

இது நாகேஷை மீறிய கேள்வி. ஆனால் கிருஷ்ணப்பா என்ன யோசித்துக்கொண்டிருக்கலாம் என்று ஊகித்துச் சொன்னான் 'கௌரி தேஷ்பாண்டேயை வரச் சொல்லி அவங்க டெல்லி முகவரிக்கு எழுதியிருக்கறேன்.'

கிருஷ்ணப்பா முகுளமான கண்களால் நாகேஷைப் பார்த்து நீண்ட மூச்சுவிட்டான். அவள் வருவதற்கு முன்னால் கைகால்களை மேலும் சற்று அசைக்க முடிந்தால் பரவாயில்லை என ஆசைப்பட்டான். அசைக்க முடிந்தால் மீண்டும் கிராமத்துக்குப்

போவான். சேற்றில் காலை ஊன்றி மீண்டும் நெல் நாற்றுகளை நடுவான். மாடு மேய்த்தபடி தான் உட்கார்ந்திருந்த அரசமரத்தடியில் மீண்டும் அமர்வான். எதிரிலிருக்கும் கொய்யாமரத்திற்குப் பஞ்சவர்ணக் கிளிகள் திரும்ப வருவதற்காகக் காத்திருப்பான்.

'மஹேஸ்வரய்யா வந்திருந்தா நல்லாயிருக்கும்.'

'கடிதம் எழுதலான்னா அவருக்கு முகவரியே இல்லியே?'

'அவரு அப்படித்தான். திடீருன்னு வந்துடுவாரு. அவருக்கு இப்ப ரேஸ் பைத்தியம் பிடிச்சிருக்கு. பெங்களூருல நாளக்கிருந்து ரேஸில்லியா? வந்தாலும் வருவாரு . . .' என்று கிருஷ்ணப்பா ஒருக்களிக்க விரும்பிப் படுத்தான். புரளும்படியான வலிமை இந்தத் தேகத்துக்கு எப்போது வருமோ? அதற்குள் இன்னொரு ஸ்ட்ரோக் வந்து இறந்தும்போகலாம். ரத்தத் துளி ஒன்று எங்கோ சிக்கிக்கொண்டுள்ளது. அது தானாகவே நகரலாம். நகராமல் அங்கேயே நின்றும்விடலாம். ஒவ்வொரு கணமும் பிரக்ஞை பூர்வமாக வாழ்வது மட்டுமே தனக்கு இப்போது எஞ்சியுள்ளது. திடீரெனச் சொல்லாமல் கொள்ளாமல் எச்சரிக்காமல் இந்த உடம்பு இந்த நிலைமைக்கு வந்துள்ளது.

தன் வாழ்வில் நுழைந்தவர்களில் யார் கடைசியாக எஞ்சியுள்ளார்கள், யார் இல்லை எனக் கிருஷ்ணப்பாவுக்குப் புரியவில்லை. வெளித்தோற்றத்தைப் பார்த்து யார் எப்படி எனச் சொல்வது சாத்தியமல்ல. உதாரணத்துக்கு உமா. அண்ணாஜியின் சாவால் அவளுக்கு விழுந்த அடி கிருஷ்ணப்பாவுக்கு மட்டும் தெரியும். அவள் யாரிடமும் சொல்லிக்கொள்ள முடியாமல் உடல்நலமில்லை என்னும் காரணத்தை ஊன்றிப் பிறந்தவீட்டுக்குப் போயிருந்தாள். அப்போது அவள் கர்ப்பிணி. அதாவது அண்ணாஜியின் மகன் இப்போது வளர்ந்திருக்கிறான். ஹிப்பியைப் போல முடிவிட்டுக்கொண்டு மோட்டார் சைக்கிளில் அவன் படாடோபமாகப் போனதைக் கிருஷ்ணப்பா கண்டிருக்கிறான். அவனுக்குப் பிறகு உமாவுக்கு மேலும் இரண்டு பிள்ளைகள் உண்டாயினவாம். அவள் ரகசியத்தைக் கிருஷ்ணப்பா இத்தனை நாள் பாதுகாத்துவந்திருக்கிறான். தன் வாழ்க்கை வரலாற்றை எழுதும் நாகேஷுக்கும் அந்தச் சம்பவத்தைச் சொல்லவில்லை. அனேகமாக அண்ணாஜியின் மனம் அரசியலிலிருந்து விலகித் தாம்பத்தியத்தின் நிம்மதியை விரும்பியபோது அவனைக் கொன்றார்கள். அவன் வாழ்க்கை அவன் தேர்ந்ததா யிருந்தாலும் பிரக்ஞைபூர்வமாயிருந்ததோ எனச் சந்தேகமாயிருக்கிறது. ஆனால் இறந்துவிட்டதால் அவன் தன் கேள்விகளுக்கும் சந்தேகங்களுக்கும் அப்பாற்பட்டு நிற்பதாகவும் படுகிறது. தான் பார்த்தவர்களில் தைரியசாலி அவனே. எவ்வளவு சிறுமைகளுக்கு உட்பட்டிருந்தாலும் அவன் அறிவு மட்டும் பிரகாச

மாக ஒளிவீசிக்கொண்டிருந்தது. அவன் உயிரோடிருந்தபோது நேர்மை பற்றிய கேள்வி கிருஷ்ணப்பாவைப் பாதித்திருந்தாலும், அண்ணாஜி தன்னை மீறிய ஒன்றுக்காகப் பாடுபட்டு இறந்த வனாக இப்போது தெரிகிறான். உமா? அவள் தனக்கு விருப்ப மில்லாததை ஏற்றுக்கொண்டு வாழ்ந்ததாகத் தெரிகிறது.

அடுத்து அந்தப் பைராகி. அவன் மட்டும் கிருஷ்ணப்பா வுக்கு இப்போதும் புரிபடவில்லை. உள்ளார்ந்த அவன் வாழ்க்கை பிரகாசமாக எரிந்துகொண்டிருந்ததோ அவன் உள்ளீடற்ற பொக்கோ? எப்படிச் சொல்வது? மக்கள் அவனைக் கைவிட வில்லை. அவன் இருந்த இடத்தில் கோவில் கட்டியிருக்கிறார்கள். கனவில் வந்து கேள்விகளுக்கு அவன் பதிலளிப்பதாக ஐதீகம் பரவி எங்கெங்கிருந்தோ ஜனங்கள் வரத் தொடங்கியிருக்கிறார் கள். அவன் மட்டும் யாருடனும் பேசுவதில்லை. விதி என்பது போலத் தினமும் காலையில் எழுந்து தெருமுனையில் நின்று பகவத்கீதையைப் பாடுகிறான். தன் உணவுக்கானதைச் சம்பாதித்து வேகவைத்துத் தின்கிறான். அது மட்டும் நிற்கவில்லை. ஆனால் அது முன்னைப் போல எளிமையாக இல்லை. அவன் போகும் வீதியில் தோரணம் கட்டியிருக்கிறார்கள். அவன் கீதையைப் பாடும் இடத்தில் மேடை போட்டு மைக் வைத்திருக்கிறார்கள். பைராகியை சித்தேஷ்வரா என அழைக்கிறார்கள். பைராகி எதையும் நிராகரிப்பதில்லை. வேண்டுமெனக் கேட்பதுமில்லை. ஆனால் ஜனங்களின் தேவை தன்னால் இப்படி நிறைவேறுவதற் காக அவன் மகிழ்ச்சியடைந்ததாகத் தெரிகிறதல்லவா? அவன் கட்டுமஸ்தாக ஆகியிருப்பதைப் பார்த்தால், போட்டதை ஏற்றுக் கொள்ளும் அவன் விரதமே விஷேசமான போஷாக்கான உணவு அவனுக்குக் கிடைக்கவும் ஏற்பாடு செய்திருக்க வேண்டும்.

அவன் பதில் சொல்லக்கூடிய கேள்வியைக் கேட்கத் தனக்குத் தோன்றவேயில்லை எனப் பலமுறை கிருஷ்ணப்பா அப்போதைய தன் மனநிலையைப் பற்றிச் சந்தேகப்படுவதுண்டு. அப்போது குழப்பத்திலிருந்தது உண்மை. ஆனால் அதற்குக் காரணமெனத் தோன்றியவையெல்லாம் சாரமற்றவையாக இருந்திருக்கலாம். அதனால்தான் பைராகியிடம் கேள்வி கேட்காமல் போனதாக நினைத்துக்கொள்கிறான். இப்படிப் பைராகி ஒரு வகையில் தன்னை அளக்கும் அளவுகோலாகத் தெரிந்தால் பாம்பு அவன் குகைக்குள் புகுந்து தனக்கெதிரான தொல்லையைத் தாங்கிக் கொள்ள முடியாமல்போனது கூர்ம வடிவமான அவனது தவத்தைப் பற்றி ஆழமான சந்தேகத்தைத் தோற்றுவிக்கிறது. எல்லாச் சாத்தியப்பாடுகளுக்கும் துடிப்பாக எதிர்வினையாற்றிய படி வாழ வேண்டும் என்னும் கிருஷ்ணப்பாவின் இலட்சியத்துக்கு அவன் பார்த்தவற்றில் எதுவும் சரிசமமானதல்ல எனத் தோன்று கிறது.

தன்னிடம் விரிசல் எங்கே, எப்படி வெளித் தெரிந்தது? இறப்பதற்கு முன்னால் இதைப் புரிந்துகொள்ள வேண்டும். தனக்கு மிஞ்சியது அவ்வளவுதான் என யோசித்தபடியே தன் பக்கவாட்டுக்கு உயிர் சக்தியைப் பாய்ச்ச முயன்றான்.

'நாகேஷ் எங்கம்மாவைக் கூட்டிட்டு வர்றதுக்கு யாரை யாவது அனுப்பணுமேடா . . .'

'நானே போய் வரட்டுமா கௌடரே?'

'வேண்டாம். நீ இங்கிருக்கறது அவசியம். உன் சிநேகிதர் கள்ல யாரையாவது அனுப்பு.'

○

வீட்டுக்கு வெளியே கார் வந்து நின்றது. அதிலிருந்து வீரண்ணா இறங்கினான். கதர் சில்க்கில் க்ளோஸ் காலர் கோட்டும் பான்ட்டும் அணிந்திருந்த வீரண்ணாவுக்கு சுமார் அறுபது வயதிருக்கலாம். பெங்களூரில் இரண்டு பெரிய ஹோட்டல்களுக்கும் இரண்டு தியேட்டர்களுக்கும் வீரண்ணா முதலாளி. அவன் தந்தை சிறிய கான்ட்ராக்டராக இருந்தான். வீரண்ணா தன் சாமார்த்தியத்தால் லட்சாதிபதியாக வளர்ந் திருந்தான். திருப்பதி வெங்கடாஜலபதியின் பரமபக்தனான வீரண்ணா உள்நாட்டிலும் வெளிநாடுகளிலும் வெங்கடாஜலபதி கோவில்கள் கட்டுவதில் முன்நின்றான். சோஷலிஸ்ட் தலைவ னென்றும் பணக்கார வர்க்கத்தின் எதிரியென்றும் பெயர்பெற்ற கிருஷ்ணப்பாவை இந்த வீரண்ணா ஆராதிப்பதைக் கண்டு எல்லோரும் வியப்படைந்தார்கள். எப்படிப்பட்ட அமைச்சர் களும் வீரண்ணாவின் கிருபைக்காகக் கைகுவிக்கும்போது, யாரிடமும் எதையும் வேண்டாத கர்வம் பிடித்த கிருஷ்ணப்பா விடம் மட்டும் வீரண்ணா மிகுந்த பணிவோடு நடந்துகொண் டான். ஸ்ட்ரோக் வந்தபோது, கிருஷ்ணப்பா காந்தி பஜாருக்கு அருகிலுள்ள பழைய வீடொன்றில் வசித்துக்கொண்டிருந்தான். ரென்ட் கன்ட்ரோல் டிபார்ட்மென்டிடமிருந்து பெற்ற வீடு அது. மாதத்துக்கு நூறு ரூபாய் வாடகை. வீட்டுக்கு வெளியே கழிப்பறை. கிருஷ்ணப்பாவுக்கு அது மிகுந்த அசௌகரியமென்று சதாசிவ நகரில் தான் வாடகைக்கு விட்டிருந்த ஃபிளாட்களில் ஒன்றை எடுத்துக்கொள்ளுமாறு வீரண்ணா வேண்டிக்கொண் டான். கிருஷ்ணப்பாவின் மனைவி சீதாவும் அது தன் வங்கிக்குப் பக்கம் என்று வாதிட்டாள். ஆனால் தன் எம்எல்ஏ சம்பளத்தில் நூறு ரூபாய்க்கு அதிகமான வாடகை கொண்ட வீட்டில் இருப்பது சாத்தியமே இல்லையென்று கிருஷ்ணப்பா நிராகரித்தபோது, 'அப்படின்னா எனக்கு நூறு ரூபாய் வாடகை மட்டும் குடுங்க. போதும்' என்று வீரண்ணா வேண்டினான்.

'ஆனா அதுக்கு எவ்வளவு வாடகை? எழு நூறு அல்லவா வீரண்ணா?'

‘அவ்வளவு பணத்தை வாங்கி நான் என்ன பண்ணப் போறேன்? நான் ஒன்னும் உங்களுக்கு இலவசமாக் குடுக்கலியே?’

எதுவும் செய்ய முடியாமல் தன் உடம்பிருந்த நிலையில் கிருஷ்ணப்பா சதாசிவ நகர் ஃபிளாட்டுக்கு வந்திருந்தான். சீதா தினமும் தவறாமல் சண்டைபோட்டதும் இப்படி வரக் காரணமாயிருந்தது. பக்கத்திலேயே கௌரிக்கு இங்கிலீஷ் நர்சரியும் இருந்ததால் சீதாவுக்கு மகிழ்ச்சியாயிருந்தது.

கிருஷ்ணப்பாவுக்கு ஸ்ட்ரோக் வந்தபோது நாட்டில் அவன் எவ்வளவு பெரிய மனிதன் என்பது எல்லோருக்கும் தெளிவாகத் தெரிந்தது. ஆளுநரே நேரடியாக மருத்துவமனைக்கு வந்து அவனைப் பார்த்தார். கிருஷ்ணப்பா மிகக் கடுமையாக விமர்சித்த முதலமைச்சர் பம்பாயிலிருந்து ஸ்பெஷலிஸ்டை வரவழைத்திருந்தான். நாட்டின் எல்லா விஐபிகளும் மருத்துவமனைக்கு வந்து அவனைப் பார்த்தார்கள்.

தான் எதையும் கேட்காமலேயே எல்லாமும் தனக்குக் கிடைத்ததைக் கண்டு கிருஷ்ணப்பாவே ஆச்சரியப்பட்டான். எந்த எதிர்பார்ப்பும் இல்லாமல் வீரண்ணா தனக்குச் சேவை செய்தானென்பதைக் கிருஷ்ணப்பா புரிந்துகொண்டான். அவனுக்குத் தானென்ன அதிகமாகச் செய்துவிட முடியும்? அல்லாமல் கிருஷ்ணப்பா எதிர்த்தது அமைப்பையே தவிர தனிநபர்களையல்ல. வீரண்ணாவும் இந்த அமைப்பில் எல்லோரையும்போல ஒருவனல்லவா?

ஆனால் இப்படியெல்லாம் தர்க்கத்தை ஊன்றிக்கொண்டு தான் வீரண்ணாவை ஏற்றுக்கொள்ளத் தொடங்கியிருப்பதே கிருஷ்ணப்பாவை அவ்வப்போது பாதிப்பதுண்டு. அவனது பணிவு வஞ்சகமான அடையாளம் என்று சந்தேகிப்பான். சவரம் செய்யப்பட்ட வழுவழுப்பான அவன் முகம், காதின் மேலுள்ள முடி, மூக்குக்கு மேல் இணைந்த அடர்ந்த புருவம், தடித்த கழுத்து, அருகருகாக அடியெடுத்து வைத்துத் தன்னைச் சுற்றிலும் அவன் நடக்கும் முறை, ‘அம்மா’, ‘அம்மா’ என்று சீதாவை அழைத்து அவளுக்காகத் தான் மார்க்கெட்டிலிருந்து கட்டிக்கொண்டு வந்த காய்கறிக் கூடையைக் கொடுத்தவாறே அவள் பாராட்டைப் பெறும் பேச்சின் ஒய்யாரம் எல்லாம் கிருஷ்ணப்பாவுக்கு எரிச்சலூட்டிக்கொண்டிருந்தன. தன் புரட்சிகர ஆளுமைக்குப் பொருத்தமான நாகேஷ் போன்ற இளைஞர்கள் தன் பக்கத்தில் இருக்கும்போது மிக நெருக்கமானவனைப் போல வந்து வீரண்ணா நடந்துகொள்வது கிருஷ்ணப்பாவுக்கு மிகுந்த கூச்சத்தை உண்டாக்கும்.

‘எப்படி இருக்கீங்க கௌடரே?’ என்றபடி வீரண்ணா உள்ளே வந்து ‘நாளுக்கு நாள் இம்ப்ரூவ் ஆகறீங்க. இது நம்ம

நாட்டோட புண்ணியம்' என்று நாற்காலியை இழுத்துப்போட்டு உட்கார்ந்தான். கிருஷ்ணப்பாவின் உடல்நிலை பற்றி வருகிறவர் களெல்லாம் பொதுவாகப் பொய்யே சொன்னார்கள். அவன் இப்படிப்பட்ட உபசார வார்த்தைகளுக்குப் பதில் சொல்வ தில்லை.

'சும்மா பார்த்துட்டுப் போலான்னு வந்தேன் கௌடரே. இன்னக்கி மத்தியானம் டெல்லியிலருந்து ஸ்பெஷலிஸ்ட் ஒருத்தரு வந்திருக்காரு. எக்ஸ்பர்ட் ஒபீனியனுக்காக அவரை அழச்சிட்டுவந்து உங்களைக் காட்டறேன். அம்மாவுக்குக் கஷ்ட மாயிருக்குன்னு நாளயிலயிருந்து ஒரு நர்ஸ் வந்து உங்களைப் பார்த்துக்குவாங்க. இப்ப நான் போகட்டுமா?'

வீரண்ணா எழுந்து நின்று புறப்பட்டான். அறையிலிருந்து வெளியே போனவன் ஏதோ நினைத்துக்கொண்டு பின்னுக்கு வந்தான்.

'மறந்தே போயிட்டேன் கௌடரே. உங்களுக்குக் கார் அவசியம் வேணும். வீட்டு வேலை முடிச்சிட்டு அம்மா பேங்குக்குப் போகணும். அசெம்பிளி ஆரம்பமான பிறகு உங்களை அழைச்சிட்டுப் போறதுக்கு வேணும். டாக்ஸிக்கு அதிகச் செலவாகும். என் கார் இருக்குதான். ஆனா சமயத் துக்கு இருக்கணுமில்ல? அதனால இந்தப் பாரத்துல ஒரு கையெழுத்துப் போடுங்க. உங்களுக்குன்னு ஒரு ஃபியட்டை அரசாங்கம் ஒதுக்கறதுக்கு விண்ணப்பம் போடணும் எம்எல்ஏவா அது உங்க உரிமை . . .'

பூர்த்திசெய்த விண்ணப்பத்தையும் பேனாவையும் தயார் செய்துகொண்டு கிருஷ்ணப்பாவின் கையெழுத்தைப் பெற்றுக் கொள்ள அவன் படுக்கையின் மேல்பாகத்தை வீரண்ணா தூக்கப்போனான்.

'வேண்டாங்க வீரண்ணா. கார் வாங்கறளவுக்கு எங்கிட்டப் பணம் இல்ல.'

'ஐயோ பணம் பணம். ஏன் எப்பவும் பணத்தைப் பத்தியே பேசறீங்க? அதை எங்கிட்ட விடுங்க.'

'அதெல்லாம் முடியாது. கடன் வாங்கறதுக்கு எனக்கு விருப்பமில்ல.'

'வேண்டாம். கடன் வாங்கறது வேண்டாம். உங்க காரை நானே வாங்கிக்கறேன். என் மகனும் ஒரு ஃபியட் வேணுன்னு நச்சரிச்சிக்கிட்டே இருக்கறான். நீங்க அவ்வளவு உதவுனதுக்கு உங்களுக்கு வேணுங்கறப்பப் பயன்படுத்திக்கறதுக்கு நான் காரைக் குடுக்கலாமல்ல . . .'

நாகேஷ் எழுந்து அறையிலிருந்து வெளியே போனான். கிருஷ்ணப்பாவின் மனம் வீரண்ணாவின் உதவிக்காக நன்றியில் பலவீனமடைந்ததை அவன் கவனித்தான். கிருஷ்ணப்பாவுக்கு எளிதாகட்டுமென்று நாகேஷ் வெளியே போனான்.

வேண்டவே வேண்டாமெனக் கிருஷ்ணப்பா தலையாட்டி வீரண்ணாவிடம் சொன்னான்.

'போகட்டும் உங்களுக்கு வேண்டாம். ஆனால் நீங்க எனக் கொரு உதவி செய்யலாமல்ல?'

லட்சாதிபதியான வீரண்ணாவால் பத்தோ பன்னிரண்டோ ஆயிரம் ரூபாய் அதிகம் கொடுத்து ஒரு ஃபியட்டை வாங்க முடியாதா? அவ்வளவுக்காக அவன் தன்னைக் கையெடுத்துக் கும்பிடுகிறவனா? ஆனால் உதவுங்கள் என்னும் ரீதியில் வேண்டு கிறான் எனக் கிருஷ்ணப்பா மென்மையாக விண்ணப்பத்தில் கையெழுத்திட்டான். வீரண்ணா புறப்பட்டுப் போன பிறகு நாகேஷ் உள்ளே வந்தான்.

'இதுவும்கூடக் கரப்ஷன்தான்டா நாகேஷ். வீரண்ணா இந்தக் காரால பத்தாயிரமாவது லாபம் சம்பாதிச்சுருவான். எனக்காக வாங்கறதா சொல்றான். உண்மையா இருந்தாலும் இருக்கலாம் . . .'

'விடுங்க கௌடரே. அந்தக் காரென்ன அவனுக்குப் பெரிசா? உங்க அவசியத்துக்காகவே வாங்கறான். அது அப்படிப்பட்ட வங்களோட கடமை . . .'

நாகேஷின் பேச்சால் கிருஷ்ணப்பா அமைதியடைந்தான். அதனாலேயே கடுமையாகப் பேசுவது அவனுக்கு எளிதாயிற்று.

'உனக்கின்னும் அனுபவம் போதாது நாகேஷ். நான் மென்மையாயிட்டே வந்திருக்கறேன். உள்ளுக்குள்ள அழுகிக் கிட்டு இருக்கறேன். பத்து வருசத்துக்கு முன்னாடி இப்படிப் பட்டவங்க நிழல்கூட என் பக்கத்துல வந்ததில்ல.'

இந்த வார்த்தைகளால் நாகேஷின் பாராட்டு மேலும் சற்று அதிகரித்ததைக் கண்ட கிருஷ்ணப்பா தன்னைப் பற்றி அருவருப்படைந்தவாறு கண்களை மூடிக்கொண்டு, 'என்னை வீல் சேர்ல உட்காரவைக்கிறியா நாகேஷ்? வெளியே யாரோ இருக்கறாங்க. அவங்களையும் உதவிக்குக் கூட்டிக்கோ' என்றான்.

○

அக்டோபர்மாத வானிலை பெங்களூரில் இதமாக இருந்தது. சிமெண்ட் முற்றத்தின் வெயிலில் பக்கவாதம் தாக்கிய கைகால் களைக் காயவைத்துக்கொண்டே அவற்றில் இரத்தம் பாய்வதைக் கற்பனையில் அனுபவிக்க முயன்றவாறு கிருஷ்ணப்பா உட்கார்ந் தான்.

வாரங்கல்லிலிருந்து கிராமத்துக்குத் திரும்பி வந்த பிறகு சின்ன குடிசை போட்டுக்கொண்டு தன் தந்தைக்குச் சொந்த மான வயல்களை மாமாவிடமிருந்து விடுவித்துக்கொண்டு அம்மாவுடன் தனியாக வசிக்கத் தொடங்கியிருந்தான். மாட்டுக் கொட்டகையில் பால் கறந்த இரண்டு மாடுகள் இருந்தன. காலையில் எழுந்து கிருஷ்ணப்பாவே பால் கறப்பான். இப்போது ஜீவனற்றிருக்கும் விரல்கள் அப்போது மாட்டின் மடிகளை வருடித் தாஜாசெய்து, மேலிருந்து கீழாக இரண்டு கைகளாலும் இரண்டு காம்புகளை லயசுத்தமாகக் கட்டாயமாக ஆனால் மென்மையாக வலியுறுத்தும்ரீதியில் பீய்ச்சத் தொடக்கத்தில் கைகள் விரைவாகத் தளர்ந்தன. கறுப்பு வெள்ளைப் புள்ளிகளைக் கொண்ட காவேரி நாளாக ஆகப் பின்னங்கால்களை அகற்றி நின்று தன் மடியின் பாரம் கிருஷ்ணப்பாவின் லயசுத்தமான இழுப்புக்குத் தாரை தாரையாக இறங்கியதைச் சுகமாக அனுபவித்தவாறு நீண்ட மூச்சுவிட்டுக்கொண்டிருந்தது. அழுத்தும்போது படிப்படியாக மென்மையடைந்தபடி பாலால் புடைத்தும் சொரசொரப்பாகவும் இருந்த மடி. அம்மா காய்ச்சிக் கொடுத்த பாலைக் குடித்துவிட்டு வயலுக்குப் போவான். கோடையில் கிணறு வற்றிக் கால் முழுகுமளவே தண்ணீரிருக்கும் போது கிணற்றில் இறங்குவான். சேற்றை வாரி வாரி வாளியில் நிரப்பினால் மேலேயிருந்து சேஷப்பா கயிற்றில் அதைத் தூக்கிக் கொள்வான். கைகள் சேற்றை வாரி வாரி அடைபட்ட ஊற்று களைத் தொட்டு எழுப்ப ஏங்கும். இப்படிச் சேற்று நீர் எடுக்கும் போது குளிர்ந்த நீரின் ஊற்று திடீரெனப் பீறிட்டு விரல் நுனிகளைத் தாக்கி உடம்பு முழுவதையும் மயிர்க்கூச்செறியச் செய்யும்.

'ஏன்டா இந்தக் கல்பூதத்துக்குப் பூஜைபண்ணிட்டு முட்டாள்தனமா உட்கார்ந்திருக்கறீங்க? அது கல்லு இல்லயா? தூக்கி எறிங்க. உங்களைப் பிடிச்சிருக்கற பேய் மடத்து ஏஜண்ட் நரசிம்மபட்டன்தான். நீங்க அறுவடை செஞ்சதையெல்லாம் அவன் வந்து எடுத்துட்டுப் போறான்' கிருஷ்ணப்பா தன்னைச் சுற்றியிருந்த விவசாயிகளுக்குச் சொல்வான். அது ஜோயிஸின் காதை எட்டும்.

'கிட்டப்பா' என்று வாழையிலை கேட்கும் சாக்கில் ஜோயிஸ் வந்து திண்ணையில் உட்கார்ந்து, கிருஷ்ணப்பா கொடுக்கும் பாலைக் குடித்துவிட்டு எதையெதையோ பேசியபடி, 'ஏன்டா கிட்டப்பா கல்பூதம் வெறும் கல்லு, தூக்கி எறிங்கன்னு சொன்னியாமே? நிஜமா?' என்பார்.

ஜோயிஸின் நலிவுற்ற உடம்பையும் வெளுத்த முள்தாடி, பெரிய குடுமி கொண்ட அவரது முகத்தில் எப்போதும் அமைதியாயிருக்கும் கண்களையும் பார்த்தவாறு கிருஷ்ணப்பா

நிதானமாகச் சொல்வான். ஜோயிஸ் வந்ததால் வெற்றிலைபாக்கு மென்றபடி அம்மாவும் திண்ணையில் உட்கார்ந்திருப்பாள்.

'நீங்களும் நரசிம்மசுவாமியைச் சேர்ந்த குடும்பந்தானே? எப்படி உங்க தோட்டத்தை இழந்தீங்கன்னு சொல்லுங்க. அதுக்கு யார் காரணம்?'

'இருக்கறது நானும் என் பொண்டாட்டியும். கொஞ்சம் பென்ஷன் வருது. உங்க மாமாவும் நாலைஞ்சு கௌடருங் களும் ஏதோ ஜோசியம் சொல்றானே, ஊருல ஒரு பிராமணன் இருக்கட்டுன்னு வீட்டுக்குத் தேவையான விறகு, அரிசி, காய்கறி, வாழையிலை, பழம்கிழம் கொண்டுவந்து தர்றாங்க. எனக்கு எதுக்குத் தோட்டம்?'

'சரிங்க, நரசிம்மசுவாமி மடத்து ஏஜண்ட் பட்டன் இருக்கறா னல்ல அவன்தானே உங்களைத் தோட்டத்துலயிருந்து விலக்கித் தன்னோட சொந்த விவசாயத்துக்குன்னு வச்சிக்கிட்டது?'

'குத்தகை தரலன்னு வெச்சிக்கிட்டான். அவன் தப்பிச்சிக்க முடியுமா?'

'முடியுங்க . . .'

'இப்பத்திய சட்டம் எனக்குத் தெரியாதப்பா. ஆனால் கோர்ட் வாசப்படி ஏறி உருப்பட்டவங்களை நான் கண்ட தில்லப்பா. போகட்டும் விடு. நான் கேட்ட கேள்விக்கும் உன்னோட இந்தக் குறுக்குவிசாரணைக்கும் என்ன சம்பந்தன்னே எனக்குப் புரியல.'

'சம்பந்தம் இருக்கு.'

'அப்படின்னா சொல்லுப்பா. சிஷ்யாதிச்சேத்பராஞ்சயன்னு சொல்றாங்க.'

'எப்படின்னா கல்பூதத்தை நம்பிக்கிட்டு இந்த நம்ம மூட சூத்திர ஜனங்க அந்த நரசிம்மபட்டனுக்குப் பயப்படறாங்க. அவங்க லௌகீக உழைப்பால எதுவும் மாறச் சாத்தியமில்லன்னு நெனக்கிறாங்க. ஆடு கோழி சாப்பிடற அந்தக் கல்பூதமே தங்களைக் காப்பாத்தணுன்னு நெனச்சிக்கிட்டிருக்கறாங்க.'

'உங்கள் ஜனங்களும் நிராகர நிர்குணப் பிரம்மத்தை அறிந்து கொள்ளும் அளவுக்கு வர வேண்டும் என்பதை நானும் ஒப்புக் கொள்கிறேன் கிட்டப்பா. தர்மகர்மங்களின் மூலமே அவர்கள் மேலுக்கு வர வேண்டுமே ஒழிய . . .'

'நான் சொல்றது அதல்ல. நரசிம்மபட்டனை எதுத்து அவங்க தங்களோட லௌகீக வாழ்க்கையை உறுதிப்படுத்திக் கிட்டா படிப்படியா ஆடு கோழி திங்கற இந்தப் பேய்களைக் கும்புடறதுலயிருந்து விடுபடுவாங்க. ஆனால் நரசிம்மபட்டனை

எதிர்க்கறதுக்கு இந்தக் கல்பூதத்துமேல வச்சிருக்கற நம்பிக்கை தடையாயிருக்குதல்ல. அதனால எனக்கு எழுந்துள்ள கேள்வி கல்பூதத்தை அவங்க புடுங்கி எறிஞ்சி, அதனால கிடைக்கிற தைரியத்தால நரசிம்மபட்டனோட தொந்தி வயிற்றைக் கரைக்க ணுமா அல்லது இரண்டாவதை முதல்ல செஞ்சிக் கல்பூதத்தைக் கும்புடற நிலைமையிலயிருந்து மேல வரணுமா?'

நரசிம்மபட்டனை ஏகவசனத்தில் தான் நிந்தித்ததால் பிராமணரான ஜோயிஸ் துக்கமடைந்ததைக் கிருஷ்ணப்பா கவனித்தான். ஜோயிஸ் தானே நரசிம்மபட்டனின் பேராசையைச் சலிப்போடு நிந்தித்தவாறு மடமே தர்மத்தின் வழியைவிட்டு விலகிய பிறகு என்ன கதியென்று கிருஷ்ணப்பாவின் முன்னால் பெருமூச்சுவிட்டதுண்டு. மடத்தின் தலைவன் தொடுப்பு வைத்துக் கொண்டு, நிர்வாகத்தைத் தன் தம்பியான இந்த நரசிம்மபட்ட னின் பொறுப்பில் விட்டு ஜோயிஸ் போன்ற தர்மகீர்த்திகளை அருவருப்படையச் செய்திருந்தான். அண்ணாஜி தனக்குள் ஊன்றிய சிந்தனைகளையோ தான் வாரங்கல் போலீஸ் ஸ்டேஷ னில் கண்ட நரகத்தையோ இந்தப் பிராமணரிடம் சொல்லி மனமாற்றத்தை ஏற்படுத்த முடியாதென்று கிருஷ்ணப்பா கைவிட்டான். ஆனாலும் ஜோயிஸூம் அவர் மனைவியும் கிருஷ்ணப்பாவுக்குத் தாங்கள் அவனுடையவர்கள் என்னும் உணர்வை ஏற்படுத்தியிருந்தார்கள். கிராமத்துக்கு வந்த தொடக்கத் தில் ஜோயிஸ் குளிரில் வெறும் வேட்டியுடுத்தித் துண்டு போர்த்தி யிருந்ததைக் கண்டு அவருக்கு உல்லன் சால்வை ஒன்று வாங்கிக் கொண்டுவந்து கொடுத்து ருக்மிணியம்மாவின் கண்களில் ஒளியும் கண்ணீரும் பொங்கச் செய்திருந்தான்.

மாமிசம் சாப்பிடாததால் கிருஷ்ணப்பா ஜோயிஸூக்கு மேலும் நெருக்கமானவனாயிருந்தான். இந்த உலகத்தில் இப்போ தும் மழை பெய்வது சில பிராமணர்களாவது மூன்று வேளை குளித்துச் சந்தியாவந்தனம் செய்வதால்தான் என்னும் ஜோயிஸின் புரிதலைக் கிருஷ்ணப்பா அன்போடு சகித்துக்கொள்வான். தன் ஜபதபங்களால் கிருஷ்ணப்பா உத்தமனாகிறானென்று ஜோயிஸ் நம்புகிறாரெனக் கிருஷ்ணப்பாவுக்குத் தெரியும். அதையும் சகித்துக்கொள்வான். அவரது ஜபதபங்களின் பலனான தான் நரசிம்மபட்டன் எவ்வளவோ தீயவனானாலும் பூர்வ ஜன்மப் புண்ணியத்தால் அவனுக்குக் கிடைத்துள்ள பிராமணத் துவத்துக்குச் சற்றும் மரியாதை தராததை ஜோயிஸால் சகித்துக் கொள்ள முடியவில்லை என்றும் அவனுக்குத் தெரியும்.

வசூல் காலம் வந்தால் நரசிம்மபட்டன், அவன் பக்கத்து அமீனா, அவன் தலையாரி எல்லோரும் கிராமத்து விவசாயி களுக்குச் சிம்மசொப்பனமாகிவிடுவார்கள். இந்தமுறை ஒரு சம்பவம் நடந்தது. செலுத்த வேண்டியிருந்த குத்தகையைக்

கொடுக்கவில்லையென்று பீரே கௌடா என்னும் விவசாயியின் வீட்டில் நரசிம்மபட்டன் தன் வேலைக்காரர்களோடு தானே புகுந்திருந்தான். பீரே கௌடாவின் குழந்தைக்குக் காய்ச்சல் வந்திருந்தது. அவன் மனைவி குழந்தைக்கென்று வெண்கலப் பாத்திரத்தில் பாலைக் காய்ச்சிக்கொண்டிருந்தாள். உள்ளே எங்கேயோ பீரே கௌடா பாக்கை மறைத்துவைத்திருந்தா னென்னும் சந்தேகத்தால் உள்ளே புகுந்த பட்டனுக்கு வெற்று வீட்டைக் கண்டு கடுங்கோபம் வந்தது. அந்தக் கௌடா பாக்கை வேறெங்கோ கொண்டுசென்றிருக்கலாம் என நறநறவெனப் பல்லைக் கடித்தபடி வீட்டுக்குள்ளிருந்ததையெல்லாம் முற்றத்தில் எறியுமாறு வேலைக்காரர்களுக்குச் சொல்லிக் கௌடாவின் மனைவி தன் காலைப் பிடித்தாலும் மனம் கரையாமல், அடுப்பி லிருந்த பாலைத் தூக்கி முற்றத்தில் கொட்டவைத்தான். இந்தச் சம்பவம் கிராமத்து ஜனங்களை அதிரவைத்தது. காதில் கம்மல் அணிந்து, நெற்றியில் விபூதி பூசி, தார்ப்பாய்ச்சிக் கட்டிய வேட்டிக்கு மேலே கருப்பு சர்ஜ்கோட்டைப் போட்டுக்கொண்டு கையில் தடியைப் பிடித்து நின்ற தெற்றுப்பல் கொண்ட கன்னங் கரேலென்ற அந்தப் பட்டன் பீரே கௌடாவுக்கு எமனைப் போலத் தெரிந்தான். காய்ச்சல் வந்திருந்த குழந்தை அன்று மாலையே இறந்துவிட்டது.

வாரங்கல் போலீஸ் ஸ்டேஷன் சித்திரவதையின் வேர் களைத் தன் சுற்றுமுற்றிலும் கண்டிருந்த கிருஷ்ணப்பா பீரே கௌடாவின் குழந்தையைப் புதைக்கத் தானே சென்றான். அங்கே நிறைந்திருந்த விவசாயிகளிடம் சொன்னான்: 'மடத்தைச் சேர்ந்த பட்டன் வருடா வருடம் அதிகமாகக் குத்தகை வாங்கிக் கொண்டிருக்கிறான். அவன் குத்தகை அளக்கக் கொண்டுவரும் மரக்கால் வருடா வருடம் பெரிதாகிக்கொண்டேபோயிருக்கிறது. பழைய மரக்காலில் மட்டுமே நீங்கள் குத்தகை அளப்பதாகப் பிடிவாதமாக இருங்கள். அவன் தொல்லை கொடுக்க வருவான். முன்னதாகவே உங்கள் வீட்டுப் பெண்களிடம் பாத்திரத்தில் கொஞ்சம் சாணியைக் கரைத்து அதில் விளக்குமாற்றைப் போட்டு வைத்திருக்கச் சொல்லுங்கள். பட்டன் உள்ளே புகுந்தால் விளக்குமாற்றால் அவனை அடியுங்கள். அந்தப் பிராமணன் இதனால் கலவரமடைவான்.'

மறுநாளே ஏழைக் கௌடா ஒருவன் வீட்டில் பட்டனின் வெள்ளைச் சட்டை, சர்ஜ்கோட்டின் மேல் சாணித் தண்ணீரில் தோய்த்த விளக்குமாற்றுப் பூஜை நடந்தது. இந்தச் செய்தி தாலுக்காவெங்கும் பரவியது. இந்தச் சம்பவத்தால் அனேக மாற்றங்கள் ஏற்பட்டன.

போலீஸ் உதவி பெற்று நரசிம்மபட்டன் குடும்பங்களை வெளியேற்றத் தொடங்கினான். விவசாயிகள் ஒன்றுபட்டுத்

தங்கள் வயல்களில் உழுவதற்குப் போனார்கள். அவர்கள் சட்டப்படி கைதுசெய்யப்பட்டார்கள். இந்தச் செய்தி பரவி நாட்டின் பல பகுதிகளிலிருந்து சோஷலிசவாதிகள் கிருஷ்ணப்பா வின் ஹுலியூருக்கு வந்து கைதாகத் தொடங்கினார்கள். அதனால் ஹுலியூர் கர்நாடகத்தின் தெலுங்கானா என இந்தியாவெங்கும் பிரபலமாயிற்று.

விவசாயிகள் தங்கள் போராட்டத்தில் முழுமையாக வெற்றி பெறாவிட்டாலும் மடம் சற்றுத் தணிந்தது. மரக்காலின் அளவு பெருகுவது நின்று ஐந்து வருடங்களுக்கு முந்தைய தன் அளவுக் குத் திரும்பியது. அந்தச் சம்பவத்தால் விவசாயிகளெல்லோரும் ஒன்றுபட்டார்கள். ஜனங்களின் கட்டாயத்துக்கு உட்பட்டுத் தேர்தலில் நின்று கிருஷ்ணப்பா வெற்றிபெற்றான். இப்போது சட்டசபைக்கு அவன் தேர்ந்தெடுக்கப்பட்டிருப்பது மூன்றாம் முறை. கொஞ்சம் கொஞ்சமாக விவசாயிகளின் பிரச்சினைகள் தீர்ந்துவந்ததில் கிருஷ்ணப்பாவின் பங்கு மதிப்பு மிக்கது என்று நாட்டில் எல்லோரும் ஒப்புக்கொள்கிறார்கள். முதலில் பிராமணர் களுக்கு எதிராக இருந்த அரசாங்கம் இனாம்தார் முறையை நீக்கியது. ஆனால் நிலவுடமை வர்க்கத்தினரான ஒக்கலிகர்களும் லிங்காயத்துகளும் அதிகாரத்திலிருந்ததால் நில உச்சவரம்புக்கான போராட்டம் தீவிரமடைந்துகொண்டேபோக வேண்டியிருந்தது. உழுபவனே நிலத்துக்குச் சொந்தக்காரன் என்னும் முழக்கத்தைக் கொள்கை அளவிலாவது அரசாங்கம் ஒத்துக்கொண்டது. ஆனால் உழுதவர்கள் அனைவரும் நிலச் சொந்தக்காரர்களாகவில்லை. மிகச் சமீபத்தில் நிலச் சொந்தக்காரர்களாக ஆனவர்கள் மற்றவர்கள் சொந்தக்காரர்களாவதை விரும்பவில்லை.

மனிதனின் சுயமரியாதை வளர்வதற்குச் சொத்துக்கான போராட்டம் அவசியமென்று அண்ணாஜி சொன்னதைக் கிருஷ்ணப்ப கௌடா அனுபவத்தில் அறிந்திருக்கிறான். ஆனால் தான் மூழ்கியுள்ள அரசியல் போராட்டம் இழிவானதென்ப தால் அது படிப்படியாக மனிதனை விடுதலையடையச் செய்யும் என்பதில் அவனுக்கு இன்னமும் சந்தேகம் உள்ளது. மூன்று வேளையும் ஜனங்களுக்கு மத்தியிலிருந்து அவர்களின் தந்திரோபாயங்களைக் கேட்டுக்கொண்டே இருப்பதால் அவன் களைத்துப்போகிறான். தனியாக இருக்க வேண்டும் என்னும் ஆசை முளைக்கிறது. சதா போராட்டத்தில் மூழ்கியுள்ள தனக்கு ஒவ்வொரு கணமும் எங்கெங்கோ பலனளித்துக்கொண்டே யிருக்கும் வாழ்க்கையின் சின்ன சந்தோஷங்கள் தெரியாமலேயே போய்விடுவதாக ஆதங்கமடைகிறான். அவன் வாடகைக்கிருந்த காந்தி பஜார் வீட்டில் எப்போதாவது மாலையில் தனிமை சாத்தியப்பட்டபோது காம்பௌண்டுக்குள் உட்கார்ந்து வெளியே பார்ப்பான். நீண்ட பாவாடை அணிந்து இளம் பெண்கள்

நோக்கமற்று மகிழ்ச்சியில் நடமாடியதைக் கண்டு பொறாமைப் பட்டிருக்கிறான். வாழ்க்கையில் அடுத்து வரவிருக்கும் இக்கட்டு கள், நடுத்தர வர்க்கப் பெற்றோர்களின் ஆதங்கங்கள் அவர் களைப் பாதித்ததாகத் தெரியவில்லை. சடையில் மல்லிகை சூடிக் கும்பலாகக் கலகலவென்று விளக்குகளுக்குக் கீழே மரங் களுக்கு அடியில் அவர்களது ஒய்யாரத்தின் அரை மணி நேரத்தைக் கிருஷ்ணப்பா அக்கறையோடு கவனிப்பான். பையன் களைக் கண்டால் வெட்கப்படும் இளம் பெண்கள் பலரானால், பையன்களைக் கிண்டல்செய்கிற பெண்களும் சிலர். கிருஷ்ணப்பாவையே அவனோடு படித்த பெண்கள் ஆப்பிரிக்கன் ப்ரின்ஸ் என்று சொல்லிக்கொண்டிருந்தார்களே? ஆனால் இவன் மட்டும் எப்போதும் இறுக்கமாக இருந்தான்.

கௌரி தேஷ்பாண்டே ஃபிலடெல்பியாவில் என்ன செய்து கொண்டிருக்கலாம் என்று யோசித்தான். அவளிடமிருந்து கடிதங்கள் இல்லாமல், தானும் எழுதாமல் வெகுநாட்களாகி விட்டன. அவளும் இப்போது அரசியலில் ஆர்வமாயிருக்கிறா ளாம். அவள் துணைவன் மார்க்சிய சோஷலிஸ்டாம். பாராளு மன்ற அரசியலால் இந்தியாவுக்கு நன்மையில்லை என்று அவள் வாதிடுகிறாள். கௌரி முன்பு இப்படியிருக்கவில்லை. இப்போதைய நிலைப்பாடு அவள் கடன் வாங்கியதா சுயமானதா எனத் தெரியாது. ஆனாலும் தன்னை மணந்துகொள்ளுமாறு தான் அவளைக் கேட்கவேயில்லை என வலியேற்படுகிறது. திருமணம் செய்துகொள்ளுமாறு தான் கேட்ட லூஸினா முகுளமாக அதை மனத்தில் கொள்ளவேயில்லை. ஆனால் இந்த வலிகளும் இப்போது தீவிரமாக எஞ்சியிருக்கவில்லை. தனித்த நபராகத் தான் வெறுமையடைந்துகொண்டே போவ தாகப் பயப்படுகிறான். இல்லாதுபோனால் தனக்குள்ளாக ஒரு வாழ்க்கை இருக்கிறது என்பதைக்கூடச் சற்றும் உணர முடியாத சீதாவைத் திருமணம் செய்துகொண்டதற்காக வெட்கப் படுகிறான். கோபால ரெட்டி இறந்த பிறகு தனியாக இருப்பது சாத்தியமல்ல என்றல்லவா திருமணம் செய்துகொண்டான்? தன் நலம் விரும்பிகள் சாப்பாடு உபசரணைகளைக் கவனித்துக் கொள்ளக்கூடிய பெண்ணென்று சீதாவைத் திருமணம் செய்து கொள்ளச் சொன்னபோது, அதற்கு மட்டுமே தகுதியானவளைத் திருமணம் செய்துகொள்ளக் கிருஷ்ணப்பாவும் விரும்பினான். அதாவது பெண்ணுடனான சகவாசத்தில் தீவிரத்துவத்துக்குப் பயந்து சீதாவைப் போன்றவளை மணந்து, அதற்குப் பிறகு தீவிரத்துவம் வேண்டுமென விரும்பும் தன் ஆளுமையில் எங்கோ குறையிருக்க வேண்டும். அனேகமாக அண்ணாஜி சொன்னது போலத் தான் ஃபியூடல், திருமணத்தின் அவசியம் இல்லை யெனக் கண்டதாலேயே லூஸினாவோடு தீவிரமான காதல்

அவஸ்தை 129

தனக்குச் சாத்தியமாகியிருக்கலாம். திருமணத்தின் மூலம் தாசியை விரும்பியிருக்கிறேனேயொழிய துணைவியையல்ல, அதனாலேயே அனேகமாகக் கௌரியை இழந்துவிட்டதாக எண்ணிச் சிகரெட் பற்றவைக்கிறான். பையன்களும் பெண்களும் தெருவிலிருந்து மறைகிறார்கள். பக்கத்து வீட்டில் குழந்தை வாய்ப்பாடு கற்றுக்கொண்டிருக்கிறது. உள்ளே சீதா என்னவோ அரற்றிக்கொண்டிருக்கிறாள். கணவன் தனியாகக் கிடைப்பதே அபூர்வமானதால் கிடைத்த இந்தச் சமயத்தில் தன் கோபத்தை யெல்லாம் அவன் காதில் போடுகிறாள். கிருஷ்ணப்பா ஒவ்வொரு மாலையிலும் தான் குடிக்கும் குவார்ட்டர் விஸ்கியை எதிரில் வைத்துக்கொண்டு உள்ளே மேஜைக்கு முன்னால் உட்கார்கிறான்.

இன்றைக்கு நடப்பது நாளைக்கு நினைவிருப்பதில்லை. நாட்கள் ஒவ்வொன்றாக உருண்டோடுகின்றன. சட்டசபையில் உக்கிரமான உரை, வெளியே உக்கிரமான உரை, எவையெவற் றையோ எதிர்த்து ஆர்ப்பாட்டம், விடிந்தால் அது வேண்டும் இது வேண்டும் என வரும் ஜனங்கள், அதைக் கண்டித்துக் கையெழுத்து, இதை ஆதரித்துக் கையெழுத்து – தேய்ந்து கொண்டேபோகிறான். இதற்கிடையில் கிருஷ்ணப்பாவுக்குப் பரம்பரைப் பணக்காரனொருவன் சினேகிதனாயிருந்தான். கோலார் பக்கத்திலிருந்து தேர்ந்தெடுக்கப்பட்டிருந்த இந்தக் கோபால ரெட்டி செல்வந்தனானாலும் மார்க்சியவாதி. தூய்மையான வெள்ளை வேட்டியைத் தார்ப்பாய்ச்சிக் கட்டி, மெல்லிய ஜிப்பா அணிந்து பென்ஸ் காரில் திரிந்துகொண்டிருந்த ஒல்லியான உடம்பும் நீளமான முகமும் கொண்ட இந்த மார்க்சியவாதி தன் வர்க்கத்தின் அழிவை விரும்பிய தீவிரத் தனத்தைக் கண்டு கிருஷ்ணப்பா மயங்கியிருந்தான். கோபால ரெட்டி ஒருமுறை தன்னோடு சிறையிலிருந்தபோது அவனது உற்சாகம், கஷ்டங்களைச் சகித்துக்கொள்ளும் தன்மை ஆகிய வற்றைக் கவனித்து வியப்படைந்திருந்தான். பணம், சொத்து, பதவிகளை அலட்சியமாகப் பார்த்த கோபால ரெட்டி சினிமா, இசை, இலக்கியம் எல்லாவற்றிலும் உன்னதமானவற்றைத் தேடியவன். கல்கத்தாவில் அலி அக்பரின் கச்சேரி இருந்ததைச் செய்தித்தாளில் படித்துவிட்டுக் கிருஷ்ணப்பாவை விமானத்தில் கல்கத்தாவுக்கு அழைத்துச் சென்ற பைத்தியக்காரத்தனம் அவனுடையது. பம்பாயின் தாஜ் ஹோட்டலில் இருப்பதைப் போன்றே இயல்பாகவும் சுகமாகவும் குடிசையிலும் சிறையிலும் இருக்கக்கூடியவன். ஒட்டாமல் போகிக்கக்கூடியவன். பனங்கள், மிளகாய் பஜ்ஜி ஆகியன ஸ்காட்ச், சீஸ் அளவுக்கு அவனுக்கு விருப்பம். அதிகமான செல்வம் வாழ்க்கைக்குக் கொஞ்சம் களையை மட்டும் தருகிறது என்னும் கிருஷ்ணப்பாவின் கருத்து கோபால ரெட்டியின் சகவாசத்தால் மாறியது. செல்வமிருக்கும்

இடத்தில் வாழ்க்கையின் குணநலன்களே மாறியிருக்கும் என்ப தைக் கண்டான். கிருஷ்ணப்பா தேர்தலில் போட்டியிட்டபோது ஹுலியூருக்கு வந்து எந்த விவசாயியின் திண்ணையில் வேண்டு மானாலும் தூங்கி, காலையில் வாழையிலையில் பரிமாறிய கஞ்சிக்கு மாவடு ஊறுகாயைத் தொட்டுக்கொண்டு மிகவும் சுவைத்துச் சாப்பிட்ட சாமார்த்தியசாலி அவன். கோரைப்பாய், பாக்குமட்டைத் தொப்பி, கொங்கடை, பலாப்பழக் கடுபு, மூங்கில் ஊன்றுகோல் எனத் தினசரி வாழ்க்கையில் அற்ப மானவை எனக் கருதப்படுபவையெல்லாம் பட்டுக்கொள்ளாத அவன் பாராட்டில் பாடின – அவன் போகித்த பெண்ணின் உடம்பு பாடியதைப் போல.

கோபால ரெட்டியின் ஊருக்குப் போனபோதுதான் கிருஷ்ணப்பா தன் நண்பனின் வரம்பைக் கண்டான். அங்கே அவன் பெரிய மனிதன். அவன் அப்பா கொடுங்கோலன். வேலைக்காரர்கள் முதுகைக் காட்டிக்கொண்டு நடக்கக் கூடாது. அரண்மனை போன்ற அவன் வீட்டில் பிள்ளகள் அழுவது கேட்காது. பெண்கள் சிரிப்பது கேட்காது. ரெட்டியின் அப்பா நின்ற, உட்கார்ந்த இடங்களெல்லாம் நிசப்தமாயிருந்தன. கோபால ரெட்டி மிகுந்த கூச்சத்தோடு கிருஷ்ணப்பாவை ஒரு நாள் மட்டும் அங்கே தங்கவைத்திருந்தான். அவ்வளவுதான். தன் பணக்காரத்தனத்தால் கிருஷ்ணப்பா அருவருப்படைந்ததைக் கண்டு கோபால ரெட்டிக்கு அவன்மேலிருந்த மதிப்பு அதிகரித் தது. இப்படிப்பட்டதைக் காப்பாற்றுவதற்காகவே வாரங்கல்லில் கண்டதைப் போன்ற போலீஸ் ஸ்டேஷன்கள் இருக்கின்றன வென்பது கோபால ரெட்டிக்கும் தெரியாத விஷயமா?

கோபால ரெட்டிக்குத் தன்மீது ஏற்பட்ட மதிப்பால் கிருஷ்ணப்பா இளகினான், பூரித்தான், மிதந்தான். குடிக்கக் கற்றான். பெண்களோடு படுத்தான். உடம்பின் வியர்வையைப் போலத் தெளிவான கிருஷ்ணப்பாவின் அமைப்புக்கு எதிரான கோபம், முதலிலிருந்த அதன் தீவிரத்துவம், வரம்புகளை இழந்து மொத்தமாகக் காணக்கூடிய சங்கதிகளாயின.

கோபால ரெட்டி கிருஷ்ணப்பாவின் சதா கொந்தளிப்பான புரட்சிகர ஈரத்துக்குத் தன் துடிப்பான சிந்தனையையும் சேர்த்துக் கொண்டிருந்ததால், ஒன்று மற்றொன்றிலிருந்து ஆதரவு பெற்று வளர்ந்துகொண்டேபோனதால் பெண், விஸ்கி, சங்கீதக் கச்சேரி கள், விமானப் பயணங்கள் கிருஷ்ணப்பாவின் நேர்மையைப் பாதிக்கவில்லை. கீழான விஷயங்களால் பாதிப்படையாமலிருப் பது, பெண்ணுக்காக அலைவது, கடுமையாகப் பேசுவது, பெண், சாப்பாடு, விஸ்கியால் உடம்பைத் தணித்துக்கொள்வது, எதற்கும் ஏங்காமல் வேண்டும் எனத் தோன்றியதைப் பெறுவது

இவை எல்லாம் ஒரே நேரத்தில் கிடைத்ததால் கிருஷ்ணப்பா மிதந்தான். தான் மிக உன்னதமான சிகரத்திலிருந்ததாக உணர்ந் தான். நேற்று எந்தப் பெண்ணோடு சல்லாபித்தான் என்பது மறுநாள் மறந்துபோனதும் உண்டு. அச்சுப்பிசகாமல் எஞ்சி யிருப்பது சிறுத்தையின் அழகை நினைவுபடுத்தும் லூஸினா மட்டும். அவ்வப்போது வாரங்கல் ஸ்டேஷனில் கழித்த இரவு பகல்கள் நினைவுக்கு வந்துகொண்டிருந்தன. ஆனால் வாழ்க்கை யைக் களைகுன்றச்செய்யும் கீழான விஷயங்களை அபாரமான செல்வம், பெருந்தன்மை ஆகியவற்றின் உதவியால் எரிக்கக்கூடிய சாமார்த்தியம் கோபால ரெட்டிக்குச் சாத்தியப்பட்டதல்லவா? சொத்துபத்தின்மையால் பாதிக்கப்படாத, தான் கனவுகண்ட எதிர்கால வாழ்க்கை அதன் தினசரி வடிவத்தில் இப்படி நிம்மதியாயிருக்கும் எனக் கிருஷ்ணப்பா உணர்ந்தான்.

மஹேஸ்வரய்யா ஒருமுறை வந்தவர் இருவரையும் ஒன்றாகக் கண்டு எதையோ விழுங்கியதாகத் தெரிந்தது. பெண்ணென்றால் காமவயப்படும் அவர் கிருஷ்ணப்பா அனுபவித்துக்கொண் டிருந்த இன்பத்தை நிந்தித்திருக்கமாட்டார். அப்படியென்றால் வேறேதோவொன்று அவரைப் பீடிக்க 'கிருஷ்ணப்பா இது ரொம்ப காலம் நீடிக்காது. மறுபடியும் அரசமரத்துக்குக் கீழே மாடுகளை மேய்ச்சிட்டே உட்காரணுன்னு உனக்குத் தோனுதா?' எனக் கேட்டிருந்தார். ஆம். அவர் சொன்னபடியே அது நீடிக்க வில்லை. கோபால ரெட்டி கான்சர் வந்து இறந்தான். அதன் பிறகு கிருஷ்ணப்பா பல நாட்கள் பேதலித்திருந்து, நலம் விரும்பிகளின் கட்டாயத்தால் சீதாவை மணந்துகொண்டான்.

கோபால ரெட்டியால் பெற்ற தோழமை இப்போது பிரமை எனத் தோன்றுகிறது. இவனைவிட அதிகம் படித்திருந்த ஞானி அவன். நல்ல விளையாட்டுவீரன். சங்கீதத்தில் நுட்பமான ரசனை கொண்டிருந்தவன். தன்னோடிருக்கும் பெண் பணத்துக் காக வந்தவள் என்பதை அந்தப் பெண்ணுக்கே மறக்கச் செய்யும் சாமார்த்தியசாலி. தன் பணக்காரத்தனத்தால் கிருஷ்ணப்பா அதிரக்கூடியவனல்ல எனக் கோபால ரெட்டிக்குத் தெரிந்ததி னாலேயே அவன் கிருஷ்ணப்பாவின் தோழமையை விரும்பி யிருக்க வேண்டும். தன்னைப் போன்றவனின் சாட்சியத்தில் அவனுக்குப் பணத்தைத் துச்சமாகக் காண்பதில் தீவிரமான விடுதலையின் சுகம் கிடைத்திருக்க வேண்டும். தோழனாயிருந்தும் தன்னை ஒருவகையான ஆராதனை உணர்வோடு கண்டுகொண் டிருந்தான். தன் இறுக்கங்கள் தளர அப்படிப்பட்ட கண்கள் அவசியமாயிருந்தன. மஹேஸ்வரய்யா, அண்ணாஜி, கௌரியைப் போலவே ரெட்டியும் தன்னிடம் ஏதோ தெய்வீகமானதிருக்கிறது எனக் கண்டிருந்தான். உள்ளுக்குள் தேய்த்துத் தனக்குள் எரிந்து கொண்டிருந்ததில் அவன் குளிர்காய்ந்துகொண்டிருந்தான்.

அமுக்கிக்கொண்டிருந்த தன் தீவிரத்துவத்தின் வேதனைகளை அவன் தோழமையால் வெளிப்படுத்தியிருந்தான். இதனால் கிருஷ்ணப்பாவுக்குத் தன் உள்ளார்ந்த வாழ்வில் அவனுக்கே கிளர்ந்துகொண்டிருந்த துவர்ப்பு போன்ற விசேஷமான சுவை – சகித்துக்கொள்ள முடியாத மிகத் தீவிரமான அதன் சுவை – குறைந்துகொண்டே போயிற்று. கோபால ரெட்டி இறந்ததும் தான் அனாதையாகிவிட்டதாகத் தோன்றியது.

'நாகேஷ் . . .'

அவனை வெயிலில் விட்டு உள்ளே உட்கார்ந்திருந்த நாகேஷ் வந்து நின்றான்.

'உள்ள போலாம் வெயில் அதிகமாயிடுச்சி.'

நாகேஷ் தள்ளிக்கொண்டு அறைக்கு அழைத்துப் போனான்.

'மேஜை ட்ராயர்ல பர்ஸ் இருக்கு. எடுத்துக் குடு.'

நாகேஷ் எடுத்துக் கொடுத்தான். பர்ஸிலிருந்து இருநூறு ரூபாயை எடுத்து அவனுக்குக் கொடுத்தான். நாகேஷ் எதுவும் புரியாமல் கிருஷ்ணப்பாவின் முகத்தைப் பார்க்க, 'உங்கிட்ட இன்னொரு ஜோடி உடை இருக்கறதாவே தெரியல. தச்சிக்கோ' என்றான்.

'வேண்டாம் கௌடரே.'

'வாங்கிக்க. என்கிட்ட பிகுபண்ணாதே.'

'உங்க பர்ஸ்ல இருக்கறதே இவ்வளவுதான்.'

'நாகேஷ், வலது கை இன்னும் அசையுது. அதுக்கும் ஸ்ட்ரோக் வர்றதுக்கு முன்னால . . .'

அவன் சிரித்துக்கொண்டே சொன்ன இந்த வார்த்தைகளால் நாகேஷ் வருத்தப்பட்டதைக் கண்டு, 'பைத்தியக்காரா உனக்குத் தெரியாது. என் பொண்டாட்டி இருக்கறாளே அவ ரொம்பக் கருமி. என் சம்பளத்துல மிச்சம்பிடிச்சி மிச்சம்பிடிச்சிப் பேங்குல பத்தாயிரம் சேத்துவச்சிருக்கறா. வாயை மூடிக்கிட்டு இந்தப் பணத்தை வாங்கிக்கோ' என்றான்.

கிருஷ்ணப்பாவுக்கு நாகேஷின் பின்னணி தெரியும். ஏழைப் பிராமணக் குடும்பம். அப்பா சதா சிடுசிடுத்துக்கொண்டிருந்த குமாஸ்தா. அண்ணன் இன்ஜினியர். அவன் மனைவி கருமி யானதால் அவனிடமிருந்து கிடைக்கும் உதவி அதிகமில்லை. கல்யாணமாகாத ஆறு அக்காதங்கைககள். மகன் படிப்பைப் பாதியில் நிறுத்திவிட்டு, ஊர்வலம் மண்ணாங்கட்டி என்று அரசியலில் காலம் கழிக்கிறானென்று தாய்க்குக் கவலை. நாகேஷ் தூங்குவது கட்சி அலுவலகத்தில். சாப்பிடுவது எங்கெங்கோ. காபிக்கும் சிகரெட்டுக்கும் காசு கிடைத்தால்

அவனுக்குப் போதும். வரவிருக்கும் சோஷலிச அமைப்பில் தன் கஷ்டங்கள் தீரும் என்று அவன் கனவுகண்டுகொண்டிருக் கிறான். காலத்தை வீணடிப்பது அவனுக்குப் பழகிப்போயுள்ளது. ஹெச்எம்டியில் வேலை வாங்கித்தரட்டுமா எனக் கேட்டால் வேண்டாமென்கிறான். அப்படிக் கேட்டதால் அவமானப்பட்டுக் கோபப்படுகிறான். எல்லோரையும்போல உத்தியோகஸ்தனாக வாழ்வது கேவலமானது என்பது அவன் கருத்து. அப்படி யொன்றும் திறமையானவனுமல்ல. ஆனால் கிருஷ்ணப்பா வின் ஆளுமையின் ஒளியில் மயங்கிய இளைஞர்களில் இவனும் ஒருவன். தன் அரசியல் சிந்தனையும் வாழ்க்கை முறையும் சில இளைஞர்களை இப்படிப்பட்ட வசியத்தில் சிக்கவைத் திருக்கிறது எனக் கிருஷ்ணப்பா பச்சாதாபப்படுகிறான். இப்படிப் பட்டவர்களுக்கு வயதாவதை நினைத்தால் பயப்படுகிறான்.

‘நாகேஷ் உனக்கொரு கதை சொல்றேன்’ என்று ஜோயிஸின் விஷயம் திடீரென நினைவுக்கு வந்து கிருஷ்ணப்பா தொடங்கி னான். நாகேஷ் நோட்டுப் புத்தகத்தில் இவற்றையெல்லாம் குறித்துக்கொண்டேபோனான்.

ஹுலியூரின் விவசாயிகள் விளக்குமாற்றைச் சாணியில் தோய்த்து நரசிம்மபட்டனை மொத்தத் தொடங்கியபோது ஒவ்வொரு நாளும் பூணூலை மாற்ற வேண்டி வந்தது. பிராமணனை அப்படித் தாக்கியதைத் தாங்கிக்கொள்ள முடியா மல் துக்கப்பட்ட ஜோயிஸை ‘நீங்க செய்யற பூணூல் இப்ப அதிகம் விக்குதல்ல. நீங்க ஏன் துக்கப்படணும்’ என்று கேலி செய்ய வேண்டும் எனத் தோன்றியதைக் கிருஷ்ணப்பா கட்டுப் படுத்திக்கொண்டான். கிருஷ்ணப்பாவின் அம்மாவும் இதனால் பயந்திருந்ததால் கிருஷ்ணப்பா நிதானமாகக் கேட்டான் ‘நான் உங்க மகனைப் போலன்னு நீங்க நெனக்கிறீங்க இல்லியா?’

‘அதென்ன அப்படிக் கேக்கற? இல்லன்னா நான் உனக்குப் புத்திசொல்றதுக்கு வருவனா?’

‘செத்துட்டிருக்கற குழந்தைக்குன்னு வச்சிருக்கற பாலைத் தூக்கி எறியறது, அதைச் செஞ்ச பிராமணனை விளக்குமாத்தால அடிக்கறது. ரண்டுல தப்பு எதுல அதிகம்?’

‘ரண்டும் தப்பு. பட்டன் தான் செஞ்ச தப்புக்கு நரகத்துக்குப் போவான். ஆனால் அது பிராமண ஜன்மமில்லயா? அவனை விளக்குமாத்துல அடிக்கவச்சி நீ ஏன் பாவத்தைக் கட்டிக்கற?’

கிருஷ்ணப்பாவின் அம்மாவும் ஜோயிஸின் பேச்சைக் கேட்டவாறே புகையிலைக்குச் சுண்ணாம்பு தடவி வாயில் போட்டுக்கொண்டு ஆதங்கத்தோடு தன் ஒப்புதலை உணர்த்தி னாள். இவரிடம் பேசுவது சாத்தியமல்ல எனத் தோன்றியது. உபநிஷத்துகளையெல்லாம் படித்த இந்த மகா ஏழைப் பிராமண

னும் எவ்வளவு முட்டாளாயிருக்கிறார் என்று கிருஷ்ணப்பா கவலைப்பட்டான்.

'நீங்களும் ஜாதிங்கற காரணத்துக்காகப் பட்டனுக்கு ஆதரவாப் பேசுறதைப் பார்த்தா கவலையாயிருக்கு.'

கிருஷ்ணப்பா உண்மையான வேதனையோடு பேசியதைக் கேட்டு ஜோயிஸ் தத்தளித்துப்போனார்.

'இந்த மாயப் பிரபஞ்சத்தில் சிக்கியிருக்கறவரையில ஜாதிநீதி எல்லாம் உண்மைதானேப்பா?'

'அப்படின்னா நான் ஏதோ பாவம் பண்ணிச் சூத்திரனாப் பொறந்திருக்கறதா உங்க எண்ணமா? அப்படின்னா என்னைப் பார்த்தா உங்களுக்கும் பெரியம்மாவுக்கும் ஏன் மகனாத் தோனுது சொல்லுங்க . . .'

ருக்மிணியம்மாவைக் கிருஷ்ணப்பா பெரியம்மா என்பான்.

'பட்டனைப் போன்ற நாஸ்திகர்களால் நம்ம பெரியவங்க செஞ்ச புண்ணியமெல்லாம் தண்ணியில ஹோமம் பண்ணுன மாதிரியாயிடுச்சி. உன்னைச் சொல்லி என்ன பிரயோஜனம்? ஆதிசங்கரர் காலடியிலிருந்து பத்திரிநாத்துக்குப் போற வழியில தெய்வீகமான ஒளியைக் கண்டு இந்த நரசிம்ம சுவாமியை ஸ்தாபிச்சாருன்னு ஐதீகம். எப்படியிருந்த மடம் இப்படியா யிடுச்சி? பேச முடியாத விலங்குகளையும் பறவைகளையும் தொல்லைப்படுத்தக் கூடாதுன்னு வைதீக தர்மம் சொல்லுது . . .'

ஜோயிஸின் கண்கள் ஈரமாயின. எலும்புகள் தெரிந்த, ருத்திராட்சை தரித்த அவரது நெஞ்சைப் பார்த்துக் கிருஷ்ணப்பா வின் மனம் கரைந்தது.

'தூரத்துலயிருந்து பார்த்தா தொல்லையைப் போலவே தொல்லைக்கு எதிராகத் தரும் தொல்லையும் இழிவானதாகவே தெரியும். ஆனால் விளக்குமாத்தால அடிக்கத் தயாரானப்ப அவங்களுக்கு எவ்வளவு சுயமரியாதை வளர்ந்திருந்ததுன்னு உங்களுக்குத் தெரியல. அவங்கல்லாம் புழுக்களைப் போலச் சகிச்சிட்டே இருந்ததாலத்தான் மடமும் கொழுத்துட்டே வந்துச்சு. உங்க பட்டனும் சின்னப் புழுவைச் சாப்புடற பெரிய புழுவாகறது சாத்தியமாச்சு.'

ஜோயிஸ் பேதலித்து எழுந்து நின்றார். நகைச்சுவைத் தோரணையில் கிருஷ்ணப்பா அவரைச் சமாதானப்படுத்த முயன்றான்.

'பிராமணருங்கன்னா எங்க ஜனங்களுக்கு இன்னும் மரியாதை இருக்குது. விளக்குமாத்தால அடிக்கிறாங்க. உண்மை தான். ஆனால் மனசுக்குள்ளயே கல்பூதத்துக்குத் தப்புக் காணிக்கையும் செலுத்தறாங்க . . .'

அவஸ்தை 135

'நீ தர்மவான்னு எனக்குத் தெரியும்பா. அந்தப் பட்டன் எங்கே நீ எங்கே . . .'

பதில் சொல்ல முடியாமல் ஜோயிஸ் எழுந்துபோயிருந்தார். இந்தச் சம்பவத்தைக் கிருஷ்ணப்பா மறக்கமாட்டான். தன் உடல்நலத்துக்காக ஊர் ஜனங்கள் கல்பூதத்துக்குக் கோயில் கட்டுவதாக நேர்ந்துகொண்ட செய்தியைக் கேட்டு அனேகமாக இன்று அவனுக்கு எல்லாம் நினைவுக்கு வந்திருக்கலாம்.

நாகேஷ் சொன்னான் 'பிராமணர்களை இன்னும் கொஞ்சம் உதைக்கணும், கௌடரே. அப்பத்தான் இந்த ஜாதி அமைப்பை அழிக்க முடியும்.'

கிருஷ்ணப்பா சிரிக்கத் தொடங்கினான். நாகேஷ் தத்தளித்துப்போய் என்னவென்று கேட்டான்.

'ஆடு பன்னி திங்கற எங்க கௌடருங்க உன்னைப் போலப் புளிக்குளம்பு சாப்புடற இரக்கத்துக்குரிய ஒருத்தனை அடிக்கணும்னு சொல்றியல்ல? அதைக் கற்பனை பண்ணிப் பார்த்தேன். சிரிப்பு வந்துச்சி. எங்க ஜாதி ஜமீன்தாருங்கல்லாம் யோக்கியனுங்கன்னு நீ நெனச்சிட்டிருக்கறியா?'

❍

'ஏ நாகேஷ் இந்த வார இல்லஸ்ட்ரேடட் வீக்லி படிச்சியா?'

கிருஷ்ணப்பா மகிழ்ச்சியோடு கேட்டான். கிருஷ்ணப்பா வைப் பார்ப்பதற்காக வந்த அவன் கட்சியின் இருபது எம்எல்ஏக் களின் பேச்சைக் கேட்டுக்கொண்டு வராண்டாவில் உட்கார்ந் திருந்த நாகேஷ் 'ஏன் கௌடரே?' என்று அறைக்குள் வந்தான்.

'பாரு' என்று மடக்கிய வீக்லியைக் கொடுத்தான். கிருஷ்ணப்பாவின் முகம் மகிழ்ச்சியில் பூரித்திருந்ததைக் கவனித்து நாகேஷ் படிக்கத் தொடங்கினான்.

கோவணதாரியான பைராகியின் பெரிய படத்துக்குக் கீழே சர்ப்ப சித்தேஷ்வரானந்தரென்று எழுதியிருந்தது. பைராகிக்கு நீளமான வெள்ளைத் தாடியும் சடையும் வளர்ந் திருந்தன. இந்தப் படத்தில் அவன் சிரித்துக்கொண்டிருந்தான். இன்னொரு படமிருந்தது. அதில் பைராகி மரக்கிளையொன்றில் உட்கார்ந்து உடம்பைக் கீறிக்கொள்ளும் மனிதக் குரங்கைப் போலிருந்தான். பல் விழுந்த வாயை அகலமாகத் திறந்து மிகுந்த சந்தோஷத்திலிருந்தவனாகத் தெரிந்தான்.

'நான் சொல்லிட்டிருந்தேன்ல . . . எங்க ஊர் பைராகி. மௌனி. இவன்தான். சத்தமாப் படி.'

எழுதியவன் உப்புகாரம் சேர்த்திருக்கலாம் எனச் சந்தேகம் தோன்றினாலும் கட்டுரை கிருஷ்ணப்பாவைக் கவர்ந்தது. கீதையைப் படிப்பதற்காக மட்டும் தன் மௌனத்தைக் கலைத்துக்

கொண்டிருந்த பைராகி படிப்படியாகப் பிரபலமான கதை கட்டுரையிலிருந்தது. பக்தர்களின் கனவில் தோன்றிப் பேசுவான் என்னும் ஐதீகம் பிறந்து ஜனங்கள் கூடுவது அதிகரித்தபோது ஒரு நாள் பைராகி குகைக்குள் நுழைந்தான், வெளியே வரவே யில்லை. இரண்டு மூன்று நாட்களுக்குப் பிறகு குன்றில் கூடி யிருந்த ஜனக்கூட்டத்தில் ஒருவன் மகாத்மா என்ன செய்து கொண்டிருந்தார் எனப் பார்ப்பதற்காகக் குகைக்குள் எட்டிப் பார்த்தான். பாம்பிடமிருந்து வருவது போன்ற புஸ்ஸென்னும் சத்தம் குகைக்குள்ளிருந்து கேட்டது. மகாத்மா ஈஸ்வரனின் தோளிலிருக்கும் சர்ப்பத்தின் உருவமெடுத்துத் தவத்திலிருந்தார் என்று கூடியிருந்த ஜனங்களுக்கு அவன் அறிவித்தான். ஒவ்வொரு நாளும் அவர்கள் நைவேத்தியத்தைக் குகைவாயிலுக்குள் தள்ளி விட்டுக் காத்திருப்பார்கள். கொஞ்சம் தின்றுவிட்டு எஞ்சியதைப் பைராகி வெளியே எறிவான். அந்தப் பிரசாதத்தைப் பக்தர் களெல்லாம் ஒவ்வொரு பருக்கையாகப் பங்குபோட்டுக்கொள் வார்கள். சில நாட்கள் நைவேத்தியத்தைப் பைராகி ஏற்றுக் கொள்வில்லை என்பதைக் கண்ட ஜனங்கள் குகைவாயிலுக்குப் போய் எட்டிப்பார்த்தார்கள். இருட்டில் எதுவும் தெரியவில்லை. ஆனால் புஸ்ஸென்னும் சத்தம் எட்டிப்பார்த்தவர்களைக் கோபத் தில் துரத்துவது மாதிரிப் பலமாக வந்தது. மகாத்மா அப்போது சர்ப்பமாகவே மாறிவிட்டிருந்தார் எனப் பக்தகோடிகளெல்லாம் புரிந்துகொண்டார்கள். அதன் பிறகு பால் வைக்கத் தொடங்கி னார்கள்.

இப்படி மூன்று பட்சங்கள் கழிந்த பிறகு குகையிலிருந்து பிரகாசமான மகாத்மா வெளியே வந்தார். இப்போது அவர் பகவத்கீதையைப் படிப்பதில்லை. பேசுவதும் இல்லை. எப்போ தாவது ஒருமுறை பகபகவெனச் சிரிப்பதுண்டு. மரத்திலேறி உட்கார்ந்திருப்பார்.

ஆயிரக்கணக்கில் தினந்தோறும் இந்த சர்ப்பசித்தேஷ்வரானந் தரின் தரிசனத்தைக் காண நாடு முழுவதிலிருந்தும் ஜனங்கள் கூடுகிறார்கள். இங்கே அனேக மாயங்கள் நடப்பதாகக் கதை களிருக்கின்றன. சில சமயம் சர்ப்பசித்தேஷ்வரானந்தர் தன் சர்ப்ப வடிவத்திற்குத் திரும்ப மீண்டும் குகைக்குள் நுழைந்து விடுவார். சர்ப்ப வடிவத்திலிருக்கும் அவரைப் பார்க்கக் கூடா தென்றும் பார்த்தால் சாவு நிச்சயமென்றும் ஜனங்கள் நம்பு கிறார்கள். சில தினங்கள் கழிந்த பிறகு மகாத்மா வெளியே வருவார். சிரிப்பார். மரத்தில் ஏறி உட்காருவார்.

‘உனக்கு என்ன தோனுது?’ கிருஷ்ணப்பா ஆர்வத்தோடு கேட்டான்.

‘மூடநம்பிக்கை அவ்வளவுதான்.’

அவஸ்தை 137

'இந்தப் பைராகி பைத்தியக்காரனாகவும் இருக்கலாம் பெரிய தீர்க்கதரிசியாகவும் இருக்கலாம்னு உனக்கு சந்தேகம் வரலியா, நாகேஷ்?'

'இப்படிப்பட்டதை நம்பித்தான் நம்ம நாடு இப்படியா யிருக்குது.'

'சரி.'

'நமக்கு வேண்டியது சோறு. ஆன்மீகம் அல்ல.'

கிருஷ்ணப்பா அமைதியடைந்ததைக் கண்டு நாகேஷ் அவனைத் தமாஷ்செய்யும் தைரியத்தை வெளிப்படுத்தினான்.

'கௌடர் சமீபத்துல படுக்கையில விழுந்த பிறகு இந்த முட்டாள் டாம்பீகர்களை என்னமோ நம்பற மாதிரித் தெரியுது.'

'அண்ணாஜியும் அப்படித்தான் சொல்லிக்கிட்டிருந்தாம்பா.'

கிருஷ்ணப்பா சிந்தனையில் மூழ்கி, மெதுவாகச் சொன் னான், 'பாரு நாகேஷ், கடவுள் கண்டிப்பாக இருக்கறான்னு ஒருத்தனுக்குத் தெரியுன்னு வச்சிக்க. நான் சொல்றது நம்பிக்கை யல்ல. நிச்சயமாத் தெரியும்னு வச்சிக்க. அப்படித் தெரிஞ்சிருக் கறது சாத்தியம்னா அப்படிப்பட்டவன் ரிலீஜியஸ் ஆகறது பெரிய விஷயம் இல்லடா. பாங்குல பணம் போடற மாதிரி. வட்டி நிச்சயம். ஆனால் கடவுள் இருக்கறானோ இல்லை யோங்கற சந்தேகத்துலயும் கடவுளை நம்பறது இருக்குது பாரு. அது நிஜமான தைரியம். அப்படியே அரசியல்ல நம்மப் போராட்டத்துனால முன்னேற்றம் ஏற்படும். இந்த முன்னேற்றத் துனால நல்லதே சுலபமா நடக்குன்னு புரிஞ்சுட்டு ஏழைங்க பக்கம் நின்னு புரட்சிக்காகப் பாடுபடறது ஒரு வகை. பல பேரோட வழி அது. ஆனால் நான் வாரங்கல்லுலயிருந்து திரும்பி வந்த பிறகு அரசியல்ல குதிக்கிறதுக்கு முன்ன நாம கொண்டுவர்ற முன்னேற்றமெல்லாம் நல்லதையே செய்யும்னு நிச்சயமாப் புரிஞ்சுக்கிறது எனக்குச் சாத்தியமாயிருக்கல. இப்ப வும் சாத்தியமல்ல. ஆனால் சுத்தியிருக்கற கீழ்மை, துக்கத்தைப் பார்க்கறப்ப இவற்றுக்கு எதிராப் போராடுறது அவசியம்கறது மட்டும் எனக்கே உறுதியாத் தெரியும். தினசரி வாழ்க்கையே ஒளிரணுன்னு எனக்கிருந்த ஆசை மட்டும் நிறைவேறல. என் முயற்சியால அன்னக்கி அடிவாங்குன பீரே கௌடா இன்னக்கி இன்னொருத்தன அடிக்கிறான். ஆனால் இந்த வார்த்தைகளைச் சொல்லும்போது சமூகத்தை மாற்றுவதில் எந்த அர்த்தமு மில்லங்கிற தொனி கிளம்புனா அதுவும்கூட ரொம்ப சுலபமான பேச்சாயிடும். எதுவும் செய்ய முடியாத முட்டாளும் எதுவும் செய்யக் கூடாதுன்னு அமைப்பைக் காப்பாத்தற கொடூரமான வனும் இதையே சொல்வான் இல்லியா? அப்படின்னா நாகேஷ் நான் சொல்லணுன்னிருக்கறது . . .'

நாகேஷ் புரியாமல் கிருஷ்ணப்பாவைப் பார்த்தான். எழுதிக் கொள்வதற்குப் பென்சில் எடுத்துக்கொண்டதைப் பார்த்துக் கிருஷ்ணப்பா கண்ணால் அதைத் தடுத்துச் சொன்னான், ‘தப்பு அர்த்தத்துக்கு இடம் கொடுக்காமல் நான் சொல்லணுன்னு இருக்கறதைச் சொல்லவே முடியலடா நாகேஷ். பிறந்த பிறகு கர்மத்துல ஈடுபட்டாகணும். போராடியே ஆகணும். வாழ்க்கை யைச் சிறுமைப்படுத்தற இருட்டைத் தள்ளிக்கிட்டே இருக்கணும். அதாவது நம்ம செயல்பாடுகளோட பரிணாமம் இப்படியும் ஆகலாம் அப்படியும் ஆகலாங்கற கவலையை இழக்காதபடிக்கு ...’

கிருஷ்ணப்பா பேச்சை முடிக்காமல் முகத்தைத் திருப்பி ‘வெளியில உக்காந்திருக்கறவங்களை வரச் சொல்லு’ என்றான்.

மிக விரைவில் நடக்கலாமென்றிருந்த கட்சி மாறும் இழுபறி யில் தாங்கள் எந்தப் பாத்திரத்தை வகிக்க வேண்டும் என விவாதிக்க அவன் கட்சியின் எம்எல்ஏக்கள் வந்திருந்தார்கள். அவர்களில் சிலர் ஆளுங்கட்சியில் ஏற்பட்டுள்ள பிளவில் தங்களுக்குத் தொடர்பில்லை என்றும் தங்கள் போராட்டப் பாதையில் யாரையும் தம்மோடு சுமக்காமல் செல்ல வேண்டும் என வாதிடும் தீவிரக் கருத்துடையவர்கள். சிலர் ஆளுங்கட்சி யின் பிளவைப் பயன்படுத்திக்கொண்டு வேறொரு அமைச்சரவை அமைக்கத் தாங்கள் ஆதரவு தர வேண்டுமென்றும் இப்படி ஆதரவளிக்கும்போது ஒரு டைம் பௌண்ட் மினிமம் ப்ரொக்ராமுக்குக் கமிட்டாக வேண்டும் என்றும் வாதிட்டார் கள். முதலமைச்சரோடு இதற்குள்ளாகவே பேசியிருக்க வேண்டும் என்று அந்தக் குழுவின் மேல் இந்தக் குழுவுக்குச் சந்தேகம் என்றால், பணத்தைப் பயங்கரமாக இறைத்துக்கொண்டிருக்கும் எதிர்க்கட்சியுடன் ஒப்பந்தமேற்பட்டிருக்கலாம் என்று இந்தக் குழுவின் மேல் அந்தக் குழுவுக்குச் சந்தேகம். கிருஷ்ணப்பாவின் மேல் தனக்கிருந்த செல்வாக்கைப் பயன்படுத்தி அந்தக் குழுவுக்கு ஆதரவளிக்கச் செய்ய வீரண்ணா முயன்றுகொண்டிருந்தான். இந்த அரசியலே தங்களுக்குத் தொடர்பற்றது எனக் கூறும் தீவிரக் கருத்துடையவர்கள் அதிகமாகப் பேசும் பழக்கமுள்ளவர் கள், முதிர்ச்சியற்ற இளைஞர்கள். ஆனால் இலட்சியவாதிகள். மற்றவர்கள் மக்கள் நலனுக்காக உண்மையாகப் பாடுபட்டவர்கள். பாடுபட்டுக் களைத்தவர்கள். தீவிரமானவர்கள். புரட்சி வெடித் தால் மட்டுமே மாற்றம் சாத்தியம் என்று ஒருவர் வாதிட்டால், ஆட்சியில் பங்குபெறுவதன் மூலம் ஜனங்களைப் புரட்சிப் பாதையில் செலுத்தலாம் என்று மற்றவர் வாதிட்டார்.

அன்று கிருஷ்ணப்பாவுக்கு அந்த விவாதத்தில் பங்கு கொள்ளும் உற்சாகம் இல்லாதிருந்தாலும் அவர்களோடு விவாதிக்கத் தயாரானான்.

○

உடனிருந்தவர்களுக்கிடையே எவ்வளவோ மாறுபட்ட கருத்துகள் இருந்தாலும் தன் பேச்சை அவர்கள் மீறுவதில்லை என்று கிருஷ்ணப்பா சமாதானமடைந்தான். வாழ்வுக்கும் சாவுக்கும் இடையான வாசல்படியில் இருந்தும் தன் வலிமை குறையவில்லை. டெல்லி டாக்டர் பரிசோதித்துவிட்டு எக்ஸ்டென்ஸிவ் டாமேஜாகவில்லை; பிஸியோதெரபி இப்போது முக்கியம் என்று சொல்லியிருந்தார். கிருஷ்ணப்பா மொத்தத்தில் இவை எல்லாவற்றாலும் தெம்போடிருந்த இரவு கௌரி தேஷ்பாண்டேயின் தந்தி வந்தது – நாளை மறுநாள் மாலை விமானத்தில் வருவதாக. அவள் அமெரிக்காவிலிருந்து டெல்லிக்கு வந்து ஆறு மாதங்களுக்கு மேலாகியிருந்தது. அவளைப் பார்த்து எத்தனையோ வருடங்களாகிவிட்டிருந்தன. இப்போது எப்படித் தெரிவாளோ? டெல்லிக்கு வந்தவள் தன்னை வந்து பார்ப்பாள் என ஆசைப்பட்டிருந்தான். வராததால் அவள் தன்னைப் பொறுத்துத் தணிந்திருப்பாள் என எண்ணினான். இப்போது வருகிறாள். இரண்டு நாட்கள் கழித்து. அதாவது அவசரப்படாமல், நோய்வாய்ப்பட்டுப் படுத்த பிறகு தன் மனோரதம் தீவிரமடைந்திருந்ததால் இவ்வாறு யோசிக்கிறேனல்லவா என வெட்கப்பட்டான்.

சீதா கொண்டுவந்து வைத்த பானில் தன் காலைக்கடன்களை முடிக்கத் தொடங்கியபோது மஹேஸ்வரய்யா வந்துவிட்டார். கிருஷ்ணப்பா கெடுபிடியில் மூச்சுவிட்டபடி வெளியே அவர் பேசியதைக் கேட்டுக்கொண்டான். நாகேஷ் நோயைப் பற்றிச் சொல்லிக்கொண்டிருந்தான். மஹேஸ்வரய்யா பேசுவதே இல்லை. தன் உணர்வுகளை வெளிக்காட்டிக்கொள்ளும் மனிதரும் அல்ல அவர். அவருக்கேற்பட்டிருந்த வலியை ஊகித்தவாறு கிருஷ்ணப்பா சங்கடப்பட்டான். அவரது எழுபது வயதில் தன்னால் அவருக்கு இந்தத் துக்கம் ஏற்பட்டிருக்கக் கூடாது.

வெந்நீரில் தோய்த்த துணியால் சீதா கிருஷ்ணப்பாவின் உடம்பைத் துடைத்துக்கொண்டிருந்தாள். மறுநாளிலிருந்து இந்த வேலையைச் செய்வதற்கு நர்ஸ் வருவாள். பாங்குக்குப் போகும் அவசரத்தில் எரிச்சல்பட்டுக்கொண்டு சீதா செய்யும் சேவை கிருஷ்ணப்பாவுக்குப் பிடிக்காது. இன்று அவள் முகத்தில் எரிகிறாற்போலத் தெரிந்த கவலைக்கு வேறு காரணமிருந்தது. அவனுக்கு மிகவும் பிடித்தவர்கள் யாராவது வீட்டுக்கு வந்தால் அவளுக்கு எரிச்சல், ஆர்ப்பாட்ட உணர்வு.

‘குதிரை வாலைப் பிடிச்சிட்டு வந்திருக்கணும். இந்த மனுஷன் முகத்தைப் பார்த்து வருசத்துக்கு மேலாச்சி’ முதுகைத் துடைத்தபடி சீதா சொன்னாள்.

கிருஷ்ணப்பாவுக்கு ஜிவ்வென்று கோபம் வந்தது. தான் என்ன செய்துகொண்டிருக்கிறோம் எனப் புரிவதற்குள்ளாக

இன்னமும் வலுவிருந்த தன் வலது கையால் அவளைக் குத்தினான். அதனால் உண்டான வலியால் அவள் அதிகம் சங்கடப்பட்டவாறு 'ஐயோ' என்று உட்கார்ந்து அழத் தொடங்கினாள். கிருஷ்ணப்பாவுக்குத் தன்னைப் பற்றியும் அவளைப் பற்றியும் மிகுந்த வெட்கமுண்டாகி இறந்துவிடத் தோன்றியது. 'பொண்டாட்டிய அடிக்கற இவரு புரட்சி செய்யறாராம்' ஆரம்பமாயிற்று சீதாவின் முனகல். அடித்த பிறகு அவனுக்குக் கூட அப்படித் தோன்றியதால் பேதலித்துப்போய்க் காத்துக் கொண்டு உட்கார்ந்திருந்தான். அவளே இனித் துணி உடுத்த வேண்டும். வெள்ளையும் கறுப்பும் கலந்த தன் ஒரு மாதத் தாடியை வலது கை விரல்களால் தடவியபடி பேசாமல் உட்கார்ந்தான். ஸ்ட்ரோக் வந்த பிறகு வளர்ந்த தாடி இது. இந்தத் தாடியை மெச்சியது அவனை லெனினாகப் பார்க்க விரும்பிய நாகேஷ் மட்டுமே. மூக்கைச் சிந்திக்கொண்டு அழுத வாறு உட்கார்ந்த சீதாவை இப்படி எதையெதையோ யோசித்தபடி மறக்க முயன்றான். முடியவில்லை. அவள் முனகிக்கொண்டே வேட்டியுடுத்தி ஜிப்பா போட்டுவிட்டுத் தலைவாரிக்கொள்ளச் சீப்பை வலது கையில் வைத்தாள். அவன் அமர்ந்திருந்த வீல் சேரை அறைக்குள் தள்ளி முனகியபடியே சமையலறைக்குச் சென்றாள். அங்கே மகள் கௌரி அடம்பிடித்துக்கொண்டிருந் தாள். இப்போது அவளுக்குத் தப்தப்பென்று அடி விழும்.

மஹேஸ்வரய்யா உள்ளே வந்து உட்கார்ந்தார். பேசவில்லை. ஒரு வருடத்திலேயே எவ்வளவு முதுமையடைந்துவிட்டாரென்று அவர் முகத்தையே உற்றுப்பார்த்தான். அவர் நடையிலும் முகத்திலும் முன்பிருந்த திடம் இல்லை. கண்ணுக்குக் கீழே தாடைக்குப் பக்கத்தில் தோல் தொங்கியிருந்தது. உடுத்திருந்த துணியில் முந்தைய சுத்தம் இல்லை. நெற்றியில் குங்குமமில்லை.

'எங்க தங்கியிருக்கறீங்க?'

'உன் பழைய வீட்டுக்கு – அதான் காந்தி பஜாருல இருந்ததே – அங்கப் போயிருந்தேன். அங்கிருந்து நீ வந்துட்டது தெரிஞ்சது. வர்ற வழியில கிடைச்ச ஒரு ஹோட்டல்ல பெட்டியை வச்சிக் குளிச்சிட்டு வந்தேன்' என்று கிருஷ்ணப்பாவைக் கரிசனத் தோடு பார்த்தார்.

'ஆனால் அங்க வந்துட்டிருந்தவங்க இங்க வர்றதில்ல. விவசாய ஜனங்களுக்கு இங்க வர பஸ் வசதி பத்தாது. பெரிய மனுசங்க இருக்கற இடமில்லியா? வந்தாலும் ஆச்சரியப்பட்டு நின்னுடுவாங்க. முன்ன மாதிரித் தரையில உட்கார்ந்து பேச மாட்டாங்க . . .'

கிருஷ்ணப்பா கவலைப்பட்டுப் பேசியதைக் கேட்டுக் கொண்டவாறு மஹேஸ்வரய்யா 'இப்ப உனக்கு இந்தளவு

வசதியாவது வேணாமா?' என்று அவன் பேசியதை மறுத்தார். மீண்டும் இருவரும் மௌனமாக உட்கார்ந்தார்கள். கௌரி பலமாக அழுதுகொண்டு அறைக்குள் ஓடிவந்து அங்கே மஹேஸ்வரய்யாவைக் கண்டு அழுகையை நிறுத்தி அப்பாவின் பக்கத்தில் நின்று விக்கினாள். மஹேஸ்வரய்யா கைப்பையி லிருந்து சாக்லேட்டுகளைக் கட்டிய பெரியதொரு பொட்டலத்தை அவள் கையில் கொடுத்து 'அம்மாகிட்ட குடு. இப்ப நீ ஒன்னு சாப்புடு' என்று சாக்லேட்டை அவள் வாயில் இட்டார்.

மஹேஸ்வரய்யா எதையோ சொல்ல முயன்றதாகத் தெரிந்தது. அவர் சலனமற்று உட்கார்ந்து ஏதாவதொரு பொருளை உற்றுப்பார்க்கத் தொடங்கினால் எதையோ சொல்லத் தயாரா கிறார் எனப் பொருள். இப்போது அவர் எதையாவது சொல்ல வேண்டும் எனத் தான் கட்டாயப்படுத்தவில்லை என்பதைக் காட்டும் விதமாகக் கிருஷ்ணப்பா காலைச் செய்தித்தாளைப் படித்தவாறு உட்கார்ந்தான். கைகால்களைத் தூக்க முயலும் செயல்கூட அவர் கவனத்தைச் சிதறடிக்கலாம்போலச் சூழ்நிலை இறுக்கமாக இருந்தது.

உடம்பெல்லாம் காதுகண்களாகி உட்காரும் பறவையைக் காட்டி மஹேஸ்வரய்யா சொல்லிக்கொண்டிருந்தார், 'அப்படி யிருக்கணும் நாம. பிரபஞ்சம் சதா நம் கண்ணெதிரிலிருக்கிறது. ஆனால் எதையும் நாம பாக்கறதில்ல. பாக்கறதுன்னா நுழையிறது – பிடிக்கிறது – கப்புன்னு பிடிக்கிறது.' மஹேஸ்வரய்யா சொன்ன வார்த்தைகளைச் செய்தித்தாளைப் படித்தவாறு நினைத்துக்கொண்டிருந்தபோது யாரோ 'கௌடருக்கு நமஸ்காரம்' என்று சத்தமாகப் பேசியபடி குறுக்கிட்டார். மஹேஸ்வரய்யாவும் கிருஷ்ணப்பாவும் திடுக்கிட்டுப் பார்க்க எதிரில் பஞ்சலிங்கையா நின்றிருந்தார். அவர் சிக்மகளூரில் காப்பித் தோட்ட முதலாளி.

'என்ன கௌடரே? சே! சே! என்ன உங்களுக்கு இப்படியா யிடுச்சே? எவ்வளவு திடமா இருந்தீங்க?'

கிருஷ்ணப்பா குறுகி உட்கார்ந்தான்.

'இங்க எனக்குத் தெரிஞ்ச ஸ்பெஷலிஸ்ட் ஒருத்தரு இருக்காரு. கார்ல போயிக் கூட்டிட்டு வர்றேன்.'

பஞ்சலிங்கையாவின் வற்புறுத்தலைத் தடுத்தவாறு 'வேண்டாங்க. பரிசோதனை பண்ணிக்கிட்டேன். எதுக்கோ வந்திருக்கீங்கல்ல?' என்று கிருஷ்ணப்பா கேட்டான்.

'உடுப்பியில ஒரு மெடிக்கல் காலேஜ் இருக்குல்ல. அதை நடத்தறவங்களுக்கு உங்க மேல ரொம்ப மரியாதையாம். எவ்வளவு டொனேஷன் கேட்டாலும் குடுக்கறேன். ஆனாலும் என் பையனுக்கு சீட் கிடைக்கிறதுக்கு நீங்க ஒரு வார்த்தை சொல்ல

ணும். கௌடரு எப்படிக் கெஞ்சுனாலும் சொல்லமாட்டாருன்னு எல்லாரும் சொல்றாங்க. அதனாலதான் உங்க வார்த்தைக்கு அவ்வளவு மதிப்பு ... இல்லியா? ஒரு செய்தி கேள்விப்பட்டு ரொம்ப சந்தோஷப்பட்டேன். ஆனால் நீங்க இப்படிப் படுத்துட் டீங்களே?'

கிருஷ்ணப்பா அவர் பேச்சு தனக்குப் புரியவில்லையெனக் கேள்விக்குறியோடு பார்த்தான். பஞ்சலிங்கையா சிரித்தார். தனக்குப் பின்னால் நின்றிருந்த மகனைக் காட்டி 'இவன்தான் ஃபர்ஸ்ட் அட்டெம்ப்ட்லயே பாஸாயிருக்கறான். பரீட்சை எழுதும்போது கொஞ்சம் உடம்பு சரியில்ல. இல்லன்னா ஃபர்ஸ்ட் க்ளாஸ் வாங்கியிருப்பான். என்கிட்டயிருக்கற பணத்தை வச்சிட்டு நான் சாகறதா? இருக்கறது ஒரே பையன். ஃபாரினுக்குப் போகணுன்னு ஆசை. மெடிக்கல் மெடிக்கலுன்னு அடிச்சிக்க றான். பணத்தை என்ன செய்யறது சொல்லுங்க? உங்க மாதிரி யானவங்க செய்யற நல்ல காரியத்துக்கும் கல்விக்கும் அதை இறைக்கிறதுன்னு தீர்மானம் பண்ணியிருக்கறேன் ... ஆச்சா? உங்களுக்குத் தெரியவே தெரியாதா? மொத்தப் பெங்களூரும் பேசிக்கிது. நேத்து கால்ஃப் க்ளப்புல அதே பேச்சு. உங்களுக்குத் தெரியலன்னா ஆச்சரியங்க. நீங்களே முதலமைச்சராவீங்கன்னு பேசிக்கிறாங்க. சந்தோஷம். ஆனால் அப்பறம் உங்களோட இப்படிப் பேசுறது சாத்தியமேயில்ல ... இப்ப என்னமோ பேசிக்கிட்டிருக்கறீங்க. சாயந்தரமா வந்து பார்க்கறேன். இப்ப நீங்க சரின்னும் சொல்லாதீங்க வேண்டான்னும் சொல்லாதீங்க. நீங்களே நேரடியா சொல்லக் கூடாது. சீப்பாப்போயிடும். எனக்குத் தெரியும். அதுக்கு வேற வழியிருக்குது. வீரண்ணா கிட்டப் பேசறேன். சாயந்தரம் பார்ப்போம் ... அவரு ரொம்ப நல்ல டாக்டருங்க. சாயந்தரம் கூட்டிட்டு வர்றேன் ...' என்று பஞ்சலிங்கையா வணக்கம் சொல்லிவிட்டுச் சிரித்துக்கொண்டே மகனோடு அறையிலிருந்து வெளியேறினார்.

'பாருங்க இப்படிப்பட்டவங்கதான் இப்ப எங்கிட்ட வர்றாங்க.'

கிருஷ்ணப்பா துக்கத்தோடு பேசியதைக் கேட்டு மஹேஸ்வரய்யா 'இப்பல்லாம் என்னால மனசை ஒருநிலைப் படுத்தவே முடியலப்பா. பொம்பளைப் பொறுக்கியைப் போலச் சும்மா அலையுது தரித்திரம் பிடிச்சது' என்றார்.

கண நேரம் மௌனமாயிருந்துவிட்டு, 'மறுபடியும் அந்த மரத்துக்குக் கீழே உட்கார்ந்திருக்கணுன்னு உனக்குத் தோனுது. கொய்யா மரத்துக்கு வர்ற பறவைகளுக்காகக் காத்துட்டே உட்கார்ந்திருக்கணுன்னு நீ ஏங்கத் தொடங்கியிருக்கற. என்ன சொல்ல நினைச்சேன்னு தெரியுமா? நான் இப்படி யோசிச்சிட்டே இருந்தேன்! உனக்கு ஸ்ட்ரோக் வந்தப்ப எனக்கு ஏதாவது

தோனியிருக்கணுமில்லயான்னு. ஆனால் பாரு இப்ப எனக்குக் குதிரைப் பைத்தியம் பிடிச்சிருக்குது. எப்பவும் ஏதாவது உத்வேகம் வேணுன்னு தோனுது. குடிக்க ஆரம்பிச்சா நாள் முழுக்கக் குடிச்சிட்டே உட்கார்ந்திருக்கறேன். இல்லன்னா இப்படி அலைய ஆரம்பிச்சிடறேன். பாரு – இப்பவே என்னைப் பாரு – மனசு எப்படி அலையுதுன்னு. இப்ப யோசிச்சி யோசிச்சி என்னவோ சொல்லணுன்னிருந்தப்ப நாலு விரல்லயும் மோதிரம் போட்டவரு வந்துட்டாரு... – அதொன்னுல்ல – நீ நல்லாயிடுவேன்னு எனக்குத் தெரியுது – அதைத்தான் சொல்லப்போனேன்.'

இறுதி வாக்கியத்தைச் சுரத்தற்ற தொனியில் சொன்னார்.

'நீங்க சொல்றது என்னைச் சமாதானப்படுத்தறதுக்கு அல்லதானே?'

மஹேஸ்வரய்யா கிருஷ்ணப்பாவைப் பார்த்தவாறு முகுள மாக 'அல்ல' என்றார். சற்றுப் பொறுத்துத் தெம்போடு 'பாருப்பா இந்தக் குதிரை விவகாரத்துல மட்டும் என்னோடது எனக்கே தெரியாது. ஒன்னும் தெரியறதில்ல. மொத்தத்துல புத்தி மழுங்கிப் போச்சி. இப்ப நடக்கறது அடுத்த நொடியில மறந்துபோயிருக்கும்.'

'நீங்க இங்கயே வந்துடுங்க.'

'உன் பொண்டாட்டிக்குத் தொந்தரவாயிருக்கலாம்.'

'நீங்க வாங்க.'

ஆகட்டுமென்று எழுந்து நின்று மஹேஸ்வரய்யா 'இன்னக்கி என் அதிர்ஷ்டத்தைச் சோதிச்சுப் பார்த்துக்கறேன். ராத்திரி வர்றேன்' என்று போனார்.

கிருஷ்ணப்பாவுக்கு மிகுந்த உற்சாகம் தோன்றியது. மகிழ்ச்சி யோடு 'நாகேஷ்' என்று அழைத்தான். நாகேஷ் சுரத்தில்லாம லிருந்ததைக் கண்டு 'ஏன்டா?' என்றான். 'ஒன்னுமில்ல கௌடரே' என்றதற்கு 'சொல்லுடா' என வற்புறுத்தினான்.

'அதான் என் அக்கா கிளார்க்கா இருந்தால்ல அவளுக்கு வேலை போயிடுச்சாம்.'

'அதுக்கு ஏன் யோசிக்கறே? வீரண்ணாகிட்ட சொல்லி அவர் தியேட்டர்ல வேலை வாங்கித் தர்றேன்.'

'உங்ககிட்ட இந்த மாதிரி காரியம் சாதிச்சுக்கறதுல எனக்கு விருப்பமில்ல கௌடரே.'

'பேஷ் உன் ஒருத்தனுக்காவது அப்படித் தோனுதுல்ல. கௌரி தேஷ்பாண்டே வர்றது நாளைக்கு ராத்திரி இல்ல யாடா?'

'ஆமாம்.'

யு.ஆர். அனந்தமூர்த்தி

'அவளை எங்கத் தங்கவைக்கிறதுன்னு கவலையாயிருந்துச்சி. வீட்டுல தங்கவைக்கலாம். ஆனால் சீதா ரகளை பண்ணுவா. ஹோட்டல்ல தனியா இருக்கச் சொல்றது எப்படி? அவளை எங்கத் தங்கவைக்கறது?'

'வீரண்ணாவோட கெஸ்ட் ஹவுஸ் இருக்கல்ல கௌடரே?'

'பாத்தியா எப்படி நான் படிப்படியா வீரண்ணாவோட வலையில சிக்கிக்கறேன்னு.'

'உங்களை யாரால் கட்டிப்போட முடியும்?'

'உனக்குத் தெரியாது இதெல்லாம் என் கேடுகாலத்துக்கு அறிகுறி.'

நர்ஸ் வந்தாள். மிருதுவான கண்கள் கொண்ட ஒருத்தியையே வீரண்ணா தேர்ந்திருந்தான். அவள் சத்தமெழுப்பாமல் கான்வாஸ் ஷூவுடன் நடமாடியபடி கிருஷ்ணப்பாவின் இடது கைகால்களைப் பலவிதமாகத் திருப்பினாள். திகிலேற்படுத்தாமல் மேலிருந்து கீழாகவும் கீழிருந்து மேலாகவும் தட்டினாள். வீல்சேரைத் தள்ளியபடி எவ்வளவு வேண்டுமோ அவ்வளவு பேசிக்கொண்டு நிம்மதியேற்படுத்தினாள்.

கோபால ரெட்டியின் தோழமையால் தனக்கு ஒரு வருடம் முழுக்கச் சினேகிதியாயிருந்த லூஸினா மீண்டும் மீண்டும் கிருஷ்ணப்பாவின் நினைவுக்கு வந்தாள். லூஸினா டெல்லியில் நர்ஸிங் படித்துக்கொண்டிருந்தாள். அவள் கதை பயங்கரமாயிருந்தது. அவள் மத்திய வர்க்கக் குடும்பத்துப் பெண். ஒரு வியாபாரியின் மகன் அவளை நம்பவைத்துக் கல்கத்தாவிலிருந்து டெல்லிக்கு அழைத்துவந்து திருமணம்செய்துகொள்வதாக ஏமாற்றித் தன் நண்பர்களோடு அவளைப் பகிர்ந்துகொள்ள முயன்றிருந்தான். அதைச் சில நாட்கள் சகித்துக்கொண்டிருந்து, அது அளவுக்கு மீறிப்போனபோது அவன் பிடியிலிருந்த லூஸினா ஓர் இரவு தப்பித்துக்கொண்டு எங்கே போவதெனத் தெரியாமல் பார்லிமெண்ட் உறுப்பினர்கள் இல்லமொன்றில் கோபால ரெட்டியும் கிருஷ்ணப்பாவும் தங்கியிருந்த அறைக் கதவைத் தட்டினாள். பீதியுற்றவளாக நின்ற பெண்ணை ரெட்டி சமாதானப்படுத்தித் தாங்கள் தங்கியிருந்த பங்களாவின் அறையொன்றில் படுக்குமாறு சொன்னான். இருவரில் ஒருவர் தன் அறைக்கு வரலாம் என்று இரவு முழுக்க லூஸினா காத்திருந்தாள். விடிந்தது. அவள் நன்றியுடையவளாக இவர்களைத் தேடிக்கொண்டு டைனிங் ஹாலுக்கு வந்து அழுதாள். ரெட்டி அவளை நர்ஸிங் கல்லூரியில் சேர்த்தான். படிப்படியாக அவள் மனம் கிருஷ்ணப்பாவை நாடியது. கிருஷ்ணப்பாவும் அவளை விரும்பினான். ஆனால் ரெட்டிக்கு நன்றிக்கடன்பட்டிருந்த காரணத்தால் அவள் தன்னை விரும்புவதா என்று கூச்சப்பட்டுக் கிருஷ்ணப்பா

அவளைத் தூரத்திலேயே வைத்திருந்தான். விடுமுறையில் இவனுக்குக் கடிதம் எழுதிவிட்டு ஒருமுறை பெங்களூருக்கு வந்தாள். அப்போது ரெட்டியின் பங்களாவில் கிருஷ்ணப்பா வசித்துக்கொண்டிருந்தான். ஓர் இரவு லூஸினா அறைக் கதவை மெதுவாகத் திறந்து கிருஷ்ணப்பாவின் பக்கத்தில் வந்து படுத்தாள்.

'ஏன் இப்படிச் செய்யறே?' என்று கேட்டான்.

'எனக்கு உம்மேல இஷ்டம். அதுகூடத் தெரியலையா?'

'அப்படின்னா என்னைக் கல்யாணம் பண்ணிக்குவியா?'

'மேல படிக்கிறதுக்கு இங்லண்டுக்குப் போகணுன்னு எனக்கு ஆசை. நீ கட்டாயப்படுத்துனா பண்ணிக்கறேன்.'

அவளை அணைத்துக்கொண்ட கிருஷ்ணப்பாவுக்குச் சிரிப்பு வந்தது.

'வேற பொண்ணுங்களோட நான் படுக்கறேன்னு உனக்குத் தெரியுமில்லயா?'

'தெரியும். ஆனால் நேத்து வந்திருந்தால்ல அவ நல்லாயிருக்கான்னா நீ அவளோட படுத்துட்ட?' கோபத்தோடு லூஸினா அவன் கன்னத்தில் அடித்தாள். அவ்வளவு உரிமையோடு எந்தப் பெண்ணும் அவனோடு பேசியதில்லை.

'நீ மாடியில படுத்திருந்தியல்ல உனக்குத் தெரியாதுன்னு நெனச்சிட்டிருந்தேன்.'

'நான் ஒன்னும் முட்டாளல்ல. இப்ப நான் இங்க இருக்கற வரைக்கும் நீ யாரையும் பக்கத்துல சேர்க்கக் கூடாது. நான் நர்ஸிங் சேர்ந்தப்பறம் உன்மேல ஆசை வந்த நாள்லயிருந்து யாரையும் கிட்ட சேர்க்கல தெரியுமா?'

'தெரியும்.'

அவளும் தன்னால் இன்பமடைந்ததைக் கண்டதால் கிருஷ்ணப்பாவைக் குற்றவுணர்வு பாதிக்கவில்லை. முன்பு பெண்ணுடனான சேர்க்கைக்கு முன்னால் நன்றாகக் குடித்துவிடுவான். போதையில் தன் தேகத்தின் வேட்கையை இழந்து காலையில் இரவின் விபச்சாரத்தை மறப்பதற்காகவே தீவிரமாக ரெட்டியோடு என்னென்னவோ அரூபமான விஷயங்களை விவாதிக்க முயல்வான். ஆனால் லூஸினா பேசாமலிருப்பதே இன்பம் என நினைத்திருந்தாள். தன் தீவிரத்துவத்தைச் சம்போகத்திலும் தக்கவைத்துக்கொள்ள முயன்றுகொண்டிருந்த முந்தைய தான் எப்படிப்பட்ட நகைப்புக்குரிய ஆள் என்று இப்போது புரியத் தொடங்கியது. மென்மையான வெதுவெதுப்பான அவளது யோனி, சிறிதாயிருந்தாலும் கெட்டியாயிருந்த முலைகள், சற்றுத் தடித்த உதடுகள், மாநிறச் சருமம், அவள் பிருஷ்டத்தின்

மேலிருந்த மச்சம், பிரகாசமான அவள் கண்கள், முதுகு முழுக்கச் சிதறுமளவு நீளமான அவளது கறுத்த கூந்தல் இவை எல்லாவற்றையும் வாரங்கல் ஸ்டேஷனில் தான் தியானித்துக் கொண்டிருந்த தேவியின் பாதாதிகேச வர்ணனையோடு பொருத்துவான். அந்த சம்ஸ்கிருதச் சுலோகங்களை மென்மை யாகப் பாடி அவளுக்கு இன்பமூட்டுவான். சம்போகமென்றால் அவசர ஸ்கலிதம் எனப் புரிந்துகொண்டிருந்த கிருஷ்ணப்பா வுக்குத் தேகத்தின் எல்லாப் பாகங்களும் எதிர்பார்ப்பு, உத்வேகம், குளுமையின் ஊற்றுகள் என்பதை லூஸினா கற்பித்தாள். சம்போகம் மைதுனமாயிருந்து, எவ்வளவு தேவையோ அவ்வளவு விஸ்தரிக்கும் பாடலாயிருந்தது.

ஆனால் படிப்படியாக அவளைவிட்டுத் தான் இருக்க முடியாது என்னும் அதிமோகம் பிறந்தது. அதனால் அவனது பூரித்த தீவிரத்துவமும் இறங்கிக்கொண்டேவந்தது. அவள் ஏன் தன் தந்தையை வெறுத்தாளென்று தன் ஆர்வம் வளர்ந்து கொண்டுபோனதைப் போலவே அதனால் அவளுக்குத் தொல்லையும் உண்டானதைக் கவனித்தான். தன் தந்தையே தன்னை விரும்பினான்; அதனால் அம்மா தன்னை வெறுத்தாள்; தனக்கு வீடு நரகமாயிற்று என்று ஒரு நாள் சொன்னாள். அப்படியானால் அவள் தந்தை அவளோடு படுத்தானா? எப்படி அதைக் கேட்பது? இந்த வகையிலெல்லாம் கிருஷ்ணப்பா குமைந்ததைக் கண்ட லூஸினா, 'நீ வேற மாதிரி ஆம்பளன்னு நினைச்சிட்டிருந்தேன்' என்று ஏமாற்றத்தோடு ஒருமுறை சொன்னாள்.

'வேற மாதிரின்னா . . .'

'இந்தக் கணம் உனக்குப் போதாதா? என் கடந்த காலம் உனக்கு எதற்கு?'

'உன்னை நான் கல்யாணம் பண்ணிக்கணும் அதுக்குத்தான்.'

'நான் கல்யாணத்தை வெறுக்கறேன்.'

'கௌரியும் இப்படியே சொல்லிட்டிருந்தா' கிருஷ்ணப்பா சிந்தனை வயப்பட்டவனாகப் பேசினால் லூஸினா வேறெ தையோ நினைத்துக்கொள்வாள்.

'அவளால உன்கிட்ட இப்படியெல்லாம் பேச முடிஞ்சுதா?'

லூஸினாவின் மொக்குப் போன்ற முலைகளை முத்த மிட்டுக் கொண்டே கிருஷ்ணப்பா அவள் பேச்சின் தோரணையி லிருந்த துடுக்குத்தனத்தைக் கண்டு 'நீயும் கௌரியைப் போலத் தான். ஆனால் அவ முகுளமாவும் இருந்துட்டிருந்தா. நீயோ குறும்புக்காரப் பெண்' என்று தனக்கேற்பட்ட ஏமாற்றத்தை மறக்க முயன்றுகொண்டிருந்தான்.

‘இதையெல்லாம் செஞ்சிட்டே அரசியலையும் விவாதிக்கிற பெண் உனக்கு வேணுமா?’

‘நான் சொல்றது உனக்குப் புரியல.’

இந்த லூஸினா இவற்றையெல்லாம் எங்கே கற்றாளெனக் கிருஷ்ணப்பா பொறாமைப்பட்டான். எந்த ஆண் இவளுக்கு இவற்றைக் கற்பித்தான்?

‘கல்யாணப் பேச்சை நீ ஆரம்பித்த பிறகு உன் தேகத்தி லிருந்த புளகாங்கிதமெல்லாம் வற்றிப்போய்விட்டது. என் னுடையதும் போய்விட்டது.’

லூஸினா எழுந்து ஷவரில் குளிக்கச் செல்வாள். கிருஷ்ணப்பாவும் அவளுக்குப் பின்னால் போய் அவளோடு ஷவரின் குளிர்ந்த நீரில் நின்று அவள் உடம்புக்கு சோப்பைத் தடவுவான். மீண்டும் துடிப்படைவான். ஆதரவற்ற அவள் நிலைமையைத் தான் தவறாகப் பயன்படுத்திக்கொள்ளும் சந்தேகத்தைத் தள்ள அவளை முத்தமிட்டவாறு ஆராதிப்பான். ஆண் பெண்ணின் இந்த உறவில் சமநிலை சாத்தியமே இல்லையா என யோசித்தபடி அண்ணாஜியின் விளக்கத்தை நினைத்துக்கொள்வான். தனக்குள் நுழைந்த கிருஷ்ணப்பா வேறெதையோ யோசித்தபடியிருப்பதைக் கண்டு லூஸினா கோபப்படுவாள். இந்தக் காதலை மீறியது தன்னிடமிருக்கிறது என லூஸினாவைப் புரிந்துகொள்ளச் செய்யும் வழி தெரியாமல் கிருஷ்ணப்பா தத்தளித்துப்போவான்.

தான் அண்ணாஜிக்கு நெருக்கமாகிவிட்டதாகக் கிருஷ்ணப்பாவுக்கு இந்த நாட்களில் மகிழ்ச்சியாகவும் இருந்தது. ஆனால் லூஸினா எவ்வளவு மகிழ்ச்சியில் இவன் தேகத்தை மீட்டினாளோ அதே மகிழ்ச்சியோடு இங்கிலாந்துக்கும் போனாள். ஒரு வருடத்திற்குப் பிறகு தான் திருமணம் செய்து கொண்டிருப்பதாக எழுதித் தங்களிருவரின் உறவைத் தெரிந் திருந்தும் தன்னைத் திருமணம் செய்துகொண்ட டாக்டர் எட்டி க்ரீன் எவ்வளவு உதாரகுணம் கொண்டவரென்று புகழ்ந்திருந்தாள். கிருஷ்ணப்பா இவற்றையெல்லாம் நினைத்தபடி வியப்புற்றவனாகத் தூய பதிவிரதையான சீதா எவ்வளவு வறட்சியானவள் எனக் குறைபட்டுக்கொள்கிறான். அனேக மாகத் திருமணம் செய்துகொண்டிருந்தால் லூஸினாவும் இப்படியாகியிருப்பாளோ என்னவோ? எப்படிச் சொல்வது?

நர்ஸைப் பார்த்து ‘உங்க பேரு? மறந்தேபோயிட்டேன்’ என்றான்.

‘ஜோதி’ அவள் புன்னகைத்தபடி சொன்னாள்.

‘உங்களுக்குக் கல்யாணமாயிடுச்சா? என் ஆர்வத்தைப் பொறுத்துக்குங்க.’

இப்படிப் பெண்ணோடு அன்னியோன்யமாகப் பேசும் கலையைக் கிருஷ்ணப்பா கோபால ரெட்டியிடமிருந்து கற்றிருந் தான். அன்னியோன்யத்தால் தீவிரத்துவம் குன்றுகிறது என்னும் இவன் உணர்வைத் தமாஷ்செய்து செய்து ரெட்டி ஏறக்குறையப் போக்கடித்திருந்தான்.

'இல்ல பண்ணிக்கணுன்னு இருக்கறேன். என் பாய் ஃபிரண்ட் இன்ஜினியரிங் பரீட்சை முடிச்சி ரெண்டு வருஷமா வேலைக்கு அலஞ்சிட்டிருக்கறான். அஞ்சு வருஷமா நாங்க காத்துட்டிருக்கறோம். வேலை கிடைக்காம கல்யாணம் பண்ணிக்கமாட்டேங்கறான் அவன்.'

பெண் இத்தனை வெவ்வேறு வகைகளில் இந்த உடம்புக்கு உயிரோட்டத்தைக் கொண்டுவருகிறாளென ஆச்சரியப்பட்ட வாறு கிருஷ்ணப்பா ஜோதியின் சிகிச்சையின் தீண்டலுக்கு உடம்பைப் பொருத்திக்கொண்டான்.

'நான் அவனுக்கு வேலை வாங்கித்தர முயற்சிசெய்யட்டுமா?'

விரல்களை மென்மையாக மடக்கக் கற்றுத்தந்துகொண் டிருந்த ஜோதியின் முகம் மகிழ்ச்சியில் மலர்ந்ததைக் கண்டு கிருஷ்ணப்பாவுக்கு அவளிடம் தீவிரமான வாத்சல்யம் தோன்றி யது.

'என் சினேகிதர் வீரண்ணான்னு பெரிய கான்ட்ராக்டர் ஒருத்தர் இருக்காரு. அவர்தான் உங்களை அனுப்பிவச்சார். உங்க பாய் ஃப்ரண்டுக்கு அவர்கிட்டயே வேலை வாங்கித் தர்றேன். கிடைக்கலாம்.'

ஜோதியின் கண்கள் பனித்தன!

'வேலை கிடைக்காம அவன் நம்பிக்கையையே இழந்துட் டான் தெரியுமா? மாசத்துக்கு முந்நூறுன்னாலும் எங்களுக்குப் போதும். தயவுசெஞ்சி . . .'

அவள் மேற்கொண்டு பேசுவதைக் கிருஷ்ணப்பா தடுத்தான்.

'இவள் கூடலில் அவன் தேகம் மலரட்டும்' என மனத்திற் குள்ளேயே வேண்டிக்கொண்டான். காமத்தின் சந்தர்ப்பத்தில் இன்னொரு ஆணும் இன்பமடைய வேண்டுமெனத் தனக்கு இப்போது விருப்பம் தோன்றியதற்காக வியப்படைந்தான். வேறொருவனும் காமத்தில் ஈடேற வேண்டுமென்னும் ஆசை தோன்றாதவாறு இதுவரை பொறாமை தன்னிடம் மீந்திருக்க லாம் என்று நினைத்தான். ஆனால் இப்போது தன் எதிரே அழகாக நின்ற பெண் இன்னொருவனால் இன்பமடையட்டும் என்னும் ஆசை தனக்குள் பொங்கியதற்காகச் சந்தோசப்பட்டான்.

○

அன்று இரவு வீட்டுக்கு வந்த மஹேஸ்வரய்யா சாப்பாடு வேண்டாமென்று போர்வையைப் போர்த்திக்கொண்டு படுத் திருந்தார். நாகேஷை வீல்சேரைத் தள்ளச்சொல்லி அவர் அறைக்குப் போய், அவனை வெளியே அனுப்பிவிட்டுக் கதவைப் பூட்டிக்கொண்டு அவரை எழுப்பினான். மஹேஸ்வரய்யா குடித்திருந்தார். அவர் கண்கள் சிவந்திருந்தன. முகம் களையிழந் திருந்தது. காலையிலேயே அவர் கைகள் நடுங்கிக்கொண்டிருந் ததைக் கிருஷ்ணப்பா கவனித்திருந்தான்.

'என்ன விஷயம்? ஏன் நீங்க இப்படி ஆயிட்டீங்க?' என்றான்.

அவரைக் கேட்ட கேள்வி தானே கேட்டுக்கொண்ட கேள்வி என்னும் ரீதியில் கிருஷ்ணப்பா பேசினான். இரக்கத் தோடும் பரிவோடும் அவரோடு பேசக் கிருஷ்ணப்பாவால் முடியவில்லை. அப்படிப்பட்ட உணர்வுகளைத் தன்னிடம் உண்டாக்குவதாக மஹேஸ்வரய்யா புரிந்துகொண்டால் அவர் கவலைப்படுவார் எனக் கிருஷ்ணப்பாவுக்குத் தெரியும். தன்னெதி ரில் அவர் இதனால் சிறுமைப்பட்டதுபோல என்பதும் அதற்குக் காரணம். தனக்கிருப்பதுபோலத் தான் எப்போதும் உறுதி யானவன் எனக் காட்டிக்கொள்ளும் அவசியம் அவருக்கு இல்லை. 'மலையடியில் புல் ஆகு' என்னும் டி. வி. குண்டப்பா வின் வரி அவருக்கு மிகவும் விருப்பம் எனக் கிருஷ்ணப்பா வுக்குத் தெரியும். யார் கண்ணிலும் விழாதவாறு சின்னதாக, மெல்லிசாக, எந்தத் தெளிவான நிறமும் இல்லாமல் தனக் குள்ளேயே பாடிக்கொள்ளும் பறவையைப் போல இருக்க வேண்டும் என்பது அவர் நிலைப்பாடு. யக்ஷகானத்தின் கோடாங்கியைப் போல வளைந்து, நெளிந்து, குட்டிக்கரணம் போட்டுச் சிரிப்பூட்டியபடி அகங்காரம் கொண்டவன் எதிரில் கண்களைச் சிமிட்டிக்கொண்டு தன் உள்மனத்தைக் காத்துக் கொள்ள வேண்டுமென்பது அவரது வாழ்வியல் கலையின் தத்துவம். வாரங்கல் போலீஸ் ஸ்டேஷனில் தடித்த மூஞ்சிக்கார அதிகாரி கிருஷ்ணப்பாவின் விடுதலையைத் தள்ளிப்போட என்னென்னவோ காரணங்களை அடுக்கியபோது முகத்தை அப்பாவித்தனமாக வைத்துக்கொண்டு அவனைக் கையெடுத்துக் கும்பிட்டுத் தான் கீழான பிறவி என்னும் உணர்வைப் பிறப்பித்து அவனைச் சற்று அகங்காரங்கொள்ளவைத்துத் திருப்திப்படுத்திக் கிருஷ்ணப்பாவை விடுவித்துக்கொண்டாராம். போலீஸ் ஸ்டேஷன் அனுபவம் கிருஷ்ணப்பாவைப் பேதலிக்கச்செய்திருந்த தினங்களில் தடித்த மூஞ்சிக்கார அதிகாரியை ராட்சசனாகவும் தன்னைக் கோமாளியாகவும் கொண்டு தந்திரமாகத் தான் அவனை வென்றதை யக்ஷகான முறையில் நடித்துக்காட்டிக் கிருஷ்ணப்பாவைச் சிரிக்கவைத்திருந்தார். கிருஷ்ணப்பாவுக்கு அடிப்படையிலிருந்த சுயமரியாதையை அழிக்க முயன்றிருந்த

குரூரம் – மஹேஸ்வரய்யாவின் கருத்தில் – காலங்காலமாகப் பெருத்துக்கொண்டேபோவதால்தான் கண்ணைப் பறிக்கும் வண்ணமயமான ராட்சச வேஷமாக மட்டும் கண்டு, கிருஷ்ணப்பா தன் வாழ்க்கையின் நுட்பமான வேர்களா யிருந்த அதிர்ச்சிகளிலிருந்து சுதாரித்துக்கொண்டிருந்தான். மஹேஸ்வரய்யா உற்சாகம் வரும்போது செய்யும் இந்தக் கோமாளி நடிப்பைக் கண்டு கோபால ரெட்டி கிருஷ்ணப்பா விடம் சொல்லியிருந்தான், 'கோடாங்கியைப் பார். நீ சொல்லும் அந்தரங்கத்தில் எரியும் விளக்கை எப்படிக் காப்பாற்றிக்கொண் டிருக்கிறான்! எங்கள் ஊர் விவசாயிகளிடமும் இப்படிப்பட்ட குணத்தைக் கண்டிருக்கிறேன். என் அப்பாவின் கண்ணில்படாம லேயே இருந்துவிடுகிறார்கள். விழுந்தாலும் தாங்கள் அற்பர்கள் என்பதுபோல நடிப்பார்கள் ...' கிருஷ்ணப்பா இந்தத் தந்திரத்தை ஒப்புக்கொள்வதில்லை. அவன் மனோதர்மத்துக்கு இது எதிரா னது.

மஹேஸ்வரய்யா தோற்பவரல்ல எனக் கிருஷ்ணப்பா புரிந்துகொண்டிருந்தான். நோயில் படுத்த பிறகு தன் பாதை அசாத்தியமானதாகத் தெரியத் தொடங்கியதால் மஹேஸ்வரய்யா வும் இப்படிக் கீழிறங்கியிருப்பது அவனுக்குப் பிரச்சினையா யிருந்தது. அதனால் மஹேஸ்வரய்யாவை அவன் விசாரித்த போது அவருக்குத் தம் நிலைமையைக் குறித்து இன்னமும் முழு அக்கறை இருந்ததைப் புரிந்துகொண்டான்.

மஹேஸ்வரய்யா எழுந்து உட்கார்ந்து சற்று யோசித்துச் சொன்னார், 'வேண்டாம். நான் உனக்குச் சொல்லக் கூடாது. அதனால் உனக்குத் தொந்தரவுண்டாகும்.'

கிருஷ்ணப்பாவுக்குத் திடீரென்று மஹேஸ்வரய்யா ஆதர வற்றவராகத் தெரிந்தார். இவன் உதவி அவருக்கு அவசியமா யிருந்தாலும் கேட்கவில்லை. இதனால் இவனுக்கு அவமானம் ஏற்பட்டாற்போலத் தோன்றியது. கோபம் வந்தது.

'எனக்கு அவமானம் ஏற்படற மாதிரி நீங்க பண்றீங்க.'

மஹேஸ்வரய்யா தலையாட்டிக்கொண்டே இரக்கத்தோடு கிருஷ்ணப்பாவைப் பார்த்தபடி சொல்லிக்கொண்டார்.

சமீபத்தில் சூதாட்டத்தின் உத்வேகம் இல்லாமல் வாழ்வதே அவருக்குச் சாத்தியப்படவில்லை. எவ்வளவோமுறை தேவி பூஜையில் உட்கார்ந்து பார்த்தார். ஓடும் குதிரையே அவருக்குத் தெரிந்தது. அவருக்கிருந்த சொத்தெல்லாம் இதனால் கரைந்தது. வாழ்க்கை சீரழிந்துகொண்டே போயிற்று. முந்தாநாள் யார் யாரோ நண்பர்களிடமிருந்து பத்தாயிரம் ரூபாய் கடன்வாங்கி வந்தார். தான் இழந்ததையெல்லாம் வெல்லலாமென உறுதியாக

அவஸ்தை

நம்பிச் சூதாட வந்திருந்தார். ஆனால் கொண்டுவந்திருந்த பணத்தையெல்லாம் இழந்தார்.

'அவ்வளவுதானா? உங்களுக்கு அந்தப் பத்தாயிரத்தை நான் குடுக்கறேன்.'

தான் அவ்வளவு செய்ய முடியும் எனக் கிருஷ்ணப்பா மிகவும் மகிழ்சியடைந்தான். மஹேஸ்வரய்யா தன்மேல் கொட்டிய பணத்துக்கு அளவில்லை. இவன் இதுவரை அவருக்கு ஒரு பைசாவும் கொடுத்ததில்லை.

'நீ குடுப்பேன்னு எனக்குத் தெரியும். ஆனால் அந்தப் பணத்துல நான் நாளைக்குச் சூதாடுவேனே?'

'ஆடுங்க. நீங்க ஜெயிக்கலாமில்ல?'

மஹேஸ்வரய்யாவின் கண்கள் நம்பிக்கையில் ஒளிர்ந்தன!

'ஆமாம். ஆனால் தோத்தும்போகலாம் . . .'

'தோத்துடுங்க . . .' கிருஷ்ணப்பா சிரித்துக்கொண்டே சொன்னான்.

'இல்ல. தார்வாட் பக்கத்துல ஒரு கிராமத்துல எனக்குக் கொஞ்சம் தோட்டம் இருக்குது. ஒரு குடிசை இருக்குது. மிச்ச மிருக்கற என்னோட காலத்தை அங்கக் கழிக்கலாம், இந்தச் சூதாட்டத்தை விட்டுறலான்னு நெனச்சிருந்தேன்.'

'நாளைக்குத் தோத்துட்டா அப்படியே பண்ணுங்க.'

மஹேஸ்வரய்யா மிகுந்த தெம்படைந்ததைக் கண்டு கிருஷ்ணப்பா மகிழ்ச்சியடைந்தான். இருவரும் முன்னைப் போலவே ஒருவருக்கொருவர் பார்த்துச் சிரித்தார்கள். ஆனால் கணநேரம் கழிந்து மஹேஸ்வரய்யா சிந்தனைவயப்பட்டவராக 'ப்போ' என்று 'இதனால உனக்குத் தொந்தரவு உண்டாகும்' என்று எதிரிலிருந்த கதவை உற்றுப்பார்த்தார்.

'இருக்கட்டும் விடுங்க' என்று கிருஷ்ணப்பா 'நாகேஷ் . . .' என அழைத்துத் தன் வீல்சேரை அறைக்குத் தள்ளிக்கொண்டு போய் மனைவியை வரச் சொன்னான். கதவை மூடச் சொல்லி, 'சீதா பாங்குல உன் பேர்ல பத்தாயிரம் இருக்குதல்ல அது நாளைக்கு எனக்கு வேணும்' என்றான்.

கிருஷ்ணப்பா மனைவியைப் பேர் சொல்லிக் கூப்பிடுகிறவ னல்ல. அவளுக்கு ஆச்சரியமாயிருந்தது.

'ஏன்?' என்றாள்.

'மஹேஸ்வரய்யாவுக்குக் குடுக்கணும்.'

'நீங்க சோஷலிஸ்டாயிருந்துட்டுக் குதிரை வால்ல பணம் கட்டுறதை . . .'

‘அதெல்லாம் வேண்டாம். குடு’ கிருஷ்ணப்பா முழங்கினான்.

‘இல்ல. குடுக்கறதுக்குப் பணம் இல்ல.’

கிருஷ்ணப்பா கை ஓங்கியதைக் கண்டு தூர விலகினாள்.

‘இருக்குது. குடு.’

அவன் மனம் குதித்தெழுந்து அவள் கையைப் பிடித்துத் திருகத் தயாராயிற்று. ஆனால் உடம்பு அப்படிப்பட்ட நிலைமையில்லை. கிருஷ்ணப்பாவுக்குக் கண்ணீர் பொங்கி உதடுகள் துடிக்கத் தொடங்கின.

சீதா மெதுவாகச் சொன்னாள், ‘ஜெயமஹால் லேஅவுட்ல ட்ரஸ்ட் போர்ட் எனக்கொரு சைட் சாங்ஷன் செஞ்சிருக்கு. அதை வாங்கறதுக்கு அந்தப் பணத்தை வச்சிருக்கறேன் . . .’

கிருஷ்ணப்பாவுக்குக் கண்ணீர் வழிந்தது. வலது கையால் துடைத்துக்கொண்டே, ‘எந்த சைட்?’ என்று விக்கினான்.

‘வீரண்ணா அப்ளிகேஷன் போடவச்சார். சாங்க்ஷன் ஆச்சு.’

சீதா மென்மையாகச் சொல்லித் தலையைக் குனிந்தாள். இந்த ஜெயமஹால் சைட்கள் தொடர்பாகச் சட்டமன்றத்தில் கிருஷ்ணப்பா சத்தம்போட்டிருந்தான். வெளிச் சந்தையில் நாற்பது அல்லது ஐம்பது ஆயிரம் விலையுள்ள சைட்டுகளை ஏழெட்டாயிரம் விலை குறித்துப் பத்திரிகையில் வெளிவந்ததைக் கண்டு கிருஷ்ணப்பா இந்த சைட்டுகளை அமைச்சர்கள் தங்களுக்குள்ளும் தங்கள் வலயத்துக்குள்ளும் பங்குபோட்டுக்கொள்ளலாம் என்று சந்தேகப்பட்டிருந்தான். இப்போது அமைச்சர் குழாம் தன் மனைவிக்கும் ஒரு சைட் கொடுத்துத் தன் வாயை அடைக்க முயன்றிருக்கிறது. தன் ஆதங்கத்தைக் கிருஷ்ணப்பா சொன்னான், ‘சீதா இந்த சைட்டை நீ வாங்கக் கூடாது.’

‘ஏன்? நீங்க எனக்கு எதுவும் செய்யாதீங்க. ஆனால் சைட் வாங்கறது என்னோட உரிமை. அதுக்குக் குறுக்கே வராதீங்க.’

‘சீதா, இந்த சைட் நமக்கு வேண்டாம். நான் உனக்கு வேற வாங்கித்தர்றேன்.’ கிருஷ்ணப்பா சமாதானமாகச் சொன்னான்.

‘தருவீங்க. தருவீங்க. நாளைக்கி உங்களுக்கெதாவதாச்சின்னா நானும் உங்க மகளும் வாயில மண்ணுதான் அள்ளிப்போட்டுக்கணுமா?’

கிருஷ்ணப்பா கண்களை மூடிக்கொண்டான்.

‘போ. போ. எங்கிட்ட பொய் சொல்லாதே. போ’ என்று மெல்லிய குரலில் ரம்பம்போலக் கத்தினான்.

அவள் போன பிறகு 'நாகேஷ்' எனக் கத்தினான். கண்களை மூடியபடியே சொன்னான், 'இப்பவே போயி வீரண்ணாக் கிட்டப் பத்தாயிரம் வேணுன்னு கேட்டு வாங்கிட்டு வா. ஆட்டோவுல போ. பர்ஸுல பணம் இருக்கணும். எடுத்துக்கோ.'

நாகேஷ் தன்னிடம் பணமிருப்பதாகச் சொல்லிச் சென்றான். முக்கால் மணிநேரத்தில் திரும்பி வந்து பெரிய கவர் ஒன்றைக் கிருஷ்ணப்பாவிடம் கொடுத்தான். பணத்தோடு வீரண்ணா ஒரு குறிப்பையும் வைத்திருந்தான்.

'இதில் பதினைந்தாயிரம் இருக்கிறது. அதிகம் தேவையென்றால் நாளைக் காலை சொல்லியனுப்புங்கள்.

தங்கள் பணிவுள்ள,
வீரண்ணா.'

'தள்ளு' என்று மஹேஸ்வரய்யாவின் அறைக்குப் போனான். அவர் எழுந்து உட்கார்ந்து இவன் வருவதற்கு முன்னால் தியானத்திலிருந்தாற்போலத் தெரிந்தது.

'பதினைஞ்சாயிரம் இருக்கு. நாளைக்கி வேணுன்னா இன்னும் தர்றேன்' என்று அவர் பதிலுக்குக் காத்திருக்காமல் நாகேஷைத் தள்ளவைத்துத் தன் அறைக்குப் போய்ப் படுத்தான்.

❍

கிருஷ்ணப்பா சீதாவுடன் சண்டையிடும்போதெல்லாம் அது குழந்தைக்கு எப்படியோ தெரிந்துவிடும். மகள் மூச்சுக் காட்டாமல் கொடுத்ததைத் தின்று, தலையின் சிக்கு விடுவித்த வாறு அவசரத்தில் அம்மா சீப்பால் தலையைச் சாய்க்கும்போது சற்றும் எதிர்ப்புக்காட்டாமல் மௌனமாக உட்கார்ந்திருந்ததைக் கண்டு கிருஷ்ணப்பா துக்கப்பட்டான். கச்சிதமாக, இரட்டைச் சடை போட்டுக்கொண்டு சீருடைப் தரித்து பள்ளிக்கூடத்துக்குப் புறப்பட்ட கௌரியை 'கௌரா' என்று அழைத்தான். தன்னருகில் வர மகள் பயப்பட்டாளெனச் சந்தேகப்பட்டான். இன்னொரு முறை அழைத்தான். பக்கத்தில் வந்து நின்றாள். அவள் முதுகில் கைவைத்துத் தடவினான். திருப்பி நிறுத்திக்கொண்டு அவள் முகத்தைப் பார்த்தான். தன் கண்கள் – ஆனால் அம்மாவின் குட்டையான மூக்கு. அம்மா கோபத்தில் கிழித்து வீங்கியிருந்த உதடு இப்போது சரியாகியிருந்தது. மூக்கில் சளி வழியவில்லை. உணர்ச்சியற்று நின்ற குழந்தையின் முகத்தில் வயசுக்கு மீறிய முதிர்ச்சி தோன்றியதைக் கண்டு கூச்சப்பட்டான். குழந்தை ஒற்றைக் காலில் நொண்டிக்கொண்டே பீரோவிலிருந்ததை இழுத்துத் தள்ளி அம்மாவிடம் திட்டுவாங்கிக்கொண்டு வெட்கப் படாமல் ஓடிக்கொண்டேயிருப்பதைக் கண்டு வெகுநாட்களாகி விட்டதாகத் தோன்றியது.

கௌரி பள்ளிக்கூடத்துக்குப் போன பிறகு சுத்தமான சில்க் ஜிப்பா அணிந்து நெற்றியில் விபூதியிட்டுக்கொண்டு வந்த வீரண்ணா பணம் கொடுத்தனுப்பியது சாதாரண விஷயம் என்பதைப் போல 'இன்னும் கொஞ்சம் வேணுமா?' என்றான்.

வேண்டாமென்ற கிருஷ்ணப்பா, அன்று இரவு வரவிருந்த கௌரி தேஷ்பாண்டேயை விமானநிலையத்திலிருந்து அழைத்து வந்து அவன் கெஸ்ட்ஹவுஸில் விட வேண்டுமென்றும் ஜோதி யின் பாய்ஃபிரண்டுக்கும் நாகேஷின் அக்காவுக்கும் வேலைக்கு ஏற்பாடு செய்ய வேண்டுமென்றும் சொன்னான். அதொன்றும் பெரிய விஷயமல்ல என்பதைப் போல 'ஆகட்டும்' என்றான் வீரண்ணா. பஞ்சலிங்கையா வந்திருந்தாரென்றும் கௌடர்மூலம் அப்படிப்பட்ட காரியங்களைச் சாதித்துக்கொள்ளக் கூடாது எனச் சொல்லித் தானே சீட்டுக்கு ஏற்பாடுசெய்வதாகக் கூறியதை யும் தெரிவித்து, 'நீங்க சீக்கிரம் குணமாகணும்' என்றான். அவன் பேசிய பேச்சு சாதாரணமானதென்றாலும் பேசிய முறை பொருள்பொதிந்ததாகவிருந்தது.

கிருஷ்ணப்பா கேட்டான், 'உங்க மனசுல ஏதோ இருக்குது. சொல்லுங்க.'

'உங்களைத் தொந்தரவு செய்யக் கூடாதுன்னு உங்ககிட்ட சொல்லல. நீங்க ரொம்பப் பெரிய பொறுப்புக்கு வர்ற காலம் ரொம்ப தூரத்துல இல்ல.'

'நானும் அதைக் கேள்விப்பட்டேன். ஆனால் கட்சிமாறுகிற வர்களோட நான் சேரமாட்டேனே?'

'சேராதீங்க. நீங்களே மந்திரிசபை அமைச்சிருங்க. புது நில உச்சவரம்புச் சட்டம் கொண்டுவர உங்களுக்கும் ஆசை தானே? கொண்டுவாங்க. ஆதரவு தர்றவங்க தர்றாங்க. ஆதரவு கெடைக்கலன்னு வச்சிக்குங்க. ராஜினாமா செஞ்சிட்டா போச்சி. உங்களுக்குப் புத்தி சொல்லுற மாதிரி என்னென்னமோ பேசிட்டேன். மன்னிக்கணும்.'

'வீரண்ணா, ஒரு விஷயம். அதெதுக்குச் சீதாவை நீங்க சைட்டுக்கு அப்ளை பண்ணவைச்சீங்க?'

'நல்ல தமாஷாயிருக்குது நீங்க சொல்றது. அவங்கென்ன இந்த தேசத்துப் பிரஜையில்லயா?'

வீரண்ணா சிரித்துக்கொண்டே கிருஷ்ணப்பாவின் முகம் முகுளமாயிருந்ததைக் கண்டு தானும் முகுளமாகச் சொன்னான், 'கௌடரே, நீங்க எவ்வளவு பெரியவராயிருந்தாலும் பெண் களுக்கு அது தெரியறது இந்த மாதிரி ஏதாவது கிடைக்கும் போதுதான். அவங்களைக் குறைசொல்லி என்ன பிரயோஜனம்? தனக்காகவா அதை அவங்க விரும்பறாங்க? பெண்ணோட

தலையில கூடுகட்டுற பொறுப்பு, பரந்த வானத்துல பறக்கற வேலை உங்களுக்கு. இது தர்மம் இல்லயா?'

'என்னவேணா சொல்லுங்க. இதுகூடக் கரப்ஷென்தான்.'

'சிவசிவா, நல்லாயிருக்கு உங்க பேச்சு. உங்க மனைவி உழைச்சு சேர்த்த பணத்துல ஒரு சைட் வாங்குனா கரெப்ஷன். ஆனால் ஸ்பீட்மனி அது இதுன்னு சேத்துட்டு எங்களை மாதிரி ஆளுங்க பிஸினஸ் பண்ணனுமே அதுக்கென்ன சொல்றீங்க? அவங்கவங்களுக்கு அவங்கவங்க தர்மம் சரிதானே?'

'இல்ல. நான் சொல்றது நீங்க செஞ்சது தப்புன்னு.'

'தப்புன்னா தப்புதான் விடுங்க. அது சரியாகறது எப்படி? இப்ப பிடபிள்யூடி இருக்குது. அது சரியாகாம நான் சரியாகறது சாத்தியமா? நீங்களே சொல்லுங்க. யார் இதையெல்லாம் முழுசாச் சரிபண்றது? உங்களை மாதிரியானவங்க. அதுக்குத் தான் நான் சொன்னது நீங்க தலைவராகணும். மந்திரிசபை அமைக்கணுன்னு. தியேட்டர்ல வேலையிருக்குது. போகணும். நான் வரட்டுமா?'

வீரண்ணா புறப்பட்டுப் போனான். கிருஷ்ணப்பாவைப் புகழ்ந்தபோதும் கைகட்டிப் பணிவோடு நின்றபோதும் வீரண்ணா இவனை முழுவதுமாக ஏற்றுக்கொண்டவனாகத் தெரிந்தான். இவன் நிராகரிப்புக்கு, சகிப்பற்ற தன்மைக்கு, கோபத்துக்கும்கூட வாய்ப்பளித்து, அதன்மூலம் பெருமைகொள்ளவைத்து அதையே புகழ்ந்து இறுதியில் வெல்லத் தயார்ப்படுத்தியிருந்தான். தன் ஆதாயத்துக்காக மட்டும் அவன் இவற்றையெல்லாம் செய்தான் எனச் சொல்லவும் கிருஷ்ணப்பாவால் முடியவில்லை. இப்போதிருக்கும் முதலமைச்சரின் மூலமே அணைக்கட்டுத் திட்டமொன்றின் கான்ட்ராக்ட்டை அவன் பெற்றிருந்தானல்லவா? வீரண்ணனில்லாவிட்டால் வேறொருவன் பெற வேண்டியிருந்த கான்ட்ராக்ட் அது.

கிருஷ்ணப்பா வீரண்ணாவின் ஆழ அகலம் புரியாமல் தத்தளித்து வீல்சேரில் உட்கார்ந்திருந்தபோது ஜோதி வந்தாள். ஓசையில்லாமல் அவனைச் சுற்றி நடமாடியபடி படுக்கைக்குப் புதிய பெட்ஷீட் விரித்துத் தான் கொண்டுவந்திருந்த ரோஜாப் பூக்களை ஜாடியில் அழகாக அடுக்கிக் கிருஷ்ணப்பாவை மிகுந்த திறமையோடு எழுப்பிப் படுக்கவைத்தாள். உடம்பை மஸாஜ் செய்தவாறு தான் இரவு பார்த்த சினிமாவின் கதையை உற்சாகத்தோடு சொல்லத் தொடங்கினாள். சினிமா நாயகனின் விரகத்தின் கதையைச் சொல்லிய வரிசையிலேயே தன் உள் மனசையும் அங்கே சுகத்துக்காக வாடிக்கொண்டிருந்த தன் விருப்பத்தையும் உணர்த்தினாள். பாய் ஃபிரண்டுக்கு வேலை

கிடைக்குமென்று அவள் இன்று மகிழ்ச்சியாயிருந்தாள். வேலை கிடைக்கும்வரை தன் நாயகனுக்குத் தான் மலராத மொக்காக இருந்ததை எப்படி உறுதிப்படுத்தினாளென்று ஆச்சரியப்பட்டான். அனேகமாக இன்றைக்கு இரவு அவனுக்கு மலர்வாள். அவள் மகிழ்ச்சி அவளது மென்மையான கைகளின் மூலம் கிருஷ்ணப்பாவின் ஜடமாகிவிட்ட புஜம், தோள், விலா, இடுப்பு, தொடை, கால், விரல்களுக்கு என லயசுத்தமாக இறங்கிக்கொண்டிருந்தது. தன்னைச் சுற்றுமுற்றிலுமிருந்த ஆரோக்கியத்தை எல்லாம் தான் உறிஞ்சிக்கொண்டிருந்ததாகக் கிருஷ்ணப்பாவுக்குத் தோன்றியது.

ஜாடியில் பகட்டாகத் தெரிந்தவற்றைவிட மேலே நின்ற மலர்ந்துகொண்டிருந்த ரோஜாப்பூவொன்று அவன் கண்களை இழுத்தது. ஈரமானதால் ஒளிரும் இதழ்களின் கருஞ்சிவப்பு, பார்வையை உள்ளே இழுத்துக்கொள்ளும்படியாக ஓரத்தில் ஒடிந்து, திருகி, வளைந்து மெலிதாகிக்கொண்டே மையத்தை மூடிமறைத்துக்கொள்ளும் இந்த இதழ்களின் மென்மை மற்றும் இறுக்கம், அழைப்பு மற்றும் ரகசியம், இந்த வண்ணம் மற்றும் அழகுக்கு முரடான இலை, கூரான முட்களைக் கொண்ட தடித்த தண்டு – இப்படி மனமொன்றி ரோஜாவைப் பார்த்தவாறு ஜோதியின் இனிமையான அரட்டையைக் கேட்டுக்கொண்டான். குளிர்ச்சியாக எரியும் பிழம்பைப் போலிருந்தது ரோஜா. எதையோ சொல்லியபடி எதையோ மறைத்தபடி இருந்தாற்போல அது தெரிந்ததால் கிருஷ்ணப்பாவுக்கு அதைப் பார்ப்பது கடினமாகத் தொடங்கியது. ஜோதியின் முகத்தைப் பார்த்தான். சோர்வடையாமல் அவள் அவனை ஒற்றியெடுத்துத் தீண்டியவாறு தன் பேச்சுக்குத் தானே புன்னகைத்துக்கொள்பவளாகத் தெரிந்தாள். சுகமரணம் என்று தான் அவ்வப்போது விரும்பியதை நினைத்துக் கொண்டான். இல்லை. இப்போது ஜடமாகிவிட்ட தேகத்துக்கு வலிமையூட்ட வேண்டும் எனத் தோன்றுகிறது. மரம் ஏற வேண்டும், கிணற்றில் இறங்கிச் சேறு அள்ள வேண்டும், நீந்த வேண்டும், வயலில் நாற்று நட வேண்டும், பூப்போன்ற கோழிக் குஞ்சுகளை உள்ளங்கையில் ஏந்த வேண்டும் என என்னென்னவோ சபலங்கள் தோன்றின. வீரண்ணா சொன்னதைத் தான் காதில் போட்டுக்கொள்ளாததுபோல இருந்தது வெறும் நடிப்பல்லவா? ஜடமான இந்தத் தேகம் மீண்டும் அதிகாரத்தில் வலிமையின் ஊற்றாகும் ஆசையுண்டாயிற்று. பலாப்பழக் கடுபை அம்மா தன் மடியில் மறைத்துக் கொண்டுவந்து கொடுத்தது நினைவுக்கு வந்தது.

நாகேஷ் கவலையோடு தன்னெதிரில் தெரிந்ததைக் கண்டு, ‘என்னடா நாகேஷ்?’ என்றான். மாலையில் வருவதாகச் சொல்லி ஜோதி புறப்பட்டாள். நாகேஷ் பதில் சொல்லவில்லை. தன்

கண்களைத் தவிர்த்த அவன் தந்திரோபாயத்தால் கவலையுற்று மீண்டும் அழைத்தான். நாகேஷ் ஆதங்கத்தோடு தன் சட்டைப் பையில் மடித்துவைத்திருந்த பத்துப் பைசா விலையுள்ள 'தீப்பொறி' என்னும் பத்திரிகையைக் கிருஷ்ணப்பாவிடம் கொடுத்துக்கொண்டே 'தேவடியாப் பசங்க. என்னமோ எழுதி யிருக்குங்க. மனசுல வச்சிக்காதீங்க' என்றான்.

கிருஷ்ணப்பா படித்தான். இப்படிப்பட்ட குற்றச்சாட்டை யாரும் இதுவரைக்கும் அவன்மேல் சுமத்தியதில்லை 'முதலமைச்சராவதற்குக் கிருஷ்ணப்ப கௌடரின் யுக்தி' என்னும் தலைப்பில் குற்றச்சாட்டுகளின் பட்டியல் இருந்தது. மனைவி யின் பெயரில் ஜெயமஹால் லேஅவுட்டில் சைட் பெற்றது, வீரண்ணா என்னும் கான்ட்ராக்டருக்குத் தற்போதுள்ள அரசாங்கம் கோடிக்கணக்கான லாபம் கிடைக்கக்கூடிய அணைக்கட்டின் கட்டுமானப் பணியை டெண்டரைத் திருத்திக் கொடுத்திருப்பதைப் பற்றி கௌடர் ஏன் வாய்திறக்கவில்லை, முன்பு ஜமீன்தார் கோபால ரெட்டி, இப்போது பணமூட்டை வீரண்ணா இப்படிப்பட்டவர்களே ஏன் கௌடரின் நண்பர் களாயிருக்கிறார்கள், தன் பெயரில் ஃபியட் கார் வாங்கி அதை வீரண்ணாவின் விபச்சாரப் புத்திரனின் திருட்டுத்தன மான நடவடிக்கைகளுக்குக் கொடுத்திருப்பது உண்மையா, கௌடரின் மனைவி வங்கியொன்றில் குமாஸ்தாவாயிருந்தவர் மானேஜர் பதவிக்கு உயர்ந்துகொண்டிருப்பது வெறும் கிசுகிசுச் செய்தியா, ஆளுங்கட்சி உடைந்துகொண்டிருக்கும்போது இப்போ துள்ள முதலமைச்சரின் கூட்டம் புரட்சிக்காரனெனப் பிரசித்தி பெற்ற கௌடரைத் தலைவனாகத் தேர்ந்து தங்கள் அரசைத் தக்கவைத்துக்கொள்ள நடத்தும் நாடகத்தின் பின்னணியில் வீரண்ணா எம்எல்ஏக்களை எவ்வளவு பணம் கொடுத்து வாங்குகிறான், முதலமைச்சருக்கு எதிரான இடதுசாரிகளோடு சேர வேண்டும் என்னும் கௌடரது கட்சியின் குழுவையும் அதிகப் பணம் கொடுத்து வீரண்ணா வாங்கிக்கொண்டிருப்பது உண்மையா, பகுத்தறிவுவாதி எனப் புகழ்பெற்ற கௌடர் ரகசியமாக மஹேஸ்வரய்யா என்னும் சக்தி உபாசகன் மூலம் மந்திரவாதப் பூஜைகளைச் செய்வித்து முதலமைச்சர் பதவியை அடைய முயல்வது உண்மையா, பெண்டாட்டியை அடிப்பது, கஷ்டப்படும் பெண்களைப் போகிப்பது, குடிப்பது, கோபாவேச நடிப்பால் மக்களின் ஆதரவைப் பெற்று ஊழல் அமைப்பைத் தூக்கி நிறுத்த அதைப் பயன்படுத்துவது இவையெல்லாம் புரட்சிக்காரனின் அடையாளங்களா, ஒரு காலத்தில் உண்மை யாகவே குத்தகைதாரர்களுக்காக உழைத்த, விவசாயக் குடும்பத் தில் பிறந்த ஒருவர் இப்படி அதிகாரத் துஷ்பிரயோகிகளின் கைப்பொம்மையானது எப்படி? கட்டுரை கடைசியில் மிகுந்த

வேதனையுடன் முடிந்திருந்தது. கடைசி வாக்கியம் கௌடரின் உடல்நலக்குறைவே எப்படி மக்கள் விரோதிகளுக்கும் கௌடருக்கும் மக்களின் உணர்வுகளைக் காட்டும் சாதனமாகியிருக்கிறது என்பதைத் தடித்த எழுத்தில் மனத்தைத் தைக்கும் விதமாக விவரித்திருந்தது.

கட்டுரையைப் படிக்கப் படிக்கக் கிருஷ்ணப்பாவின் முகம் களையிழந்ததைக் கண்ட நாகேஷ் அவனுக்கு உற்சாகமூட்ட முயன்றான்.

'இதை எழுதவச்சது நாகராஜ் கௌடரே.'

'நாகராஜ் என்னை எதிர்க்கறான். நிஜம். ஆனால் பேர் போடாம எழுதற ஆளல்ல.' கிருஷ்ணப்பா முகுளமாகச் சொன்னான்.

'அவன்தான் எழுதுனது. வெள்ளையாயிருக்கறதல்லாம் பாலுன்னு நெனச்சுக்கறீங்க . . .'

'அவரை வரச் சொல்லு. போறதுக்கு முன்னாடி லெட்டர் பேடும் பேனாவும் குடு.'

நாகராஜ் தன் உக்கிரமான, தயவுதாட்சண்யமற்ற நிலைப் பாட்டில், சகிப்பற்ற தன்மையில் கிருஷ்ணப்பாவின் கடந்த காலத்தை நினைவூட்டுபவனாக இருந்தான். வித்தியாசமென்றால் கிருஷ்ணப்பா விருப்பமில்லாமல், வாழ்க்கை ஈடேற வேறு திசை தெரியாமல் அரசியலுக்கு வந்திருந்தான்; நாகராஜுக்கு அரசியலைவிட்டால் வேறெதுவும் கண்ணுக்குத் தெரிவதேயில்லை. புரட்சியைவிட்டால் வாழ்க்கை ஈடேற வேறு வழியே இல்லையென்று நாகராஜ் புரிந்துகொண்டிருக்கிறான். ஒன்றுக்குப் பின் ஒன்றாகச் சார்மினார் சிகரெட் புகைத்தபடி எல்லோரும் தன்மீது எரிந்து விழுமாறு பேசுகிறான். கிருஷ்ணப்பா அதே வார்த்தையை அதே வகையில் தீவிரத்தோடு பேசும்போது சகித்துக்கொள்ளும் கட்சிக்காரர்கள் நாகராஜ் வாய் திறந்தால் அவன் மேல் எகிறுகிறார்கள். அவன் பணக்காரக் கிரிமினல் வழக்கறிஞரின் மகன். டெல்லி ஸ்கூல் ஆஃப் எகனாமிக்ஸில் படித்துக்கொண்டிருந்தபோது மார்க்சியவாதியாகி, கம்யூனிஸ்ட் கட்சியின் ரஷ்யச் சார்பான நடவடிக்கைகளை எதிர்த்து வேறு வழி தெரியாமல் சோஷலிஸ்ட் கட்சியில் சேர்ந்தவன். சோஷலிஸ்ட்களென்றாலும் அவனுக்கு அலர்ஜி. தான் இப்போதைக்கு மட்டுமே இங்கிருப்பதாக ஒளிவுமறைவில்லாமல் சொன்னான். விவசாயிகள் நிறைந்த தும்கூர்த் தொகுதியிலிருந்து மிகப் பெரும்பான்மை வாக்குகளுடன் வெற்றிபெற்று வந்திருந்தானென்று மற்றவர்கள் அவனைச் சகித்துக்கொண்டார்கள். இவன் தலைமைக்கு அவன் போட்டியாளன் என மற்றவர்கள் எப்போ

தும் கிருஷ்ணப்பாவிடம் கோள்மூட்டிக்கொண்டிருந்தார்கள். தனக்கு யாரும் நிகரல்லவெனக் கிருஷ்ணப்பா நடந்துகொள்ளும் முறையை நாகராஜ் சகித்துக்கொள்வதில்லை. கட்சிக் கூட்டத்தில் கிருஷ்ணப்பாவை ஃப்யூடல் என்று அவன் ஏளனம்செய்திருந்தான். நிர்வாகத்தோடு எந்த ஒப்பந்தத்திற்கும் தயாராயில்லாத அவனிடம் கிருஷ்ணப்பா சொல்வதுண்டு: 'ஆகாயத்தைப் பங்கு போட்டுக்கறவரைக்கும் பூமியைப் பங்குபோட்டு என்ன பிரயோஜனன்னானாம். அப்படி இருக்குது உங்களோட விவாத முறை.' நாகராஜ் தீவிரமாகக் கேலிசெய்திருந்தான் 'மாவோ சொல்றது நிஜம். எதிரியைவிடத் திரிபுவாதி அதிக ஆபத்தானவன்.' இந்த நாகராஜ் படிப்படியாக மென்மையடைந்து சமரச வழியில் தவறுகளைச் செய்ய வேண்டுமெனக் கிருஷ்ணப்பா ரகசியமாக விரும்பியதுண்டு. ஆனால் சுகம், சௌகரியம், தாட்சண்யங்களிலிருந்து முழுவதும் விலகி ஒற்றைப் பிசாசுபோல இதுவரைக்கும் நாகராஜ் வாழ்ந்துவந்தான். தன் தத்துவங்களில் விருப்புற்று, தன் ஆளுமையை ஒரே இலக்கில் கட்டுப்படுத்தி, சிவந்து காத்திருக்கும் இரும்புக் கடப்பாரைபோல இருந்து வந்தான். கிருஷ்ணப்பா அவனைக் கண்டு பொறாமைப்பட்டான். அவன் முதிர்ச்சியற்ற தன்மையைக் கண்டு கலவரமடைந்தான்.

கிருஷ்ணப்பா தான் எழுதியதை இன்னொருமுறை படித்து விட்டு, அதன் மேல் பேடை வைத்து நாகராஜுக்காகக் காத்திருந்தான். இஸ்திரி செய்யப்படாத ஜிப்பா அணிந்து பான்ட் போட்ட நாகராஜ் கலைந்த தலையைச் சற்றுக் குனிந்து சிவந்த கண்களால் உற்றுப்பார்த்தவாறு உள்ளே வந்தான். நாற்காலியை இழுத்துப்போட்டு உட்கார்ந்தான். கதவைச் சாத்திக்கொண்டு போகுமாறு கிருஷ்ணப்பா நாகேஷுக்குக் கண்களால் சைகை செய்தான்.

'உங்க உடல்நலம் எப்படியிருக்கு?' என்றுகூட நாகராஜ் கேட்கவில்லை. உண்மையாகவே இவன் கிருஷ்ணப்பாவின் கடந்தகாலக் கேலிச்சித்திரம்தான். கிருஷ்ணப்பா தன்னைப் பற்றி வந்திருந்த கட்டுரையை நாகராஜிடம் கொடுத்தான்.

'பார்த்தேன்' என்றான் நாகராஜ்.

'நீங்களே இதை எழுதவச்சதுன்னு மத்தவங்க எனக்குச் சொல்றாங்க.'

'நீங்க அதை நம்பலன்னா அது போதும்.'

நாகராஜ் வெகு எளிமையாகவும் நேரடியாகவும் பேசினான். அன்றொரு நாள் இரவு நடந்த கூட்டத்திலும் கடைசிவரை பேசாமலிருந்தான்.

'பார்லிமென்ட் அரசியலின் கதியே இதுதான். எந்தக் குழுவோட சேர்ந்து நாம அரசு அமைச்சாலும் எதையும்

சாதிக்க முடியாது. இந்த மாநிலம் ஆளுகிற வர்க்கங்களின் சாதனம். வேற மாதிரி அதைப் பயன்படுத்திக்கிறது பார்லிமெண்ட் அரசியல்ல சாத்தியமல்ல' என்று சொல்லியிருந்தான்.

அதனால் ஆத்திரமடைந்த மற்றவர்கள் 'அப்படின்னா நீங்க என்ன செஞ்சிட்டிருக்கீங்க?' என்று சீறினார்கள்.

'நானா? நம்ம கட்சி ஆட்சியமைக்கும்போது நான் அதுல யிருந்து வெளியேறிடுவேன். அனேகமா சட்டமன்ற உறுப்பினர் பதவியையும் ராஜினாமா செஞ்சுடுவேன். அதைப் பத்தி இன்னும் என்னோட நிலைப்பாடு தெளிவாகல' என்று சொல்லியிருந்தான்.

'பார்லிமெண்ட் அரசியலைப் பத்தி உங்க நிலைப்பாடு அப்படியிருந்தா இப்படி வேவு பார்த்துட்டு இருக்கறது நியாமில்ல. உங்களை நீங்களே ஏமாத்திக்கறீங்க' என்று கிருஷ்ணப்பா அப்போது கிளறியிருந்தான்.

'நீங்க சொல்றதுல உண்மையிருக்கு. என் வர்க்கத்தோட மனோபாவங்கள்லயிருந்து நான் இன்னும் விடுபடல' என்று நாகராஜ் நேராகச் சொன்னபோது மற்றவர்கள் சிரித்தார்கள். ஆனால் அந்தப் பேச்சு கிருஷ்ணப்பாவின் உள்மனத்தைத் தொட்டது. மீண்டும் மீண்டும் நினைவுக்கு வந்தது.

இப்போதும் அதை நினைத்துக் கிருஷ்ணப்பா உத்வேகம் கொள்ளாமல் சொன்னான், 'நாகராஜ் இந்தக் கட்டுரையைப் படிச்சப்பறம் உங்களைக் கேட்கணும்னு பட்டுச்சு. என்னைப் பத்தி நீங்களும் இப்படி நினைக்கறீங்களா? நான் கலவரப்பட் டிருக்கறதுனால கேக்கறேன்.'

'தனிநபர்களோட கேள்வி இங்க முக்கியமல்ல. இந்த அமைப்புல யார் எவ்வளவு நேர்மையானவங்கன்றது ரிலேடிவ் அவ்வளவுதான். இந்த அமைப்பு உங்களைத் தன்னோட வலை யில சிக்கவைக்குதுன்னு நான் நினைக்கறேன். உங்களுக்குன்னு ஒரு இமேஜ் இருக்கு. தன்னைக் காப்பாத்திக்க இந்த அமைப்புக்கு அந்த இமேஜ் இப்ப அவசியமாயிருக்கு.'

'அப்படின்னா உங்களைப் பொறுத்தவரைக்கும் நான் என்ன செய்யணும்? உங்க சிந்தனைய நான் ஒத்துக்கறதில்ல. ஆனால் உண்மையாவே உங்க அட்வைஸ் எனக்குத் தேவைப்படுது.'

'நம்ம கட்சியோட அரசியல் பாதை இதுவரைக்கும் சரியா யிருந்திருந்தா உங்ககிட்ட வரணுன்னே வீரண்ணா மாதிரியான வங்களுக்குத் தோனியிருக்காது இல்லயா?'

கிருஷ்ணப்பாவுக்குச் சட்டென்று கோபம் வந்தது.

'நாகராஜ், வீரண்ணா எனக்கு உதவுறது நிஜம். ஆனால் அதுக்காக நான் கையெடுத்துக் கும்புடல. நீங்க பணக்காரக்

குடும்பத்துல பொறந்தவர். என்னைப் போலப் பொறந்து வளர்ந் திருந்தா நீங்க என்னளவுக்கு நேர்மையா இருந்திருப்பீங்களான்னு பாத்திருப்பேன்.'

நாகராஜ் கோபப்படவில்லை.

'நீங்க தனிநபர்வாதியாப் பேசறீங்க. உங்களுக்குத் தத்துவார்த்தத் தெளிவு இல்ல. நான் அந்தப் பிரச்சினையை எடுக்கவேயில்ல. நான் நேர்மையானவனாயிருந்தா இங்க இருப்பனா சொல்லுங்க?'

'பிரதமர் சர்வாதிகாரியாகப் பார்க்கறார். அவர் குழுவைச் சேர்ந்தவங்க இங்க அதிகாரத்துக்கு வந்தா மக்களுக்கு இப்ப இருக்கற சிவில் உரிமைகள்கூடப் போயிடும். இப்ப இருக்கற முதலமைச்சர் ரியாக்ஷனரி ஆளுங்கறது நிஜம்தான். ஆனால் அவனோட பலத்துல நாம மினிமம் டைம் பௌண்ட் செயல் திட்டம் போட்டு அரசு அமைச்சா கொஞ்சநஞ்சமாவது சாதிக்கலாங்கறதுல எந்தச் சாராம்சமும் இல்லயா . . .'

'இல்ல. தேசத்தோட நிலைமை இன்னும் கொஞ்சம் மோசமாகும்போதுதான் பாராளுமன்ற அமைப்புமேல மக்களுக்கு இருக்கற பிரமை ஒழியும். பத்துப்போடுற வேலையில எனக்கு விருப்பமில்ல.'

ஒரு நிமிடம் பேசாமலிருந்துவிட்டுக் கிருஷ்ணப்பா 'உங்க சிந்தனையை நான் ஒத்துக்கல. இருக்கற வீட்டுக்கு நெருப்பு வைச்சிக் குளிர்காயற, முதிர்ச்சியில்லாத வழி உங்களோடது. ஆனால் தனிப்பட்ட முறையில எனக்குச் சில பிரச்சினைகள் இருக்கு. அவை என் நேர்மை சம்பந்தப்பட்டவை. அதுக்காக உங்களுக்குச் சொல்லியனுப்புனேன். நான் யார் வலையிலயாவது சிக்கிக்கறேன்னு நீங்களும் நினைச்சா இந்தக் கடித்தை வாங்கிக் குங்க. என் சட்டமன்ற உறுப்பினர் பதவியை ராஜினாமா செஞ்சிருக்கறேன். இதை எடுத்துட்டுப் போங்க. ஒரு மணிநேரம் நீங்களே நிதானமா சிந்திச்சுப் பாருங்க. நீங்களும் அப்படி நினைச்சா இந்தக் கடிதத்தைச் சபாநாயகருக்குப் போஸ்ட் பண்ணிடுங்க' என்று கடிதத்தைக் கொடுத்தான்.

நாகராஜ் எழுந்து நின்று எந்த உணர்ச்சியையும் காட்டிக் கொள்ளாமல் சொன்னான், 'நீங்க தனிநபர்வாதியானதுனால நேர்மைன்னு ரொம்பக் கவலைப்படறீங்க. இது ஒரு வகையான சிக்லி இன்டல்ஜன்ஸ் . . . நேர்மைங்கற பிரச்சினை வந்தா நீங்க என்னைவிடப் பெரியவங்க. மக்களுக்கு என்னைவிட நீங்களே நெருக்கம். அதனாலதான் உங்க ஆளுமை எனக்கு முக்கியம். அதனால் நீங்க தூய்மையானவரா இருக்கீங்களா இல்லை யாங்கற காரணத்துக்காக ராஜினாமா செய்யறது என் பார்வை யில இர்ரெலவண்ட். பூர்ஷ்வா சமூகத்துல எப்படித் தூய்மையா

யிருக்க முடியும்? பாராளுமன்ற முறை சரியா அல்லவாங்கற விஷயத்துல நமக்கு இப்பத் தெளிவு வேணும்.'

நாகராஜ் கிருஷ்ணப்பா கொடுத்த கடிதத்தைத் திருப்பித் தந்தவாறு உணர்ச்சியற்ற முறையில் தொடர்ந்தான்.

'உங்க அனுபவம் அதனாலதான் முக்கியம். நான் இன்னமும் பச்சை மனுசன். நீங்க இந்த விஷயத்துல ஒரு முடிவுக்கு வர்றப்ப எனக்குச் சொல்லியனுப்புங்க. பாஸிஸ்ட்களைத் தற்காலிகமாகத் தடுக்கப் பாராளுமன்ற வழி அவசியம்னு நிஜமாவே நீங்க நினைக்கறீங்களா? ஏன்னா என்னோட சகிப்பற்ற தன்மைகூட அட்வென்சரிஸ்ட் இன்டலஜன்ஸா இருக்கலாம். அதனால மக்களோட ஒருத்தராயிருந்த உங்களோட வழிகாட்டுதல் இப்ப தேவை.'

பேசிக்கொண்டே நாகராஜ் குழப்பத்துக்காட்பட்டதாகத் தோன்றியது. அப்படியே நின்றிருந்துவிட்டு, போய்வருகிறேன் என்றுகூடச் சொல்லாமல் புறப்பட்டுப் போனான்.

நாகராஜின் பேச்சு கிருஷ்ணப்பாவைத் தீவிரமாகப் பாதித்தது. வாழ்வின் வாசற்படியிலிருக்கும் தான் இப்போது உறுதிப்படுத்திக்கொள்ள வேண்டும். தான் முதலமைச்சராவது பாஸிஸ்டுகளைத் தடுக்க அவசியமா? அப்படிப்பட்ட விருப்பம் தனக்குள் இப்போது பிறந்ததற்குக் காரணம் இறந்துகொண்டிருக்கும் தான் அதிகாரத்தின் மூலம் வலிமையை அடைய வேண்டும் என்னும் இச்சையா? அல்லது வாரங்கல் ஸ்டேஷனில் பார்த்த அதிகாரியின் குரூர சொரூபத்தை அழிக்க வேண்டும் என்னும் ஆசையா? வீரண்ணாவின் வர்க்கத்தின் மூலம் பாஸிஸ்டுகளை எதிர்க்க முடியுமா? இப்படித் தான் கேள்வி கேட்கும்போது தன் தனிப்பட்ட சுயநலத்துக்கு ஆதரவு தருகிறேனா?

'நாகராஜ் நீ முட்டாள். பெரிய முட்டாள். உனக்கு வாழ்க்கையின் சிக்கலான வடிவமே புரியாது. இன்று இரவு ஜோதியும் அவள் தோழனும் தங்கள் தேகங்களின் ரகசிய இன்பங்களை அனுபவிக்கட்டும் என்றே நான் வீரண்ணாவின் வர்க்க நலன்களை அலட்சியத்தோடு பார்க்கிறேன்' என்றெல்லாம் கத்த வேண்டும்போலிருந்தது. 'உண்பது, தூங்குவது, சம்போகத்தில் தேகங்களை இணைப்பது, தேவியோ நீசகையோ ஏதோ சாக்கில் அவளை அடைவது, இந்த நிலையற்ற வாழ்க்கையில் இடுப்புக்குக் கீழிருக்கும் எஜமான் மென்மையடையும்போது குதிரை வாலைப் பிடித்துக்கொண்டு அலையும் உத்வேகம் இவைற்றையெல்லாம் விட்டு வேறென்ன இருக்கிறது முட்டாளே!' ஜோதி தேய்த்து விட்ட காலைத் தூக்க முயன்றபடி கிருஷ்ணப்பா மூச்சை இழுத்துப்பிடித்தான்.

○

இப்போது ஐந்தரை. ஆறு மணிக்குக் கௌரி விமானத்திலிருந்து இறங்கியிருப்பாள். நாகேஷ் அவள் வெள்ளைப் புடவை அணிந்திருந்த படத்தைப் பார்த்திருந்தான். அடையாளம் கண்டுகொண்டுகொள்வான். அவள் தன் தீவிரத்துவத்தைக் காட்டிக் கொள்ளாமல் ‘கிருஷ்ணப்ப கௌடர் எப்படியிருக்கார்?’ என்று பண்பான வார்த்தைகளில் விசாரிப்பாள். வீரண்ணாவின் காரில் அவளைக் காலதாமதப்படுத்தாமல் நேராக இங்கே அழைத்துவர வேண்டுமென்று நாகேஷுக்குத் தெரியும். அதன் பிறகு கெஸ்ட் ஹவுஸுக்கு அழைத்துச் செல்ல வேண்டும். வழியில் தன்னைப் பற்றிய எல்லாவற்றையும் நாகேஷே சொல்வான். பக்கவாதம் தாக்கியது, முதலமைச்சராக்கூடுமென்பது, ஆனால் அதற்காக ஆசைப்படவில்லை, தத்துவார்த்தரீதியில் ஒத்துக்கொள்ளலாம் என்று. விமானநிலையத்திலிருந்து இங்கே வர அரை மணிநேரமாவது வேண்டும். விமானம் தாமதமானால்? அல்லது அவளே உடைமாற்றிக்கொள்வதற்காக முதலில் கெஸ்ட் ஹவுஸுக்குப் போக வேண்டுமென்றால்?

வெளியே கார் நின்ற சத்தம் கேட்டது. அப்படியென்றால் விமானம் சீக்கிரம் வந்துவிட்டதா? யாரோ உள்ளே வந்தார்கள். பெண்ணின் காலடியோசையல்ல.

‘வணக்கம்.’

எதிரில் நின்றவர்களைக் கண்டு கிருஷ்ணப்பாவுக்கு ஏமாற்றமாயிருந்தது. வீரண்ணாவோடு நரசிம்மபட்டனும் ராமே கௌடாவும் வந்திருந்தார்கள். குழந்தைக்கென்று அடுப்பிலிருந்த பாலைக் குப்பைமேட்டில் கொட்டிய நரசிம்மபட்டன். தான் போட்டியிட்ட முதல் தேர்தலில் தன்னைத் தோற்கடிப்பதற்காக நில உரிமையாளர்கள் சார்பாகப் போட்டியிட்ட ராமே கௌடா.

மூவரும் அமர்ந்து சளசளவென்று பேசினார்கள். கிருஷ்ணப்பா பெரிய தலைவர். தேசத்தின் சேவைக்காக அவர் உடல்நலத்தை ஆண்டவன் காக்க வேண்டும் முதலானவற்றைச் சொன்னார்கள். நில உச்சவரம்பு தொடர்பாகத் தன் புரிதல் மிகக் குறைவாயிருந்ததென்றும் பலவானே பூமிக்குச் சொந்தக்காரன் என்னும் தத்துவம் இப்போது செல்லாது என்றும் கிருஷ்ணப்ப கௌடரின் போராட்டத்தால் இப்போது தான்கூடச் சிறிதளவு மடத்தின் தோட்டத்துக்குச் சொந்தக்காரனாக முடிந்ததென்றும் நரசிம்மபட்டன் சொன்னான். பிள்ளைகள் தன்னைப் போலப் பூஜைபுனஸ்காரங்களில் வாழ்க்கையைக் கழிக்க முடியுமா? அவர்களைப் படிக்கவைக்க வேண்டுமல்லவா? பட்டன் ஷிமோகாவில் வீடெடுத்திருந்தான். அவனுக்கு நீரிழிவு வியாதி வேறு. தினமும் ஊசி போட்டுக்கொள்ள வேண்டும். மடத்தை நிர்வகிக்க அவனே தன் அக்காவின் கணவரைப்

பரிந்துரைத்து நகரத்தில் குடியேறியிருந்தான். குருவின் சேவை செய்வதற்காக அவன் சொந்தச் சாகுபடிக்கென்று வைத்துக் கொண்டிருந்த பத்தேபத்து ஏக்கராத் தோட்டத்தையும் விட்டுத் தருமாறு சுவாமிகள் கேட்பதா? தன் மகனுக்கே ஆசிரமத்தைக் கொடுத்திருக்கலாம் – லட்சணமான பையன் – போகட்டும் வேண்டாம். அவருடைய அக்கா மகனுக்கே தரட்டும். அவருக்குச் சேவைசெய்வதற்குத் தோட்டமாவது வேண்டாமா? கிருஷ்ணப்ப கௌடர் போராட்டத்தால் நில உச்சவரம்புச் சட்டம் மட்டும் வராதிருந்தால் கண்டிப்பாக நரசிம்மபட்டனிடம் தோட்டம் தங்கியிருக்காது. ராமே கௌடாவுக்கும் அப்படித்தான். அந்தச் சட்டத்தால் மடத்தின் தோட்டம் சொந்தமாயிற்று. யாரோ அவர் காதில் போட்டிருந்தார்கள்: இந்தக் கிருஷ்ணப்ப கௌடர் வென்றால் உங்களுக்கெல்லாம் கையில் திருவோட்டைக் கொடுத்துப் பிச்சையெடுக்கவைப்பார் என்று. இப்போது எல்லோருக்கும் புரிந்துவிட்டது.

'நீங்க வந்த வேலை என்ன?'

கிருஷ்ணப்பாவுக்குச் சோர்வாக இருந்தது. வீரண்ணா விவரித்தான். கிருஷ்ணப்பாவின் தொகுதியில் விவசாயிகளெல்லாம் இணைந்து ஒரு பெரிய பாராட்டுவிழாவை ஏற்பாடு செய்திருக்கிறார்கள். ஏழு நாட்களும் இரவில் யக்ஷகானம் நடைபெறவுள்ளது. விவசாயிகளின் பிரச்சினைகள் பற்றிப் பகலில் உரைகள். முதல் நாள் கிருஷ்ணப்ப கௌடருக்கு லட்ச ரூபாய் வழங்கப்படவுள்ளது. ஒவ்வொரு விவசாயிடமிருந்தும் ஒன்றோ இரண்டோ ரூபாய் மட்டும் பெற்றுச் சேர்ந்த பணம் இது. முதல் நாள் கூட்டத்துக்கு முதலமைச்சரே தலைமைப் பேச்சாளர். கிருஷ்ணப்ப கௌடருக்கு உள்ள மக்கள் செல்வாக்கு எப்படிப்பட்டதென்றால் இந்த முதலமைச்சரின் எதிரி சந்திரய்யனும் இந்தக் கூட்டத்துக்கு வரும் விருப்பத்தைத் தெரிவித்திருக்கிறாராம். மொத்தத்தில் இது தேசத்தின் ஏழை விவசாயிகளுக்குப் பெரிய திருவிழாவாக அமையும். டெல்லியிலிருந்து கிருஷ்ணப்ப கௌடரது கட்சியின் தலைவரும் வர ஒப்புக்கொண்டுள்ளார். கௌடருக்கு இதை சர்ப்ரைஸாகச் செய்ய வேண்டுமென்று இத்தனை நாட்களும் அவருடைய ஆதரவாளர்கள் திரைமறைவில் இவற்றையெல்லாம் ஏற்பாடு செய்திருக்கிறார்கள்.

வீரண்ணாவின் நயமான பேச்சுக்கு வைரக் கடுக்கணிந்த பட்டனும் புதிதாகப் பற்களைக் கட்டிக்கொண்டிருந்த ராமே கௌடாவும் தலையாட்டிக்கொண்டே தங்கள் உணர்வுகளையும் பொருத்தமாக இணைத்தார்கள். பேச்சுக்கு நடுவே கிருஷ்ணப்பா, 'வீரண்ணா, கௌரி தேஷ்பாண்டேயோட விமானம் வந்துடுச்சா இல்லையான்னு விசாரிக்கறீங்களா?' என்றான்.

வீரண்ணா எழுந்து நின்றான். வெளியிலிருந்து காரின் சத்தம் கேட்க 'அவங்களே வந்திருக்கலாம். கெஸ்ட்ஹவுஸுக்கு அனுப்பிடுங்க' என்று உட்கார்ந்தான்.

'இப்ப நான் அவங்களோட பேசணும். அப்புறம் பார்க்க லாம்' என்று கிருஷ்ணப்பா வலக்கையைத் தூக்கி வணக்கம் சொன்னான். பட்டன், கௌடா, வீரண்ணா எழுந்து கைகுவித்து விட்டுப் புறப்பட்டார்கள்.

❍

கிருஷ்ணப்பாவால் தன் கண்களை நம்ப முடியவில்லை. கௌரி எதிரில் நின்றிருந்தாள். ப்ளூ ஜீன்ஸின் மேல் மெல்லிய லக்னோ ஜிப்பா அணிந்து தன் முதுகின் மேல் சிதறியிருந்த நீண்ட கூந்தலைக் கர்ச்சீப்பால் இறுக்கியிருந்தாள். அங்கங்கே வெள்ளைக் கோடுகள் கூந்தலில் தெரிந்ததை விட்டால் பழைய கௌரியே இவள். அதே ஒல்லியான உடற்கட்டு. ஒளிரும் அதே கண்கள். தீவிரத்துவத்தைச் சகித்துக்கொள்ளச் சிரித்த படியே கௌரி சொன்னாள், 'நீங்க இப்ப ஆஃப்ரிகன் பிரின்ஸ் போலத் தெரியல. தாடியால ஆஃப்ரிகன் காட்போலத் தெரியறீங்க. அறைக்குள்ளயே இருந்து இருந்து கொஞ்சம் வெள்ளையாவேற ஆகியிருக்கறீங்க . . .'

கிருஷ்ணப்பா எதுவும் பேசாமல் வீல்சேரில் உட்கார்ந் திருந்தான். அவன் கண்கள் தளும்பின. முன்பிருந்த இறுக்கம், கர்வம் தன்னிடமிருந்து மறைந்திருந்ததைக் கௌரி கவனிப்பா ளென்பது கிருஷ்ணப்பாவை அவனுக்கிருந்த உத்வேகத்தால் பாதிக்கவில்லை. அவள் அமெரிக்காவுக்குப் புறப்பட்டு நின்ற போது 'நீ எனக்கு வேண்டும். போகாதே' என்று அவன் சொல்லியிருக்கலாம். சொல்லவில்லை. அப்போது தனக்கு என்ன வேண்டியிருந்தது என்பதே அவனுக்குத் தெளிவாகாத அளவு அவனுக்கு வலிமையிருந்தது. இப்போது வலது கையை மட்டும் கிருஷ்ணப்பாவால் தூக்க முடியும். தூக்கினான். கௌரி அவன் வலப்பக்கத்தில் நின்று அவன் தலையைத் தன் வயிற் றுடன் ஒற்றிக்கொண்டு தலையின் சுருட்டை முடியை விரல் களால் கோதினாள். அவள் வயிறு ஈரமாயிருந்தது. கிருஷ்ணப்பா வின் வலது கை அவளைப் பத்திரமாகக் கட்டிக்கொண்டது. 'டெல்லிக்கு வந்ததும் ஏன் இங்கே வரல?' என்றான். 'உங்களுக்கு நான் வரணுமா வர வேண்டியதில்லயான்னு தெரியல' என்று முகுளமாகச் சொல்லித் தன் பேச்சின் தீவிரத்துவத்தைக் குறைத்துக்கொள்ளத் தமாஷ்செய்தாள் 'உங்கள் ஜம்பம் இறங்கட்டுன்னு காத்துட்டிருந்தேன்.'

❍

இருவரும் சிரித்தார்கள். கௌரி நாற்காலியில் உட்கார்ந்து அறையைச் சுற்றிலும் பார்த்தாள். ரோஜாப்பூக்களிடம் அவள் பார்வை நிலைத்ததைக் கண்டு கிருஷ்ணப்பா அவள் வீட்டு ரோஜாத் தோட்டத்தை நினைத்துக்கொண்டான். தன் வீட்டு வரவேற்பறையிலிருந்து தோட்டத்தின் ரோஜாப்பூக்களையே பார்த்தபடி கிருஷ்ணப்பா அமர்ந்திருந்த தினத்தைப் பற்றிக் கௌரி யோசித்துக்கொண்டிருந்தாள். அவன் பேச்சை அவள் வெளிப்படுத்தியதைப் போலச் சொன்னாள், 'நஞ்சப்பா இறந்துட்டாரு. இப்ப அம்மா என்னோடதான் இருக்கறாங்க.'

'வேலை பிடிச்சிருக்கா?'

'பிடிச்சிருக்கு. ரிம்போவைப் பத்தி நான் எழுதுன புஸ்தகம் அச்சாயிட்டிருக்கு.'

அதே பழைய வெட்கமும் கம்பீரமும் கலந்த விதத்தில் கௌரி பேசினாள். கிருஷ்ணப்பாவின் கண்கள் தன் முகம் முழுவதையும் அணுவளவும் விடாது உள்வாங்கியதைக் கண்டு கௌரி சின்னப் பெண்போலச் சிவந்தாள். அவன் கவனத்தை வேறு பக்கம் திருப்புவதற்காகச் சொன்னாள் 'அமெரிக்காவில் நான் ஒரு சோஷியாலஜிஸ்ட்டைக் கல்யாணம் பண்ணியிருந் தேன். கல்யாணம்னா அவனோட சேர்ந்திருந்தேன். பண்பான மனுசன். மார்க்சியவாதி. காம்பஸ்ல மார்ட்டின் லூதர் கிங்குக்கு ஆதரவா நடந்த போராட்டத்துல கலந்துகிட்டிருந்தான். நான் கூட அதுல கலந்துகிட்டேன். இப்ப அரசியல்னா எனக்கும் ஆர்வம், தெரியுமா? டெல்லியில எங்களோட குழு ஒன்னிருக்குது. நம்ம பிரதமர் சர்வாதிகாரியாகிறாருன்னு எங்களுக்குப் பயம். நீங்க ஏதாவது செஞ்சிப் பிரதமர் ஆளுங்க பதவிக்கு வராத மாதிரி பார்த்துக்கணும். நாகேஷ் எல்லாத்தையும் சொன்னார். சிச்சுவேஷன் ரொம்ப எக்ஸைடிங்கா ஆகியிருக்கு. எட்டி விஷயத்தைச் சொல்லப்போயி என்னென்னவோ சொல்லிட் டேன். நான் சிகரெட் பிடிக்கலாமா?'

பழைய கௌரிதான். உள்மனத்தில் தோன்றியதை மறைத்துக் கொள்வதற்காக என்னென்னவோ பேசிவிடுவாள். ஆத்திரமூட்டு வதற்காகச் சில சமயம் எதிரானதைச் சொல்லிவிடுவாள். பாக்கெட்டிலிருந்து சிகரெட்டை எடுத்துப் பற்றவைத்து 'நீங்க இப்பவும் புகைபிடிக்கறீங்களா?' என்றாள்.

'விட்டுட்டேன். இப்பக் குடுத்தா ஒன்னு இழுக்கறேன்' என்றான். கௌரி சிகரெட் பிடிப்பாளென்று கிருஷ்ணப்பா என்றைக்கும் ஊகித்திருக்கவில்லை. கௌரி தனக்குப் பற்ற வைத்துக்கொண்ட சிகரெட்டை 'இஃப் யூ டோன்ட் மைன்ட்' என்று கிருஷ்ணப்பாவின் உதட்டில் பொருத்தினாள்.

மாறிவிட்ட கௌரியை ஏற்றுக்கொள்ளக் கிருஷ்ணப்பா முயன்றுகொண்டிருந்தபோதே 'இப்பவும் நீங்க ஃபியூடலாவே இருக்கறீங்களா? ஐ ஹோப் யூ ஆர் நாட். நான் சிகரெட் பிடிக்கறேன்னு உங்களுக்கு ஷாக்கா இருக்கா?' என்று தலையைப் பின்னுக்குத் தள்ளிக் கூந்தலைக் கையால் தூக்கி முதுகின் மேல் போட்டுச் சிரித்தாள். இந்தத் தோற்றநிலைகூடக் கௌரியிடம் புதியது. அது இயல்பல்லவென்று தனக்குத் தோன்றியதற்குத் தன் சுபாவமே காரணமோ எனக் கிருஷ்ணப்பா யோசித்துக்கொண்டிருந்தபோது கௌரி குறும்பாக அவனைப் பார்த்துக்கொண்டிருந்தாள்.

திடீரென முகுளமாகச் சொன்னாள் 'அமெரிக்க ஆண்கள் பற்றி எனக்கிருந்த பிரமை சீக்கிரம் போயிடுச்சு. நீங்க ஃபியூடல்னு சொன்னேன். அவங்களும் பெண்கள் விஷயத்துல ஃபியூடல்தான். எட்டி மார்க்சியவாதியானாலும் அவனுக்கே தெரியாம அவன் ஃபியூடலாவே இருந்தான். இப்பவும் நாங்க ஃப்ரண்ட்ஸாவே இருக்கறோம்ன்னு வச்சுக்குங்க.'

கிருஷ்ணப்பாவின் முகம் சுண்டியதைக் கௌரி கவனித்தாள். 'உன்னை ஹர்ட் பண்ணிட்டனா?' என்று கேட்க வேண்டுமென நினைத்ததை அடக்கிக்கொண்டாள். அமெரிக்காவில்தான் திருமணம் செய்துகொண்டது கிருஷ்ணப்பாவுக்கு வலியை ஏற்படுத்தியதைக் கவனித்து அவள் மகிழ்ச்சியடைந்தாள். ஆனால் அதை வெளிக்காட்டிக்கொள்ளாமல், கௌரி 'உங்க மனைவி, மகள் எங்கே?' என்றாள்.

கிருஷ்ணப்பா ஒரு நிமிடம் பேசவில்லை. தலைகுனிந்து நிதானமாகச் சொன்னான் 'நான் என்னக்கி வேணுமானாலும் சாகலாம் கௌரி. எதுக்குப் பொய்யா உங்ககிட்ட நடிக்கணும்? மனைவின்னு ஒருத்தி இருக்கறா. ஆனால் அவளை நான் அடிக்கறேன்.'

தன்னுடைய வலி அவளுக்கும் தெரிந்திருக்கலாம். அவளும் ஊமையானாள்.

'நாகேஷ்' எனக் கிருஷ்ணப்பா அழைத்தான். நாகேஷ் மகிழ்ச்சியோடு உள்ளே வந்து படபடத்தான் 'உங்க வாழ்க்கைச் சரித்திரத்தை உங்க பாராட்டு விழா சமயத்துல வெளியிடறாங்களாம். இப்பவே நான் அதை எழுத ஆரம்பிச்சிட்டேன். பீகார்ல நடந்த ஆல் இண்டியா கிஸான் சம்மேளனத்துக்கு நீங்க ப்ரசிடென்ட் ஆனீங்கல்ல அப்ப . . .'

கிருஷ்ணப்பா சிரித்துக்கொண்டு அவன் பேச்சைத் தடுத்து 'எழுதுப்பா எழுது. சீதாவை வரச் சொல்லு. கௌரியையும்

கூட்டிட்டு வா' என்று சொல்லி, கௌரியின் ஆச்சரியத்தைக் கவனித்துவிட்டுச் சொன்னான் 'என் மகளுக்கு உங்க பேரை வச்சிருக்கறேன்.'

நாகேஷ் சற்று நேரம் கழிந்த பிறகு கௌரியை அழைத்துக் கொண்டுவந்து சொன்னான் 'சீதம்மாவுக்குத் தலைவலியாம். தூங்கிட்டிருக்காங்க. நீங்க மலைநாட்டுல ஒரு கிராமத்துல பொறந்து, ஆல் இண்டியா விவசாயிகள் தலைவரானீங்கல்ல அதுக்கு உங்க வாழ்க்கைச் சரித்திரத்துல அழுத்தம் தரணுன்னு நினைக்கறேன்.' நாகேஷின் உற்சாகமான தோரணையால் கிருஷ்ணப்பா கூச்சப்பட்டான். இதை நுட்பமாகக் கவனித்த கௌரி குழந்தையைப் பிடித்து முகத்தைத் தடவி, 'உங்க கண்ணுங்களேதான்' என்றாள்.

அம்மாவின் கவலையால் குழந்தை மீண்டும் ஊமையானதைக் கிருஷ்ணப்பா கவனித்தான். யாரும் தன்னைத் தொடுவதை விரும்பாத குழந்தை இன்று அந்நியப் பெண் ஒருத்தி – அதுவும் பான்ட் அணிந்தவள் – அணைத்துக்கொண்ட போதும் பேசாமலிருந்தது.

'ஸ்வீட் சைல்ட்' என்ற கௌரி இன்னொரு சிகரெட் பற்றவைத்தாள். வெளியில் காட்டிக்கொள்ளாவிட்டாலும் கௌரி உத்வேகம்கொண்டிருந்ததைக் கிருஷ்ணப்பா கவனித்தான்.

'நீங்க இப்ப கெஸ்ட்ஹவுஸுக்குப் போயிட்டு நாளக்கி வாங்க. உங்களுக்கு ரெஸ்ட் வேணும்' என்றான். உள்ளே அனேகமாகத் தன் மனைவி விக்கி விக்கி அழுதுகொண்டிருக்கலாம் என்று அவன் ஊகித்தான். தனக்கு மட்டும் கேட்கும்படியிருந்த இந்த அழுகை கௌரிக்கும் கேட்டிருக்கலாமோ? நாகேஷுக்கு? ஆனால் பீகாரில் விவசாயிகள் தன்னை ஊர்வலமாக அழைத்துச் சென்றதை அனேகமாகக் கற்பனைசெய்துகொண்டிருந்த உற்சாகத்தில் மிளிர்ந்துகொண்டிருந்த நாகேஷின் முகத்தைப் பார்த்துக் கிருஷ்ணப்பாவுக்கு எல்லாம் தொடர் பற்றவையாகத் தோன்றின.

'உங்களுக்கும்கூட' என்று கௌரி எழுந்து நின்று 'பை' என்று நாகேஷுடன் போனாள். குழந்தையைத் தடவியபடி கிருஷ்ணப்பா பேசாமல் உட்கார்ந்தான். ஜடமாகியிருந்த அவன் இடது கைவிரல்களும் இடது காலும் அவனுக்குத் தெரியாமலேயே இயங்குவதற்காகத் தம் பயிற்சியைத் தொடங்கின. மனைவி அழுததுகூடப் பலமாகவே கேட்டது. சாக வேண்டும் என்னும் ஆசை கிருஷ்ணப்பாவுக்கு மீண்டும் முளைத்தது.

○

மறுநாள் காலை எரியும் தீவட்டிபோலத் தெரிந்த சிவப்பு ரோஜாக்களின் கொத்தொன்றைப் பிடித்து வெள்ளைப் புடவையும் வெள்ளை ரவிக்கையும் அணிந்து மகிழ்ச்சியுடன் ஜோதி அறைக்குள் வந்தாள். முந்தைய நாளிலிருந்து அவள் பாய்ஃப்ரண்ட் வேலைக்குச் செல்லத் தொடங்கியிருந்தான். கிருஷ்ணப்பா பேசுவதற்கு முன்பாகவே அவள் 'அவர் வெளியே இருக்கிறார். தாங்க்ஸ் சொல்லிட்டுப் போலான்னு ஆட்டோவை நிறுத்திவச்சிருக்கார்' என்று கிருஷ்ணப்பாவின் ஒப்புதலைக் கண்டு வெளியே ஓடினாள். அழகான மீசை வைத்த விளையாட்டு வீரனைப் போன்ற தன் தோழனை உள்ளே அழைத்துவந்து 'எட்வின்' என்றாள். பொறாமை, மகிழ்ச்சியுடன் கிருஷ்ணப்பா அவனுக்கு வலது கையை நீட்டி 'கங்ராஜுலேஷன்ஸ்' என்றான். எட்வின் வலுவாக இவன் கையைக் குலுக்கித் தன் நன்றியைத் தெரிவித்து வேலைக்குப் புறப்பட்டுப் போனான். யோசனையிலாழ்ந்தவளாகப் பூக்களை ஜாடியில் அடுக்கியபடி நின்ற ஜோதியின் நடவடிக்கையிலிருந்த இதமான சோர்வைக் கவனித்துக் கிருஷ்ணப்பா மென்மையாகச் சிரித்து 'வேலை கிடைத்ததற்காக நேற்று செலிப்ரேட் பண்ணீங்களா?' என்றான்.

ஆமாமென்று தன் தோற்றநிலையால் மட்டும் அறிவுறுத்திப் பூக்களை அடுக்கிக்கொண்டிருந்த ஜோதி கிருஷ்ணப்பாவின் மௌனமான சிரிப்பை ஊகித்தவாறு சிவந்தாள். பொய்க்கோபத்துடன் திரும்பிக் கிருஷ்ணப்பாவை நோக்கிச் சின்னச் சின்ன அடியெடுத்துவைத்து அவன் படுத்திருந்த இடத்துக்கு ஓடிவந்து 'டோண்ட் பி நாட்டி' என்று அவன் கையை நிமிண்டித் தான் தவறுசெய்துவிட்டேனோவெனப் பயந்ததைப் போலக் கண்களை விரித்து நாக்கைக் கடித்துக்கொண்டாள்.

'பானுக்குத் தயாரா?' என்றாள். தன் வேலையின் உணர்ச்சியற்ற தோரணையில் ஜோதியின் திறன்மிக்க கை அவனைச் சுத்தம்செய்தபோது அதன் திடம், மென்மை, வேலை ஆகியவற்றால் கிருஷ்ணப்பா வியப்படைந்து குழந்தையைப் போலத் தன்னை ஒப்புக்கொடுத்தான். தான் அருவருப்படைந்த மலஜலக் கழிப்பை ஜோதி வெகுசாதாரணம் என்பதாக நிர்வகித்துவிடுவாள். அவன் உடம்பைச் சூடான துண்டால் தேய்த்த பிறகு பௌடரை உடம்பு முழுவதும் பூசி இஸ்திரிபோட்ட உடையை அணிவித்து, தலைவாரி, நாற்காலியில் உட்காரவைத்து, படுக்கைக்கு வெள்ளை பெட்ஷீட்கள் விரித்து அவனை வெளியே தள்ளிக்கொண்டு போவாள். இவ்வளவெல்லாம் அழுக்கு, கறை, மட்டமானவற்றின் காரியங்களில் அவள் ஈடுபட்டாலும் எப்போதும் சுத்தமாகத் தெரிவாள். இன்று அவள் கிருஷ்ணப்பாவுக்குப் பரிசாகக் கொண்டுவந்திருந்த செஞ்செண்பக வாசனை

கொண்ட கொலோனை இவன் அக்குள், கழுத்து, நெஞ்சில் தடவினாள். தீப்பிழம்பு போன்ற அதன் வாசனை தன்னை நெருக்கமாகத் தீண்டிக்கொண்டிருந்த சுகத்தில் கிருஷ்ணப்பா கண்களை மூடி உட்கார்ந்தான்.

‘இதோட வாசனையால உங்களுக்குத் தலைவலி வந்துடுச்சா?’ என்று அவள் சந்தேகப்பட்டபோது, ‘இல்ல. ஊர்ல ஜோயிஸ ‍்னு எனக்கு வாத்தியார் ஒருத்தர் இருக்காரு. அவர் வீட்டுப் புழக்கடையில செஞ்செண்பகமரம் ஒன்னு இருத்துச்சி. விடியற்காலையில கொரங்கைப் போல அதுல ஏறிக் குடலை நிறையப் பூப்பறிச்சு ஜோயிஸ ‍்க்குப் பூஜைக்காகக் கொடுப்பேன்’ என்றான். கண்மூடி உட்கார்ந்தபோது தன் நினைவுக்கு வந்ததை ஜோதிக்குப் புரியாதென்று சொல்லவில்லை. ஏகாதசி நாளன்று ஜோயிஸ ‍ும் ருக்மிணியம்மாவும் சாப்பிட மாட்டார்கள். அன்றைய தினம் அவர்களின் வாடிய முகங் களைக் கண்டு கிருஷ்ணப்பாவுக்கு விநோதமாகத் தோன்றும். ருக்மிணியம்மா அன்றைக்கு இவனிடம் பேசக்கூடமாட்டார். ஆனால் மறுநாள் சூர்யோதயத்துக்கு முன்பாகவே ஜோயிஸின் வீட்டிலிருந்து சங்கு, சேகண்டிகளின் சத்தம் கேட்டவுடனே சுடச்சுடத் தோசையின் வாசனையை இழுத்துக்கொண்டே கிருஷ்ணப்பா ஓடிப்போய் அவர்கள் புழக்கடையில் நிற்பான். காய்ந்த கல்லின் மேல் தோசை மாவின் சொய்ங் என்று சத்தமெழும்பும். எல்லா ஓசைகளும் அடங்கிய பிறகு சுவாமிக்கு அந்தத் தோசைகளை நைவேத்தியமாகப் படைக்கிறார்கள் என்று அர்த்தம். சற்று நேரம் கழித்துப் புழக்கடையின் திண்ணை யில் இலைபோட்டு ருக்மிணியம்மா சிரித்தவாறே துள்ளிக் கொண்டு ஓடிவரும் கிருஷ்ணப்பாவுக்காகக் காத்திருப்பார். சூடான தோசை பரிமாறித் தேங்காய்ச் சட்னி வைப்பார். தங்கள் வீட்டிலிருந்தே ஜோயிஸ ‍்க்கு ஒவ்வொரு மாதமும் கொடுக்கும் தேங்காயைக் கொண்டு செய்த காரமான சட்னி. கிருஷ்ணப்பா வயிறு நிறையத் தோசையைச் சாப்பிட்டு, இலையை எறிந்துவிட்டு, சாப்பிட்ட இடத்தைச் சாணியால் மெழுகி, பெரியம்மா தாரையாக ஊற்றும் நீரில் திண்ணையின் கீழே நின்று கைகழுவி, வீட்டுக்கு ஓடவிருக்கும்போது, குடுமியில் துளசியை முடிந்த ஜோயிஸ் வெண்பட்டு வேட்டியை உடம்பின் மேல் போர்த்திக் குளிரில் நடுங்கியபடி வெளியே வந்து கிழக்குத் திசையைப் பார்த்துக் கண்மூடி நின்று ‘பதினெட்டாம் வாய்ப்பாடு சொல்லுடா கிட்டி’ என்பார். சொல்லச் சொல்ல மெதுவாகக் கிருஷ்ணப்பா அங்கிருந்து ஓடிவிடுவான் – அடுத்துப் பத்தொன்பதாம் வாய்ப்பாடு சொல்ல வேண்டுமென்று.

ஜோதி வீல்சேரை வெயிலில் நிறுத்தியபோது கமகமத்த உடம்புக்குள் சூரியனின் கதிர்கள் நுழைந்து மிகவும் சுகமா

யிருந்தது. இதற்கிடையில் நாகராஜ் சொன்னது நினைவுக்கு வந்தது. இது தனிநபரின் நேர்மை பற்றிய பிரச்சினை மட்டு மல்ல. ஆனால் தன் மனம் நெகிழ்ந்து கடந்த காலத்தில் பயணித்து இன்பம் காணத் திட்டமிடுகிறது. தன்னைச் சுற்றி வளைத்துக்கொண்டிருக்கும் வலைகளிலிருந்து தான் வெளியே வரமாட்டோம் எனத் தோன்றியது. கௌடா, பட்டன், வீரண்ணாவின் உபாயத்தால் பாராட்டு விழாவுக்கான ஏற்பாடு கள் நடக்கின்றன. இந்த உபாயத்தை வரலாற்றுத் தேவையெனப் பார்க்கலாமல்லவா? சமூகத்தின் நலனே தனது நலன் என்று எண்ணித் தனது நலனைச் சாதித்துக்கொள்ளும்போது நாகராஜ் என்ன சொல்வான்? 'அது பொருத்தமற்ற கேள்வி' என்பான். அல்லது 'நீங்கள் பிரதிநிதித்துவப்படுத்தும் வர்க்கத்தின் நலன் சமூகத்தை இவ்வளவே முன்னுக்குச் செலுத்தும் அதிகமாகவல்ல' என்பான். 'உங்கள் நலனுக்காக நீங்கள் இதைச் செய்வதுகூட ஆச்சரியமல்ல' என்பான். தூய்மை – தூய்மையற்ற தன்மை பற்றிய பேச்சு தொடர்பற்றது என எண்ணுவான். இந்த நில உச்சவரம்புச் சட்டத்தால் பட்டனும் கௌடாவும் லாபம் அடைந்திருக்கிறார்கள். நிலமற்ற கூலிவிவசாயிகளுக்குச் சாதக மான அமைப்பைக் கொண்டுவருவது பாராளுமன்ற முறையில் முடியாது. நீங்கள் அதற்கு முற்படும்போது இந்தப் பட்டனும் கௌடனுமே எதிரிகளாவார்கள். முதலில் குத்தகைதாரர்கள் பக்கம் நின்றபோது அவர்கள் எதிரிகளாயிருந்ததைப் போலவே. பெரிய ஃபியூடல் நில உரிமையாளர்களை ஒழித்த பிறகு, இந்த முதலாளித்துவ நில உரிமையாளர்கள் உங்கள் அரசியலின் பலனாகவே தலையெடுத்து உங்களைப் பலப்படுத்த நின்றிருக் கிறார்கள். சக்கரம் இன்னும் சுழல வேண்டுமென்றால் உண்மை யில் நிலத்தில் உழைப்பவனுக்காக நீங்கள் பாடுபட வேண்டும். இப்போதைய சிக்கலில் நியோகாலனியச் சக்திகள் தேசத்தில் உருவாக்கிக்கொண்டிருக்கும் பாசிசத்தை எதிர்ப்பது இந்த முதலாளித்துவ விவசாயிகளின் வர்க்க நலனுக்கு அவசியமாக விருக்கலாம். அப்படியிருக்கும்போது அவர்களையும் வளைக்க வேண்டும். நாகராஜ் இப்படியெல்லாம் யோசிக்கவும் வாய்ப் புள்ளது. கிருஷ்ணப்பாவுக்குப் போதும் போதும் எனத் தோன்றி யது. ஜோதி தன் திருமணத்தைப் பற்றியும் திருமணத்துக்கு என்னென்ன துணி எடுக்க வேண்டும், தாலி எப்படியிருக்க வேண்டும் முதலானவற்றையும் பேசினாள். கிருஷ்ணப்பா அவள் பேச்சில் மூழ்கியவனாகக் கைகால்களைத் தேய்த்துக் கொண்டு உட்கார்ந்தான்.

०

நல்லவேளையாக சீதா வங்கிக்குப் போன பிறகு கௌரி வந்தாள். புடவையுடுத்தி, தலைக் கூந்தலைச் சாதாரண முடிச்சுப்

போட்டு இறுக்கி, தோளில் ஒரு பை மாட்டிக்கொண்டு வந்திருந் தாள். நாகேஷ் கொண்டுவந்து போட்ட நாற்காலியில் உட்கார்ந்து ஜோதிக்கு 'ஹலோ' சொன்னாள். பேசிக்கொண்டிருந்த கௌரியையே கிருஷ்ணப்பா கண் நிறையப் பார்த்தவாறு உட்கார்ந்தான். நேற்று இரவு சில வெள்ளை முடிகள் மட்டுமே தெரிந்திருந்தன. ஆனால் இப்போது முகத்தில் வயதின் அடையாளங்கள் தெரிந்தன. அதே பழைய கவர்ச்சியான கண்களைச் சுற்றித் தோலில் நுட்பமான சுருக்கங்களிருக்கின்றன. மெலிந்து திடமாக இருக்கிறாள். ஆனால் ஜோதியோடு ஒப்பிட் டால் இவள் பெரியவள். தனக்கு ஐம்பதானதால் கௌரிக்கு நாற்பதுக்கருகில் இருக்கலாம். அவள் கவனம் சுறுசுறுப்பாகவும் தெம்பாகவும் சுற்றிலும் பரவினாலும் தூக்கமில்லாத இரவுகளும் தனிமையின் பயங்களும் அவள் கண்களை நிச்சயம் பாதித்திருக் கின்றன. தாம்பத்தியத்தை முறித்துக்கொண்டபோது அவள் வாய் பேசக் கூடாதவற்றைப் பேசியிருக்க வேண்டும். மனம் தீவிரமாக யோசித்திருக்க வேண்டும். தன் முன்னேற்றத்துக்காக அவள் உழைத்த இரவுபகல்களால் முந்தைய அவளது சைகை யிலும் உணர்வுகளிலுமிருந்த விளையாட்டுதனம் நீங்கியுள்ளது.

கௌரி சிகரெட் பற்றவைத்துக் கிருஷ்ணப்பாவின் உதட்டில் பொருத்தித் தானும் ஒன்று பற்றவைத்துக்கொண்டு ஜோதியிடம் மன்னிப்புக்கேட்டு 'இவர் புகைக்கறதுக்கு உங்க அனுமதி இருக்குதல்ல?' என்றாள். 'இல்ல. ஆனால் இதொன்னு பரவா யில்ல' என்று ஜோதி கிருஷ்ணப்பாவின் உள்ளங்காலைத் தன் இரண்டு கைகளாலும் பிடித்துத் தேய்த்தவாறு உட்கார்ந் தாள். இன்னொரு பெண் நுழைந்ததால் அவள் கூச்சப்பட்ட தாகத் தெரிந்தது.

'குளியல் தொட்டியில் அவரை உட்காரவைச்சா நல்ல தல்லவா?' என்று கௌரி கேட்டாள்.

'தண்ணீர் தெரபி நல்லதுதான். ஆனால் இங்கக் குளியல் தொட்டி இல்லையே?' ஜோதி சொன்னாள்.

'வெயிட் எ மினிட். நான் தங்கியிருக்கற கெஸ்ட்ஹவுஸூல குளியல் தொட்டி இருக்கு. நான் ஃபிலடெல்பியாவுல இந்தத் தெரபியில பயிற்சி எடுத்திருக்கறேன். நானும் நீங்களும் இந்த வேலையைப் பங்குபோட்டுக்கலாமில்ல?'

கௌரியின் கேள்விக்குப் பதிலளிப்பது தன் பொறுப்பல்ல வென்று ஜோதி அமைதியாகவிருந்தாள். கௌரி தன் யோசனை யைச் செயல்படுத்துவதற்கு முன்னால் வெளியே கூடத்தில் உட்கார்ந்திருந்த வீரண்ணாவிடம் பேசினாள். கெஸ்ட் ஹவுஸில் கிருஷ்ணப்பாவுக்கு ஓய்வும் கிடைக்கும். காலையில் ஜோதியைக்

காரில் அங்கேயே கூட்டிக்கொண்டுவந்தால் போதும். காலையில் ஜோதி கவனித்துக்கொண்டால் மற்றவற்றைத் தானே கவனித்துக் கொள்வாள். கிருஷ்ணப்பா உடல்நலம் பெறுவதில் மிகுந்த அக்கறை கொண்டிருந்த வீரண்ணா இதற்கு ஒப்புக்கொண்டான். சீதாவிடமிருந்து கிருஷ்ணப்பா விலகியிருப்பது அவசியமென்று எல்லோருக்கும் தெரிந்திருந்தது. மறுநாள் கிருஷ்ணப்பாவைக் கெஸ்ட் ஹவுஸுக்குக் கொண்டுசெல்வதெனத் தீர்மானித்தார்கள்.

கிருஷ்ணப்பாவின் அம்மா சாரதாம்மாவைக் கிராமத்திலிருந்து மத்தியானம் ஒரு சிறுவன் அழைத்துவந்தான். சிகரெட் பிடித்த கௌரியைக் கண்டு அவள் திக்பிரமையடைந்து மகன் எதிரில் சென்று உட்கார்ந்தாள். எண்பது வருட எஜமானியைப் போலப் புடவை உடுத்திய தன் முதிய தாயைப் பார்த்து, ‘ஏன் இத்தனை நாளா வரல? ஒருத்தியே அங்கென்ன பண்ற? இங்கியே வந்திருக்கக் கூடாதா?’ என்று ஆத்திரம் கொண்ட குரலில் கேட்டான்.

முதியவள் சிரித்தவாறே ‘நான் என்னத்துக்குடா உனக்கு ஆக்கிப் போடணும்? கட்டிக்கிட்ட பொண்டாட்டி இல்லியா?’ என்று கேலிசெய்து மகனுக்குப் பிடித்தமான கோவைக்காய்ப் பொரியல், குழம்பு ஆகியவற்றை அன்றைக்கு இரவு செய்வதற்காகச் சமையலறைக்குச் சென்றாள்.

‘அம்மா அம்மா’ என்று கிருஷ்ணப்பா அம்மாவைக் கத்தி அழைத்தான். அவள் சமையலறையில் என்ன இருந்தது என்ன இல்லை எனப் பார்த்துத் தான் ஊரிலிருந்து கொண்டுவந்திருந்த கோணிப்பையிலிருந்து எலுமிச்சம்பழம், நாரத்தங்காய், பம்பளிமாஸ், பத்ரடை செய்வதற்கான சேப்பிலை, கோவைக்காய் ஆகியவற்றை வெளியே எடுத்து முறத்தில் அடுக்கிக்கொண்டிருந்தாள். ‘வந்துட்டேன்டா கத்தாதே’ என்று ஊரிலிருந்து கொண்டுவந்திருந்த மாவடு ஊறுகாயை எடுத்துக்கொண்டு அறைக்கு வந்தாள்.

‘புறா ரத்தத்தைத் தேய்க்கணுன்டா சரியாப்போகும். சாயங்காலம் ஏதாவது பறவை நெத்திக்கு நேராப் பறந்தா இப்படியாகுன்னு ஜோயிஸ் சொன்னாரு. அவரும் புறா ரத்தத்தால தேய்க்கணுன்னாரு. பெரியம்மா புண்ணியவதி கண்ணை மூடிட்டாங்கடா. ஒரு நாள் படுக்கையில விழல. சாப்புட்டப்பறம் பருத்திப் பெட்டி எடுத்துட்டு, ராட்டை முன்னாடி உக்காந்து சாமிக்குத் திரி நூத்துட்டேயிருந்தப்ப, அப்படியே தூங்கிக் கண்ணை மூடிட்டாங்க. இப்ப ஜோயிஸ் தனியா இருக்காரு பாவம். பெண்டாட்டி சாகறதுக்கு முன்னாடி போட்டு வச்சிருந்த ஊறுகாய்ல இதோ உனக்குப் பிடிக்குமேன்னு ஒரு ஜாடி குடுத்தனுப்பியிருக்காரு.’

சாரதாம்மா கண்ணைத் துடைத்துக்கொள்ள, கிருஷ்ணப்பா வுக்கு விக்கி அழ வேண்டும்போலிருந்தது. சமீபத்தில் உடம்பு பலவீனமடைந்து உணர்வுகளின் மீது கட்டுப்பாடு குறைந்துள்ளது. கஷ்டப்பட்டுக் கட்டுப்படுத்திக்கொண்டான். அம்மாவும் அப்படியே யாரும் இல்லாதபோது கண்ணை மூடிவிடுவா ளெனப் பயந்தான்.

'நீ இனிமே இங்கருந்து போகக் கூடாது. இங்கயே இருக்க ணும்' என்றான். சாரதாம்மா பொய்க் கோபத்தோடு 'என்ன இருக்குன்னு நான் இங்க இருக்கணும்? இந்த வீட்டைச் சுத்தி முத்தியும் ஒரு பிடி மண்ணு கிடைக்கல. ரெண்டு நாளைக்கும் அதிகமாக நான் இங்க இருக்கலப்பா. உன் வயலிருக்குல்ல அதைப் பாதுகாத்து வச்சிருக்க வேண்டாமா? யாருக்காவது விவசாயத்துக்குக் குடுத்தா அவன் நாளைக்கு அது தன்னுது தாம்பான். அதென்னமோ சட்டத்தை நீதான் கொண்டுவந்தி யாமே. அனுபவிக்க வேண்டியிருக்கும்' என்றாள்.

'ஒரு பிடி மண்ணு கிடைக்கல' என்ற அம்மாவின் பேச்சு கிருஷ்ணப்பாவைக் குத்தியது. இங்கிருப்பதைவிடக் காந்தி பஜார் வீட்டில் அதிகம் ஜீவனிருந்தது. அம்மா அதை அதிகம் விரும்பி னாள்.

அம்மாவும் மகனும் உட்கார்ந்து எதையெதையோ நினைவு படுத்திக்கொண்டு ஓய்வாகக் கிராமத்துச் செய்திகளைப் பேசிய தைக் கேட்ட கௌரி மிகவும் மகிழ்ச்சியடைந்தாள். சமையலறை யில் கழுவாமல் கிடந்த பாத்திரங்கள் பேச்சின் நடுவே அம்மா வுக்கு நினைவுவந்து பரபரத்ததைக் கவனித்துக் கௌரி தானே எழுந்து போய்ச் சமயலறையை ஒழுங்குபடுத்தினாள். 'அதென்ன பொண்ணோ பீடி குடிக்குது' என்றாள் சாரதாம்மா. 'நீ புகையிலை போடலையா?' என்று கிருஷ்ணப்பா சிரித்தான். 'சரி நல்லவளாத்தான் தெரியறா' என்று மீண்டும் ஊர்ச் செய்திகளுக்குத் திரும்பினாள். எந்தப் பெண் பூப்படைந்தாள், மாடுகளுக்கு என்ன வியாதி வந்தது, இந்தமுறை பாக்குமரத்துக் வரும் நோய் எப்படியிருந்தது, யாருக்குக் குழந்தை பிறந்தது, எந்தக் கல்யாணத்தில் சம்பந்திகளுக்குள் அடிதடி ஏற்பட்டது முதலானவை ... பேச்சுக்கு நடுவே திடீரெனப் பெருமூச்சுவிட்டுச் சொன்னாள், 'பாவம் ஜோயிஸ் ஒவ்வொரு நாள் சமைச்சுக் கறதே இல்லடா. நானே போய் அவரோட மாட்டைப் பீச்சித் தர்றேன். அதைக் காய்ச்சிக் குடிச்சுடுவாரு. அவ்வளவுதான்.'

மாமா வீட்டிலெல்லாம் எப்படியிருக்கறாங்க . . ?

'ஐயோ அது பெரிய கதை ...' என்று அந்தப் புராணத்தை விடுவித்தவாறு உட்கார்ந்தாள்.

மாலையில் சீதா வேலையிலிருந்து திரும்பி வந்தபோது மகள் பாட்டியின் மடியில் உட்கார்ந்திருந்ததைக் கண்டு தெம்படைந்தாள். ஆனால் அறையில் உட்கார்ந்திருந்த கௌரியைப் பார்த்துச் சிடுசிடுத்துக்கொண்டு நேராகச் சமையலறைக்குச் சென்றுவிட்டாள். கிருஷ்ணப்பாவிடம் கௌரி சொன்னாள், 'பாவம் தப்பு அவளுதல்ல. எல்லோரும் சேர்ந்து அவளுக்கு இன்செக்யூரா தோனுற மாதிரி செஞ்சிருக்கறீங்க' கிருஷ்ணப்பா ஒத்துக்கொண்டான். இப்படி விளக்கமளித்துத் தன் கூச்சத்தைக் குறைத்ததற்காகக் கௌரிக்கு நன்றியுள்ளவனானான். கௌரி எழுந்து தானே சீதாவிடம் பேசுவதற்காகச் சமையலறைக்குச் சென்றாள்.

○

'சலாம் கௌடருக்கு சலாம். நம்ம தலைவரோட ஆரோக்கியம் எப்படியிருக்குது?' என்று கிருஷ்ணப்பாவின் கட்சியைச் சேர்ந்த அப்துல் ரஹ்மான் தொப்பியைக் கழற்றி நாடகத்தனமாக வளைந்து நாற்காலியை இழுத்துப்போட்டுக் கிருஷ்ணப்பாவின் பக்கத்தில் உட்கார்ந்தான். பழைய காலத்து மைசூரின் பணக்காரக் குடும்பத்தைச் சேர்ந்த பண்பான மனிதன். நீண்ட கோட் அணிந்து, தெம்பாக, பணிவோடு, இரக்கத்தின் சாயலற்ற குரலில் பேசும் ரஹ்மான் கிருஷ்ணப்பாவுக்குப் பிடித்தமான ஆள். படாடோப வாழ்க்கையில் சொத்தெல்லாம் கரைந்து இப்போது ரஹ்மான் பீடிசுற்றும் தொழிலாளர்கள் சங்கத்துக்குத் தலைவன். வீட்டுக்கு வந்தவர்களுக்கு வெறுமனே டீ மட்டும் கொடுப்பதிலிருந்து இப்போதும் அவன் பெருந்தன்மையை ஊகிக்கலாம். பார்க்க வெள்ளையாயிருந்த ரஹ்மான் பாதி நகைச்சுவையாகவும் பாதி ஜம்பமாகவும் தன் முன்னோர்கள் சுத்தமான பாரசீகர்களென்று பெருமையடித்துக்கொள்வதைக் கேட்பதில் கிருஷ்ணப்பாவுக்கு மிகுந்த மகிழ்ச்சி.

கிருஷ்ணப்பா, ரஹ்மான் நட்பு இறுகியதற்கு ஒரு பின்னணியிருக்கிறது. மூன்று வருடங்களுக்கு முன்னால் சிக்கமகளூரில் கலவரம் ஏற்பட்டது. விநாயகர் ஊர்வலம் தங்கள் மசூதிக்கு எதிரில் தொழுகை நேரத்தில் சத்தமெழுப்பிக்கொண்டு வந்ததற்கு முஸ்லிம்கள் கல்லெறிந்து எதிர்ப்பு தெரிவித்தார்கள். இதற்கு எதிர்வினையாக முஸ்லிம்களின் குடிசைகளுக்குத் தீவைக்கப்பட்டது. மசூதியில் வெடிமருந்தையும் குண்டுகளையும் மறைத்து வைத்திருந்தார்களென்று வெவ்வேறு இடங்களில் கலவரம் நடந்தது. எத்தனையோ ஜனங்கள் அதனால் இறந்தார்கள். முஸ்லிம் தம்பதிகள் தங்கள் நான்கு குழந்தைகளோடு வந்துகொண்டிருந்த காரைப் பட்டப்பகலில் நகரத்து வீதியில் நிறுத்தி, காரின் மேல் பெட்ரோல் ஊற்றி அவர்கள் நடுவீதியிலேயே

எரிக்கப்பட்டார்கள். குரான் பிரதிகள் நாற்சந்தியில் நெருப்பில் வீசப்பட்டன.

இந்தச் சமயத்தில் எல்லா அரசியல்வாதிகளும் அமைதி, கட்டுப்பாடு, சகோதரத்துவம் பற்றி வெற்றுப் பேச்சுகளை மட்டும் பேசிக்கொண்டிருந்தபோது கிருஷ்ணப்பா சிக்கமகளூருக்குப் போய் வந்து முஸ்லிம் மக்களுக்குத் தீங்கு விளைவித்த இந்துக்களைத் தெளிவான வார்த்தைகளில் கண்டித்தான். இந்த அறிக்கை எல்லோரையும் வாயடைக்கச் செய்தது. கிருஷ்ணப்பாவைக் கொன்றுவிடுவதாகப் பயமுறுத்தல் கடிதங்கள் எல்லாப் பக்கங்களிலிருந்தும் வரத் தொடங்கின. முஸ்லிம்கள் எப்படியும் ஆளும் கட்சிக்கே வாக்களிக்கும்போது நாம் இந்த வகையில் அறிக்கைவிடுத்து இந்துக்களின் வாக்குகளை இழப்பது முட்டாள்தனமல்லவா என்று கட்சி ஆட்களும் கிருஷ்ணப்பாவைக் கேலிசெய்தார்கள். அனேக உடன்படிக்கைகளைச் செய்து கொண்டு மென்மையடையத் தொடங்கியிருந்த கிருஷ்ணப்பா இந்தச் சம்பவத்தால் மீண்டும் பொங்கியெழுந்தான். முந்தைய நிஷ்டூரமான நிலைப்பாட்டை மீண்டும் எடுத்தான். மக்களால் வெறுக்கப்படுபவனாகும் தைரியமில்லாதவன் அரசியல் தலைவனாக முடியாது என்பதை நாட்டுக்கு நிரூபித்தான்.

இந்தச் சம்பவத்துக்குப் பிறகு இந்தப் பக்கம் அடிப்படைவாத முஸ்லிம்களால் இந்துக்களின் ஜால்ரா என்றும் குடிக்கிறானென்றும் திட்டுவாங்கி, அந்தப் பக்கம் இந்துக்களின் சந்தேகத்துக்கும் ஆட்பட்ட ரஹ்மான் கிருஷ்ணப்பாவைச் சகோதரன்போலப் பாவிக்கத் தொடங்கினான்.

இன்று கிருஷ்ணப்பாவைப் பார்க்க வந்த ரஹ்மான் தன் தொப்பியைத் தொடைமேல் வைத்துக்கொண்டு எந்த இரக்க உணர்ச்சியுமற்ற மென்மையான வார்த்தைகளில் அரசியல் நிலைமையை விவரித்தான். அவனைப் பொறுத்தவரையில் முக்கியமாக நாட்டின் முஸ்லிம்கள் பிரதமரின் பக்கம் இருப்பதால் இங்கேயும் முதலமைச்சருக்கு எதிரான குழுவில் இருக்கிறார்கள். இன்னும் சில நாட்களில் நாடு முழுவதிலும் ஆளும் கட்சி உடையப்போகிறது. அப்போது பிரதமரைச் சேர்ந்தவர்கள் சட்டமன்றத்தில் அதிகமிருப்பார்கள். இப்போதைய முதலமைச்சர் இவர்கள் கட்சியின் ஆதரவில்லாமல் ஆள முடியாது. இவர்கள் கட்சி ஆதரவளித்தாலும் ஐந்தே ஐந்து பேர் மட்டும் பிரதமர் ஆதரவாளர்களைவிட அதிகமிருப்பார்கள். அதனால் உறுப்பினர்களைத் தக்கவைத்துக்கொள்ள நிறையப் பணம் கொடுக்க வேண்டியிருக்கும்.

‘அப்படின்னா நான் என்ன செஞ்சா சரியாயிருக்கும் ரஹ்மான்.’

ரஹ்மான் கண்களைச் சிமிட்டினான். ‘உங்களை சீஃப் ஆக்கறதுக்கு வீரண்ணா பணத்தை இறைக்கிறான். குறுக்கு வழியில் வந்த பணம்தானே! இறைக்கட்டும் விடுங்க. நீங்க கண்ணை மூடிக்கிட்டிருங்க’ என்றான். அதன் பிறகு முகுளமாக ஆங்கிலத்தில் பேசினான், ‘பிரதமர் சர்வாதிகார வழியில் போகிறார். அதனால் நாட்டின் பிரச்சினை முக்கியம். அந்தக் குழுவும் நம் ஆதரவைக் கேட்கிறது. நம்முடையது சிறிய கட்சி யானாலும் கௌடருக்கு ஆல் இண்டியா இமேஜ் இருப்பது அவர்களுக்குத் தெரியும். அவர்கள் சோஷலிசம் பேசுவதால் நம் கட்சியில் சிலரது பாசம் அங்கேயிருக்கிறது. ஆனால் இப்போதைய முதலமைச்சரை ஆதரித்தால், அவன் அதிகம் பலமற்றிருப்பதால் கௌடர் தலைமையிலான அமைச்சரவைக்கு அவனை ஆதரவளிக்கச் செய்வதும் முடியும். அவனும் அடுத்த தேர்தல்வரை இதற்கு ஒத்துக்கொள்வான். திருடன். ரகசிய மாகப் பிரதமரின் கட்சியில் தானிருப்பதற்கு முயன்றுகொண் டிருக்கிறான். ஆனால் அவன் எதிரிக்கு இது விருப்பமல்ல. நம் முன்னால் இருக்கும் கேள்வி: ஐந்து பேரை இந்தப் பக்கம் தக்கவைத்துக்கொண்டிருப்பது எப்படி? இந்தப் பின்னணியில் கௌடரின் பாராட்டுவிழா முக்கியமானது. முதலமைச்சர் அன்று பேசப்போகிறான். அதன் பிறகு சட்டமன்றம் கூடும். அன்று எல்லாம் தீர்மானமாக வேண்டும். கௌடர் எதுவும் குழப்பிக்கொள்ளாமல் ஓய்வெடுத்துக்கொள்ள வேண்டும். கௌடரின் தலைமையில் அரசாங்கம் அமைப்போம் என்றால் பிரதமரின் கட்சியைச் சேர்ந்த சில இளம் உறுப்பினர்கள் – சுமார் பத்துப் பேர் – இந்தப் பக்கம் வர வாய்ப்பிருக்கிறது. அதனால்தான் இந்த முதலமைச்சர் திருடன் நம் கட்சி ஆட்சியமைத்தால் ஆதரவளிக்கிறேனென்று கவர்னரிடம் போய்ச் சொல்லத் தயாராயிருப்பதாகத் தெரிகிறது. இதற்குள்ளாகவே கையெழுத்து வேட்டை ஆரம்பமாகியிருக்கிறது. ஆளும் கட்சி உடைவதற்காக எல்லோரும் காத்திருக்கிறார்கள் . . .’

‘மொத்தத்துல இதெல்லாம் அசிங்கம்னு எனக்குப் படுது ரஹ்மான்.’

‘அசிங்கன்னு நெனச்சிட்டா காரியமாகுமா கௌடரே?’ ஆங்கிலத்தில் பேசிக்கொண்டிருந்த ரஹ்மான் கன்னடத்தில் சொன்னான். தான் சொல்வது வேடிக்கையாகத் தெரிய வேண்டு மென்னும்போதெல்லாம் ரஹ்மான் ஆங்கிலத்திலிருந்து கன்னடத் துக்கு மாறிக்கொண்டிருந்தான்.

‘இப்படிப்பட்ட சூழ்நிலையில என்ன சாதிக்க முடியுன்னு எனக்குச் சந்தேகம்.’

‘அடுத்த தேர்தல் நேரத்துல பிரதமர் ஆளுங்க ஆளக் கூடாது. அதுதான் நம்ம குறிக்கோள். ஆண்டாங்கன்னா அவங்க அதிகாரம் நூறு வருசத்துக்கு உறுதியாயிடும். ஆனால் நீங்க முதலமைச்சரானா பிரதமரோட கட்சி பலமடையாது. கெளடரே நான் சொல்றேன். நீங்க ஆட்சிக்கு வந்தவுடனே முதல்ல நில உச்சவரம்பைக் குறையிங்க. ரண்டாவது, குத்தகைக் காரங்களுக்குக் குறைந்தபட்சக் கூலி நிர்ணயம் பண்ணுங்க. அப்பப் பிரதமர் பக்கம் போயிருக்கற பைத்தியக்காரங்கள்ல பல பேர் உங்க பக்கம் வருவாங்க. அது இந்தத் திருடனுக்கும் தெரியும். நம்மைப் பயன்படுத்திக்கிட்டுத் தானே முதலமைச்சரா இருக்கறதுக்குப் பார்ப்பான். நம்ம வீரண்ணா அதையெல்லாம் பார்த்துக்குவாரு. நீங்க இப்போதைக்குக் கண்ணை மூடிக்கிட்டு உடம்பைத் தேத்திக்குங்க. மத்ததை எங்ககிட்ட விட்டுடுங்க. இப்ப அதிகாரத்தைப் பிடிக்கிறது முக்கியம். நாகராஜை நான் ஒத்துக்கவைக்கிறேன். நீங்க பெரியவங்களாவே இருக்கணுன்னு எங்களுக்கெல்லாம் விருப்பம்.’

‘சரி ரஹ்மான். அமைச்சரவையில முப்பது அல்லது முப்பத்தஞ்சி பெருச்சாளிகளைச் சேத்துக்கணுமில்ல?’

‘பொறுத்துட்டிருங்க கெளடரே. கட்சி உடையட்டும். நம்ம திருடன் பக்கத்தவங்க காலைப் பிடிச்சிட்டுச் சொன்னபடி கேக்கற மாதிரி செய்வோமில்ல. தன்னோட எதிரி முதலமைச்சராகாமயிருந்தா போதும் அவனுக்கு. இப்ப நான் போகட்டுமா கெளடரே?’

ரஹ்மான் அன்போடு கிருஷ்ணப்பாவின் கையைப் பிடித்து அழுத்திவிட்டுப் புறப்பட்டுப் போனான்.

❍

மஹேஸ்வரய்யாவின் முகம் அமைதியாயிருந்தது. ஆனால் நாகேஷ் ஆவேசத்துடனிருந்தான். தான் சொல்வதா மஹேஸ்வரய்யாவே சொல்ல வேண்டுமா எனப் புரியாமல் அவன் திகைத்து நின்றான். மஹேஸ்வரய்யா சமையலறையி லிருந்த சீதாவை அழைத்தார். ‘என்ன?’ என்று இறுக்கமாக வந்த சீதாவின் கையில் பத்தாயிரம் ரூபாய்க்கான டிராஃப்ட்டைக் கொடுத்து ‘வீடு கட்றதுக்கு’ என்றார்.

நின்றுகொண்டிருந்த சீதா நாற்காலியில் சரிந்தாள். அவளுக்கு என்னவென்று புரியவில்லை.

‘குதிரை ரேஸ்ல ஐம்பதாயிரம் கிடைச்சது. அவ்வளவு பணத்தை இந்த முதிய வயசுல எப்படிச் செலவு பண்றது? நான் பெங்களூருக்கு வர்றப்ப தங்கறதுக்கு ஒரு வீடு வேணு

அவஸ்தை ஃ 179 ஃ

மல்ல? உங்களுக்கு ஒரு சைட் இருக்குதுன்னு நாகேஷ் சொன்னான்' என்று கிருஷ்ணப்பாவின் பக்கம் திரும்பி 'பணத்தைத் திருப்பித் தந்தா வீரண்ணா வாங்கிக்கமாட்டாருன்னு நாகேஷ் சொன்னான். அவரோட ஹாஸ்டல் ஃபன்டுக்குன்னு பதினைஞ்சாயிரம் எழுதியிருக்கறேன். எடுத்துக்கோ' என்று இன்னொரு டிராஃப்டை மேஜைமேல் வைத்தார்.

'நாகேஷ் ஒரு சிகரெட் இழுக்கறேன் குடு.'

நாகேஷ் அவருக்குத் தன் வில்ஸ் சிகரெட்டைக் கொடுத்தான். மஹேஸ்வரய்யா பற்றவைத்து 'கௌரி எங்கே? வந்திருக்கறாராமே?' என்று பின்னால் திரும்பிக் கௌரியைக் கவனித்து 'வணக்கம்' என்றார். கௌரியைக் கண்டு அவர் கண்கள் ஒளிர்ந்தன.

நாகேஷ் கட்டுப்படுத்திக்கொள்ள முடியாமல் சொன்னான் 'பாருங்க கௌடரே நான் எவ்வளவு வேண்டான்னாலும் கேக்காம எனக்கு இரண்டாயிரத்தைந்நூறு கொடுத்தாரு. உங்க நர்ஸுக்குக் கல்யாணப் பரிசுன்னு இரண்டாயிரத்தைந்நூறுக்கு டிராஃப்ட் குடுத்திருக்காரு. பத்தாயிரம் கடன் இருந்ததாம். செக் அனுப்புனாரு. அவரோட செலவுக்கு வெறும் பத்தாயிரம் வச்சிட்டிருக்காரு . . .'

சமையலறையிலிருந்து வந்துகொண்டிருந்த கிருஷ்ணப்பாவின் அம்மாவைக் கண்டு மஹேஸ்வரய்யா எழுந்து நின்றார்.

'நல்லாயிருக்கறீங்களா?' என்று சாரதாம்மா தரையில் உட்கார்ந்தாள். ருக்மிணியம்மா இறந்த முறையைச் சொன்னாள்.

'இனிமே குதிரை சகவாசத்தை விட்டுட்டேன்டா. தார்வாட் பக்கத்துல ஒரு குடிசை இருக்குது. கொஞ்சம் தோட்டமிருக்குது. அங்க போய் இருக்கறேன்.'

ஜோதிக்கான டிராஃப்டைக் கிருஷ்ணப்பாவுக்கு எதிரிலிருந்த மேஜைமேல் வைத்தார். அவர் மிகவும் களைத்திருந்ததாகத் தெரிந்தது. அவருக்குத் தன் பெருந்தன்மையைப் புகழ்வதைக் கேட்டுக்கொள்ளப் பிடிக்காதென்று கிருஷ்ணப்பாவுக்குத் தெரியும்.

'கிருஷ்ணப்பா, உன் ஊருல உனக்கு அதென்னவோ பாராட்டு விழாவாமே? அதுக்கு முந்தின நாளே நான் வந்துடறேன். சரிதானே?'

மஹேஸ்வரய்யா எழுந்து நின்று 'நாகேஷ் போகலாம் வாடா' என்று மற்றவர்கள் பேசுவதற்கு முன்பே அவனுடன் போய்விட்டார்.

சீதா திடீரென்று எழுந்தாள். சரசரவெனப் போய் வாசலில் நின்று மஹேஸ்வரய்யாவை அழைத்தாள்.

'எனக்குப் பணம் முக்கியமல்ல. என் தாலி பலமாயிருந்தா போதும். இந்தப் பணம் வேணாம். வாங்கிக்குங்க' என்றாள்.

அவள் குரலின் நம்பகத்தன்மையைக் கவனித்து மஹேஸ்வரய்யா 'உன் புருஷன் ரொம்பப் பெரியவம்மா. அவனை நீ வளரவிடணும். என் பணமும் அவன் பணமும் வேறயல்ல. வச்சிக்க' என்றார்.

'பெரிய மனுஷனோட பெண்டாட்டியாயிருக்கறதோட கஷ்டம் உங்களுக்கென்ன தெரியும்? எல்லாரும் என்னை எவ்வளவு மட்டமா பாக்கறாங்கன்னு எனக்குத் தெரியாதா?'

சீதா விக்கிவிக்கி அழத் தொடங்கியதைப் பார்த்து மஹேஸ்வரய்யா வாசலுக்கு வந்து 'உன் கஷ்டம் எனக்குத் தெரியுதும்மா. அவனுக்கும் தெரியவரும். தெரியறதுக்குக் கொஞ்சம் அவகாசம் குடு அவ்வளவுதான்' என்றார்.

நாகேஷ் அழைந்துவந்த ஆட்டோவில் தார்வாட் பஸ் பிடிக்கப் புறப்பட்டுப் போனார்.

○

சீதா வாசலில் நின்று மஹேஸ்வரய்யா போன திசையை வெறித்துப் பார்த்துக்கொண்டிருந்தபோது கௌரி ஆங்கிலத்தில் கிருஷ்ணப்பாவிடம் சொன்னாள். 'மஹேஸ்வரய்யா செய்திருப்பது அன்ஃபேர். உங்கள் மனைவியைத் தன் பெருந்தன்மையால் அவர் க்ரஷ் செய்திருக்கிறார்.' என்ன சொல்வதெனப் புரியாமல் கிருஷ்ணப்பா ஒரு கணம் உட்கார்ந்திருந்தான். அதன் பிறகு சொன்னான், 'இதைத் தாங்கிக்கொள்ள முடியாமல் அவள் வேதனைப்படலாம். அல்லது வேதனைப்படுவாளா என்றும் எனக்குச் சந்தேகம். இவளுக்குப் பேறு பார்ப்பதற்காக வந்த என் அம்மாவுக்கு ஒரு புடவை எடுத்துத்தரச் சொன்னால் அதைக்கூட இவள் செய்யவில்லை. ரொம்ப ஸ்டிஞ்சி உமன். பணத்திலும் ஸ்பிரிட்டிலும்.'

அவ்வளவு எளிதாக மனைவியை இன்னொருத்தியின் எதிரில் அவன் நிந்தித்ததால் கிருஷ்ணப்பாவைவிடக் கௌரியே அதிகம் ஆச்சரியமடைந்து கோபப்பட்டதாகத் தெரிந்தது.

'நீங்கள் இவ்வளவு கேவலமாகப் பார்க்கிற பெண்ணோடு ஏனிருக்கிறீர்கள்? உங்கள் கர்வத்தை வளர்த்துக்கொள்ள வேண்டுமென்றே நீங்கள் உங்களைவிடக் கீழான பெண்ணைத் தேடிக் கல்யாணம் செய்துகொண்டிருக்கிறீர்கள்.'

கௌரியின் பேச்சால் கிருஷ்ணப்பா அதிர்ந்தான். வாய்மூடி அவன் உட்கார்ந்திருந்தபோது சீதா யாரையும் ஏறெடுத்துப் பார்க்காமல் நேராகச் சமையலறைக்குப் போனாள். சாப்பாடு பரிமாறக் கிருஷ்ணப்பாவின் அம்மாவுக்கு உதவினாள். குழந்தை அதுவரை விழித்திருந்ததைப் பார்த்து அவளைத் தூங்கச்செய் வதற்காகக் கௌரி எழுந்து நின்றாள்.

○

நகரத்திலிருந்து சுமார் பத்து மைலுக்கு அப்பால் வீரண்ணா வின் பண்ணையில் கெஸ்ட் ஹவுஸ் இருந்தது. கெஸ்ட் ஹவுஸுக்குப் பின்னாலிருந்த கற்பாறைகளை அப்படியே வைத்துக்கொண்டு உருவாக்கப்பட்ட அழகான லேண்ட்ஸ்கேப் பைக் கொண்டிருந்தது. முன்பக்கம் போனால் தென்னை, எலுமிச்சை, ஆரஞ்சு, சப்போட்டா, மாதுளை, கொய்யா, சம்பை, நாவல், பலா, மா முதலான எல்லா வகைப் பழ மரங்களும் இருந்தன. கெஸ்ட் ஹவுஸுக்கு எதிரே திராட்சைத் தோட்டமிருந்தது. ஓடு வேய்ந்த அதிநவீனமாகத் தயாராகியிருந்த இந்த வீட்டுக்கு இரண்டு பக்கங்களிலும் வண்ண வண்ணமான, மெலிந்த சீன மூங்கில் குத்துகளிருந்தன. பழத்தோட்டத்துக்குப் பக்கத்தில் நீச்சல்குளமிருந்தது. குதிரைச் சவாரியில் விருப்ப முள்ளவர்களுக்கென்று அழகான, கச்சிதமான உடம்பைக் கொண்ட வெள்ளைக் குதிரை ஒன்றை வீரண்ணா வளர்த்தான். வீட்டுக்கு எதிரிலேயே தெரியுமாறு சுற்றிலும் வேலி அடைத்த புல்லை இரண்டு மான்கள் மேய்ந்துகொண்டிருந்தன. இந்த வேலிக்கு அப்பால் இரண்டு பெரிய கூண்டுகளில் மயில் கூட்டம் ஒன்றிருந்தது. இப்படிக் கிராமத்தின் அழகையும் நகரத்தின் வசதிகளையும் ஒருங்கே பெற்ற இந்தக் கெஸ்ட் ஹவுஸுக்குக் கிருஷ்ணப்பா வந்தது இது முதல்முறையல்ல வென்றாலும் இந்தமுறை வந்தபோது அதன் தூய காற்றால் உத்வேகமடைந்தான்.

கிருஷ்ணப்பாவோடு அவன் அம்மா, நாகேஷ், கௌரி தேஷ்பாண்டே மட்டும் வந்திருந்தார்கள். வங்கிக்கு விடுமுறை கிடைத்த நாட்களில் மட்டும் சீதாவால் அங்கே வர முடிந்ததால் தும்கூரிலிருந்த அவளுடைய விதவைத் தாயாரை அவளோடு வந்திருப்பதற்கு அழைத்துவர ஏற்பாடாகியிருந்தது. கிருஷ்ணப்பா வின் மன அமைதிக்கு அது அவசியமென்று எல்லோருக்கும் தெரிந்திருந்தது. மகளை ஒரு நாள்விட்டு ஒரு நாளாவது பள்ளிக் கூடம் முடிந்த பிறகு அழைத்துவருவதாக வீரண்ணா சொல்லி யிருந்தான்.

தனிமையை விரும்பிக் கிருஷ்ணப்பா இங்கே வந்திருந் தாலும் தினமும் தன்னைப் பார்க்க வந்துகொண்டிருந்த ஜனங்

களில்லாமல் அவன் சலிப்படைந்தான். அனேகமாக இறந்து கொண்டிருக்கும்போதும் கும்பல் கும்பலாக ஜனங்கள் தன்னைப் பார்க்க வந்ததால் தான் இன்னமும் முக்கியமான ஆளாக இருப்பதாகக் கிடைத்துக்கொண்டிருந்த சமாதானத்துக்கும் இங்கே வாய்ப்பு குறைந்திருந்தது. குன்றிக்கொண்டிருந்த தன் உடல்நலமும் வலிமையும் இறங்குமுகமான இந்தக் காலத்தில் வீரண்ணாவின் மூலம் தனக்குக் கிடைத்துக்கொண்டிருந்த மரியாதை, உபசரிப்பு, வசதிகள் தனக்குள் இன்னும் வாழும் ஆசையைத் தக்கவைத்திருக்கின்றன எனப் புரிந்து கிருஷ்ணப்பா துக்கப்பட்டான். இப்படிப்பட்ட வசதியையும் மக்கள் ஆதரவை யும் தனக்குப் பெற்றுத்தந்துகொண்டிருந்த அநீதியான அமைப்புக் கும் தான் உயிர் வாழ்ந்திருப்பதற்கும் எவ்வளவு இறுக்கமான தொடர்பிருக்கிறதென்று வியப்படைந்தான். முதலமைச்சர் பதவி தனக்கு வேண்டாமென்னும்போதே, இப்படிச் சொல்வதா லும் அதை அனேகமாக உறுதிப்படுத்திக்கொண்டே, தன்னை அந்த இடத்துக்குக் கொண்டுவர மற்றவர்களெல்லாம் செய்து கொண்டிருந்த உபாயத்தால் தன் முக்கியத்துவத்தை அனுபவித்துக் கொண்டே எப்படித் தன் உயிர் சக்தி கூர்மையடையத் திட்டமிடுகிறது! நாகராஜுக்கு இவன் எழுதிக்கொடுத்த சட்டமன்ற உறுப்பினர் பதவியின் ராஜினாமாக் கடிதம் சட்டைப் பையிலிருந்தது. எதிர்காலத்தைப் பற்றி மஹேஸ்வரய்யா சொன்னதும் சதா நினைவுக்கு வந்துகொண்டிருந்தது. இந்த அமைப்பையே பயன்படுத்திக்கொண்டு தான் முதலமைச்சராக வேண்டும் என்னும் ஆசை உண்மையானதா? அல்லது இவற்றை யெல்லாம் தியாகம்செய்து ஊழலின் ஊற்றுக்கண்களிடமிருந்து விலகியிருந்து மக்கள் நலனையும் தன் அந்தரங்க நலனையும் தன் சாவுக்கு எதிரில் மீண்டுமொருமுறை சாதிக்க வேண்டு மென்னும் கவர்ச்சி உண்மையானதா? முன்பொருமுறை பைராகி பதில் தரத்தக்க கேள்வியை அவனிடம் கேட்க முடியாமல் தோற்றது நினைவுக்கு வருகிறது. மீண்டும் இப்போது அப்படிப் பட்டதேயான தெளிவற்ற நிலையில் இருக்கிறான்.

அனேகமாகக் கேள்வியே இல்லை. தர்மசங்கடங்கள் உண்மையல்ல. அப்படிச் செய்யலாமா இப்படிச் செய்யலாமா எனக் கேட்டுக்கொள்ளும்போது நமது ஆழமான ஆசை இரண்டு திசைகளிலும் சமமான வலிமையுடன் இழுபட்டுக்கொண்டிருக் கிறதோ என்பதுதான் சந்தேகம். நம் உயிர் சக்தியை இரண்டு திசைகளில் ஒன்று அதிகமாக இழுத்தால் அப்போது தர்மசங்கடம் உண்மையல்ல. அது ஏக்கம். அரிப்பு. நமக்கு நாமே நன்றாகத் தோன்ற வேண்டுமென்னும் மோகம்.

வீரண்ணா ஒதுக்கித்தந்துள்ள இந்த வளாகம் தனக்கு மிகவும் விருப்பமில்லாதிருந்தால் அதற்குத் தான் ஆட்பட்டே

யிருக்கமாட்டோம் என்று பெருமூச்சுவிடுகிறான். ஆனாலும் தொந்தரவு ஏற்படுகிறது. நாகராஜ் தன் ராஜினாமாவைத் தபாலில் சேர்க்கமாட்டான் என்னும் நம்பிக்கையில் தான் அதை எழுதவில்லை. அதை அவன் முடிவுக்கு விட்டது வெறும் நாடகமல்ல என்று கிருஷ்ணப்பாவுக்குத் தன் சிந்தனை முறையில் மீண்டும் குழப்பம் உண்டாயிற்று.

வீரண்ணாவுக்கு ஃபோன் செய்து வரச்சொல்லுமாறு நாகேஷிடம் சொல்லிக் கிருஷ்ணப்பா மாமர நிழலில் உட்கார்ந்து மூங்கில் குத்தில் காற்று நுழைந்து புறப்படும் இதமான நாதத்தில் மூழ்கினான்

❍

கிருஷ்ணப்பாவின் அம்மாவுக்கு மட்டும் இந்தப் பண்ணைக்கு வந்ததில் மகிழ்ச்சியோ மகிழ்ச்சி. சந்தோசமாகப் புடவையின் முந்தானையைச் சொருகிக்கொண்டு அவள் நடமாடியதைக் கண்ட கிருஷ்ணப்பாவுக்குத் தான் அப்படிப் பட்டதொரு இடத்துக்குச் சொந்தக்காரனாயிருந்தால் அம்மா திருப்தியடைவாளென்று எண்ணி அவனுக்குச் சிரிப்பு வந்தது. அவளே போய்ப் பெரிய படியில் பாலைக் கறந்து, பறவை மேலாகப் பறந்தோ மற்றவர்கள் கண்பட்டோ திருஷ்டிபடா திருக்கப் படியைப் புடவையின் முந்தானையால் மூடிக்கொண்டு கிருஷ்ணப்பாவின் எதிரில் நின்று ரகசியத் திட்டம் தீட்டும் தோரணையில் 'இதென்னடாப்பா இது?' என்றாள்.

கிருஷ்ணப்பா கேள்விக்குறியோடு பார்த்தான்.

'இன்னும் ரண்டு மூனு படியாவது அதோட மடியில இருக்கு. கை சடிஞ்சதால வேலைக்காரன் கறந்துட்டிருக்கறான்.'

நுரைபொங்கி வெதுவெதுப்பாகவிருந்த பாலைக் கிருஷ்ணப்பாவுக்கு ஒரு கணம் காட்டி மீண்டும் மூடினாள்.

'காய்ச்சித் தர்றேன் குடி. நம்ம வீட்டுப் பசுக்கள்ல காவேரி இருந்துச்சுல்ல. அதோட மடியில வாய்வச்சி நீ குடிச்சிட்டிருந்தது நினைவிருக்குதா? சாதுவான பசு. ஒரு தடவைகூட ஒதச்ச தில்ல. அது வழியில வந்த பசுவையே நான் இப்பக் கறக்கறேன். அதிகம்போனா ஒரு பக்கா கறக்கறேன். அதுல பாதிய ஜோயிஸருக்குக் குடுக்கறேன். பிராமணன் சுவாமி தலையில் கொட்டட்டுன்னு . . .'

குளித்துவிட்டுப் பான்ட் போட்டு ஜிப்பா அணிந்து வெளியே வந்த கௌரி கூந்தலைக் காயவைத்தபடி தொலைவில் உட்கார்ந்திருந்தது அம்மாவுக்குத் தெரிந்தது. கௌரி சிகரெட் பற்றவைத்ததைக் கண்டு அம்மா முகம் சுளித்தாள். கிருஷ்ணப்பா புன்னகைத்தவாறு, 'புகையிலை?' என்று கேலிசெய்தான்.

‘கொண்டுவந்தது தீந்துபோச்சு. நாகேஷ்கிட்ட சொல்லி வாங்கிவா’ என்று தெம்புடன் கௌரியை அழைத்தார்.

‘கடுபு செஞ்சிருக்கறேன். சாப்புட வாங்க.’

முந்தைய இரவு சதாசிவ நகர் வீட்டில் அரைத்துவைத்த மாவில் மருமகளுக்குக் கொஞ்சம் வைத்துவிட்டு, மிச்சமிருந்ததை மறக்காமல் விடியற்காலை காரில் கொண்டுவந்து, வாழைத் தொன்னையில் வேகவைத்து, தேங்காய்ச் சட்டினி அரைத்து மகனுக்கும் கௌரிக்கும் நாகேஷுக்கும் பரிமாறினார். மகனுக்குப் பிடிக்குமென்று கொண்டுவந்திருந்த – ருக்மிணியம்மா இறப்பதற்கு முன் போட்ட – மாவடு ஊறுகாயையும் அதன் சாறையும் இலையில் பரிமாறியபடி, ‘எந்த மரத்துதுன்னு ஞாபகம் வருதா சொல்லு?’ என்று மகனைக் கேட்டாள்.

கிருஷ்ணப்பா தனக்குத் தெரிந்திருந்த மரங்களையெல்லாம் நினைவுபடுத்திக்கொண்டான். ஹுலியூரின் ஆற்றங்கரையில் ஒரு மரமிருக்கிறது, ஜோயிஸ் வீட்டுக்கு மேலே உள்ள குன்றில் இன்னொன்றிருக்கிறது, மாடு மேய்த்துக்கொண்டிருந்தபோது குன்றின் கீழே வேலி இறுக்கமாகவில்லாதிருந்து தனக்கு ஆதங்கத்தை உண்டாக்கிக்கொண்டிருந்த ஓடையில் மற்றொன்றிருக்கிறது. மூன்றும் மாவடுக்களுக்குப் பெயர்பெற்ற மரங்கள். மூன்றையும் கொஞ்சம் ஒடித்தாலும் பால் தெறிக்கும். வருடங்களானாலும் அவற்றின் மாவடுக்களில் போட்ட ஊறுகாய் கெடாது. அழுத்தினால் நசுங்காமல் கடித்தால் கடக்கென்னும் மூன்றின் சுவையும் வெவ்வேறு – காட்டத்தில், வாசனையில், உப்புகாரத்தில் அவை பதமாகச் சுருட்டிக்கொள்ளும் அழகில். இரண்டுமுறை கடித்து நினைவுபடுத்திக்கொள்ள முயன்றுகொண்டிருந்த தன்னைக் குத்துக்காலிட்டு உட்கார்ந்து, ஆர்வத்தோடு குறும்புத்தனமாக ஊறுகாயைப் போலவே சுருங்கிய முகத்தோடு பார்த்துக்கொண்டிருந்த அம்மாவிடம் கிருஷ்ணப்பா சந்தேகப்பட்டுக்கொண்டே சொன்னான், ‘ஆற்றங்கரை மரத்துதா?’

மகிழ்ச்சியில் அம்மாவின் முகம் மலர்ந்தது.

மத்தியானம் வீரண்ணா வந்து ‘என்ன வரச் சொன்னீங்களாமே?’ என்றான்.

நின்றுகொண்டிருந்த வீரண்ணாவைக் கிருஷ்ணப்பா உட்காரச் சொன்னான். உதட்டில் சிகரெட்டைப் பொருத்தி அதைப் பற்றவைக்குமாறு கேட்டான். இவன் மனம் உத்வேகத்தோடிருந்ததைக் கவனித்த வீரண்ணா ஆறுதலோடு காத்திருந்தான்.

‘வீரண்ணா உங்களை ஒன்னு கேக்கணும். தயவுசெஞ்சு தப்பா நினைச்சுக்கக் கூடாது.’

'கேளுங்க கௌடரே.'

'என்னை முதலமைச்சராக்க உங்களுக்கு எவ்வளவு செலவாகுது?'

'கௌடரே நீங்க உங்க கொள்கையில ரொம்ப உறுதியான வருன்னு எனக்குத் தெரியும். ஆனா நீங்க புத்திசாலின்னும் புரிஞ்சிட்டிருக்கறேன். அரசியல்ல குதிச்சப்பறம் இதெல்லாம் இருக்கத்தான் செய்யும்.'

'எனக்குத் தெரியும். ஆனால் அது அரசியல் அல்ல.'

'அதுவும் எனக்குத் தெரியும் கௌடரே. ஆனால் நாட்டோட நிலைமை குழப்பமாயிருக்கிறது. சர்வாதிகாரத்தைத் தடுக்க வேற வழி இல்ல. இந்த அபாயம் நீங்குனப்பறம் உங்க அரசியலை நடத்திக்கலாம்.'

'உங்க சுயநலம் இதுல இல்லன்னு நான் நினைச்சுக்கலாமா?'

வீரண்ணா நொந்துபோனதாகத் தெரிந்தான்.

'கௌடரே உங்ககிட்ட நான் ஒன்னு கவனிச்சிருக்கறேன். உங்களுக்குச் சந்தேக சுபாவம். சுத்தி இருக்கறவங்களை வளர விடாம இருக்கற ஆலமரத்தைப் போல நீங்கன்னு ஒரு புகாரைக் கேட்டிருக்கறேன். ஆனால் சுத்தியிருக்கறவங்களுக்கு உங்க யோக்கியதை இல்லன்னும் எனக்குத் தெரியும்.'

'என் கேள்விக்கு நீங்க பதில் சொல்லல.'

'நான் வியாபாரி கௌடரே. என் தொழில் தர்மத்தை விடச் சொல்றீங்களே?'

'ஆனால் அதுக்கு உதவறதுக்காக ஜனங்க என்னைத் தேர்ந்தெடுக்கல.'

'ஐயோ சிவசிவா. நீங்க பேசறது எனக்குப் புரியல. நான் ஒரு மனுசன் அல்லவா? எனக்கும் ஆசை இருக்காதா? உங்களை அந்த சீட்டுல ஒரு வருசமாவது பார்க்கணுன்னு எனக்கு ஆசை. நீங்க எனக்கு எதுவும் செய்யாதீங்க. சத்தியமா சொல்றேன். எதுக்காகவும் நான் உங்கிட்ட வரமாட்டேன். இப்ப இருக்கற திருடன் நான் கேக்கறதை எனக்கு செஞ்சுத் தரலியா?'

தன் பேச்சால் வீரண்ணா மிகவும் நொந்து புறப்பட்டுப் போவான் என்று கிருஷ்ணப்பா நினைத்துக்கொண்டிருந்தது பொய்த்தது. கிருஷ்ணப்பாவும் அனுபவம் மிக்க அரசியல்வாதி யானதால் வீரண்ணா அளவுக்கே உறுதியாகத் தெரிந்துகொள் ளும் ஆசையால் சொன்னான், 'நான் முதலமைச்சரா இருக்கற வரைக்கும் உங்களுக்குக் கான்ட்ராக்ட் கிடைக்காது.'

'வேண்டாம்' வீரண்ணா எளிமையாகச் சொன்னான். 'நீங்க தரமாட்டீங்கன்னும் எனக்குத் தெரியாதா? நான் வேணுங்கறளவு பணம் சம்பாதிச்சிருக்கறேன் கௌடரே. இப்ப உங்களைப் போல ஒரு பெரிய மனுசனை அந்தப் பதவியில உட்காரவைக்கறதுல எனக்கு இன்பமிருக்கு. நீங்க இதைப் புரிஞ்சுக்காம சின்னத்தனமா நடந்துட்டா எனக்கு வருத்தமா யிருக்கும்.'

'என் ஆரோக்கியம் சரியில்ல. இந்த நோயை மத்தவங்க இரக்கத்தைச் சம்பாதிக்கப் பயன்படுத்திக்கறனோன்னு ஒவ்வொரு சமயம் சந்தேகம் வருது.'

'விட்டுத்தள்ளுங்க கௌடரே. நான் சொல்றது இவ்வளவு தான். நீங்க நம்ம திருடனோட சேர்ந்து அதிகாரத்தைப் பகிர்ந் துக்க வேண்டியிருக்கும். அதனால உங்க மனசுலயிருக்கறதை யெல்லாம் இப்பச் செய்ய முடியாது. ஆனால் ஒன்னு ரண்டு செய்யலாம். நீங்க அனுபவம் மிக்க அரசியல்வாதி. உட்கார்ந்து பேசி முடிஞ்சதைச் செஞ்சு அடுத்த தேர்தலுக்கு இன்னும் பலத்தைப் பெருக்கிக்குங்க.'

'என்னை முன்னால நிறுத்திக்கிட்டா அந்தப் பக்கத்துல யிருந்து பத்து பேர் இந்தப் பக்கம் வருவாங்கன்றது உண்மையா?'

'அப்படியில்லன்னா நம்ம திருடனே உங்களை அடையாளங் காட்டுவானா? இப்பவும் அவன் பிரதமரோட சேர்றதுக்கு உள்ளுக்குள்ளயே முயற்சிபண்ணிட்டிருக்கறான்.'

கிருஷ்ணப்பா சிகரெட்டை அணைத்தான். வீரண்ணா எழுந்து நின்று சொன்னான், 'நம்பிக்கை வந்துடுச்சுல்ல? இனிமே நான் போறேன். ஏதாவது வேணுன்னா சொல்லியனுப்புங்க.'

இந்த உரையாடலுக்குப் பிறகு கிருஷ்ணப்பா அதைப் பற்றி யாரிடமும் பேசவில்லை. சாதாரணமாக உற்சாகத்தோ டிருந்தான். மறுநாள் காலை ஜோதி வந்து கௌரியின் உதவி யோடு கிருஷ்ணப்பாவை வெந்நீர் நிறைந்த தொட்டியில் இறக்கி னாள். கௌரியிருந்ததால் ஜட்டியையும் பனியனையும் கழற்ற வில்லை. நீரில் இடது கையையும் இடது காலையும் அதிகச் சிரமமின்றி அசைக்கலாமெனத் தெரிந்து கிருஷ்ணப்பா மகிழ்ச்சி யடைந்தான். தண்ணீர் தெரபியில் அனுபவம் பெற்றிருந்த கௌரி ஜோதியை வெளியே அனுப்பினாள். அதற்குப் பிறகு கிருஷ்ணப்பா காலைக் கடன்களைக் கழிக்க உதவுவதற்கு மட்டும் ஜோதி வந்துகொண்டிருந்தாள்.

தன் எதிரில் ஜட்டி, பனியனைக் கழற்ற வெட்கப்பட்ட கிருஷ்ணப்பாவைப் பார்த்துக் கௌரி சிரித்தாள். கிருஷ்ணப்பா வெட்கப்பட்டான். மறுநாள் பனியனைக் கழற்றச் சம்மதித்தான்.

கௌரியின் கை தன் கைகால்களின் மேல் பட்டபோது அது வெறுமனே சிகிச்சையின் தீண்டலாகத் தெரியவில்லை. அந்தத் தீண்டலை அவளும் விரும்பியதாகவே தெரிந்து கிருஷ்ணப்பாவுக்கு மயிர்க்கூச்செறிந்தது. உடம்பு சூடாயிற்று. நோயில் விழுந்த பிறகு முதன்முறை இந்த அனுபவமேற்பட்டு அவன் குழம்பினான்.

கிருஷ்ணப்பாவைக் குளியல் தொட்டியிலிருந்து மேலெழுப்பிக்கொண்டு வீல்சேரில் உட்கார்த்திக் கௌரி தோட்டத்திற்குத் தள்ளிக்கொண்டு போவாள். தான் பான்ட் போட்டுக்கொள்ளும்போது கிருஷ்ணப்பா அதிகம் அமைதியாக விருப்பதை அவள் கவனித்து, பான்ட், ஜிப்பாக்களைப் போட்டுக்கொண்டு கூந்தலைக் கர்ச்சீப்பால் இறுக்கிக்கட்டிக் கொள்வாள். தோட்டத்தில் கிருஷ்ணப்பாவை உட்கார்த்தி, உட்கார்ந்தபடியே உடற்பயிற்சி செய்ய அவனுக்கு உதவியபடி, அவள் தனக்குப் பிடித்தமான புதினங்களை அவனுக்குப் படித்துக் காட்டுவாள். கிருஷ்ணப்பா தான் மாடுமேய்த்துக்கொண்டிருந்த நாட்களை அவளுக்குச் சித்தரிப்பான். அரசமரத்தடியில் உட்கார்ந் திருந்தபோது எதிரிலிருந்த கொய்யாமரத்துக்கு விருந்தினர்களாக வந்துகொண்டிருந்த பறவைகளை விவரிப்பான். காலைநேர வேலைகள் முடிந்திருந்தால் கிருஷ்ணப்பாவின் அம்மாவும் அங்கே வந்து உட்கார்ந்திருப்பாள். ஒருமுறை கௌரி ஏதோ வேலையாக எழுந்து சென்றபோது அவள், ‘நீ ஏன் இவளையே கல்யாணம் பண்ணிக்கல?’ என்றாள். இந்தக் கேள்வியால் கிருஷ்ணப்பா தத்தளித்துப்போனான். அம்மா விடவில்லை. வெளிப்படையாகச் சொன்னாள், ‘நம்ம குடும்பத்துல எத்தனையோ பேரு ரெண்டு பொண்டாட்டி கட்டிக்கலயா? அதுக்கென்னவாம்?’

‘அம்மா அப்படியெல்லாம் கௌரிகிட்ட பேசிடாதே’ கிருஷ்ணப்பா கோபப்பட்டுச் சொன்னான்.

‘நானெதுக்குடா சொல்லணும். நீ வளர்ந்து பெரியவனா யிடலியா? சும்மா வேதனைப்படறதவிட ஆசையிருந்தா பண்ணிக் கோன்னேன். அவ்வளவுதான்.’

தாயின் எளிமையான பேச்சு அவனைத் தொட்டது. ஆனால் கௌரிக்குத் தன்னைவிட்டு வேறு வாழ்க்கையிருக்கிறது எனத் தெரிந்திருந்ததால் அந்தத் திசையில் தன் சிந்தனையை ஓடவிடவில்லை.

இப்போது விரல்களால் ரப்பர் பந்தை அழுத்த முடிந்தது. காலைத் தூக்குவதுகூடப் படிப்படியாகச் சாத்தியமாயிற்று. இன்னொரு மாதத்திலேயே க்ரச்சுகளின் உதவியுடன் நடக்கவும்

முடியுமென்று கௌரி சொல்லிக்கொண்டிருந்தாள். ஆனால் அவளுக்கிருந்த விடுமுறை ஒரு மாதம் மட்டுமே. அதன் பிறகு போய்விடுவாளென்று கிருஷ்ணப்பா பயந்துகொண்டிருந்ததைக் கவனித்துக் கௌரி தான் டெல்லி திரும்புவதைப் பற்றிப் பேசவில்லை.

பகல் அழகாகவும் இதமாகவும் இருக்கும். இரவில் நட்சத்திரங்கள் அடுக்கிவைத்தவைபோலத் தோன்றி வானம் தெளிவான நீலநிறத்தில் ஒளிரும். ஒவ்வொருமுறை கௌரியும் கிருஷ்ணப்பாவும் ஆழமாகப் பேசிக்கொண்டிருக்கும்போது மயில்கள் தோகைகளைக் குடைகள்போல விரித்து நிமிர்த்திக் கொண்டு அருள்வந்தவர்களைப் போல ஆடி அசைத்துக்கொண்டு குதிக்கும். பசு, பால், பழங்களைப் பற்றி மட்டுமே அம்மா பேசுவாள். கடுபு செய்வதற்குப் பலாப்பழம் இல்லையென்று தினத்துக்கு ஒருமுறையாவது வேதனைப்பட்டு, மகனின் வாயில் நீர் ஊறவைப்பாள். நாகேஷ் முகுளமாக மேஜையில் அமர்ந்து கிருஷ்ணப்பாவின் வாழ்க்கை வரலாற்றை வண்ணமேற்றி எழுதியபடி, எழுதியதைப் படித்துக்காட்டிக் கிருஷ்ணப்பாவைக் கூச்சப்படவைப்பான்.

தான் கௌரிக்குச் சொல்ல வேண்டுமென்றிருப்பதை ஓரிரு வாக்கியங்களில் பலமுறை சொல்லிக் கிருஷ்ணப்பா ஒத்திகை பார்த்துக்கொள்வான். 'கௌரி நான் உன்னைக் காதலிச்சிட்டிருந்தேன். ஆனால் வாரங்கல் ஸ்டேஷனோட நரக அனுபவத்தால உன்னைக் கேக்காமலேயே இருந்துட்டேன்.' இப்படிச் சொன்னால் எதையும் சொன்னதுபோலிருக்காது என்று பேசாமலிருந்துவிடுவான். கௌரி மத்திய வயதில் முதிர்ச்சியடைந்தவளாயிருந்தாலும் மீண்டும் தன் இதழ்களையெல்லாம் மடக்கிக் கொண்ட மொக்காக அவனுக்குத் தெரிவாள். படிப்படியாக இருவரும் தங்கள் முந்தைய நாட்களைப் பற்றிப் பேசுவதை நிறுத்தினார்கள். ஒரு நாள் காலை மூங்கில் குத்தின் கீழே கிருஷ்ணப்பா அமைதியாக உட்கார்ந்திருந்தான். கௌரியும் எதையோ படித்துக்கொண்டு உட்கார்ந்திருந்தாள். அம்மா சமையலறையில் பத்ரடை தயாரித்துக்கொண்டிருந்தாள். கிருஷ்ணப்பா திடீரெனப் பாடத் தொடங்கினான். கண்மூடிப் பாடிக்கொண்டிக்கொண்டிருந்த கிருஷ்ணப்பாவைக் கௌரி வியப்போடு பார்த்தவாறு உட்கார்ந்தாள். அங்கங்கே வெளுத்த கிராப்பும் தாடியும் கொண்ட அவன் முகத்தில் அமைதியான களையைக் கண்டு அவள் மகிழ்ச்சியடைந்தாள். உட்கார்ந்த விடத்திலிருந்தே வளர்ந்திருந்த பசுமையான அருகம்புற்களையும் சின்னஞ்சிறு பூக்களையும் சேகரித்துக்கொண்டிருந்தாள். கிருஷ்ணப்பா நிறுத்திய பிறகு அவனுக்குப் பிடித்தமான கபீரின் பாடல்களைத் தானும் மெதுவாகப் பாடத் தொடங்கினாள்.

ஒரு நாள் கிருஷ்ணப்பாவின் வீல் சேரை நீச்சல்குளத் துக்கு அருகில் நிறுத்திவிட்டுக் கௌரி தன் உடையைக் களைந்து பிகினியுடன் நின்றாள். அவள் இயல்பாக அப்படி உடையைக் களைந்தபோது அவன் குழப்பமடைந்தான். அவள் உயரத்தில் நின்று கைகளை நீட்டி, தன் மெல்லிய உடம்பை நாணேற்றிய அம்பைப் போலக் கணநேரம் நிறுத்தி நீரில் பாய்ந்தாள். நீரில் மறைந்து கருத்த கூந்தல், முதுகு, சின்ன இடை, உப்பிய நிதம்பம், பிஞ்சுப் பாதம் என நீரில் படிப்படியாக மீண்டும் காட்சிதந்து நகர்ந்தாள். கிருஷ்ணப்பாவின் முழு உடம்பும் அவள் உடம்பின் இயக்கத்தைக் கற்பனையில் பின்பற்றியது. பால்யத்தில் மிகத் திறமையான நீச்சல்காரனாயிருந்த கிருஷ்ணப்பா அவள் கைகளில் தான் கைகளாகி, அடித்துத் தள்ளிய அவளது கால்களில் தான் கால்களாகி அவள் இயக்கத்தோடு ஒன்றிணைந்தான். தன் பாதி உடம்பு ஜடம் என்பதே ஒரு கணம் அவனுக்கு மறந்துபோயிற்று. கௌரி நீரிலிருந்து எழுந்து இவனிடம் வந்தாள். வழவழப்பான இறுக்கமான அவளது தோலின் மேல் நீர்ச் சொட்டுகள் மினுங்கிக்கொண்டிருந்தன. அவள் கூந்தலிலிருந்து நீர் சொட்டிக்கொண்டிருந்தது. அவள் உடம்பின் குளிர்ச்சி தன்னுடையது என எண்ணி அவன் நடுங்கினான். வலிமை நிறைந்த அவளது உடம்பு தன் ஜடமான உடம்பால் அருவருப் படைந்ததாகப் பயந்தான். பொறாமையில் அவன் கண்களை மூடினான். கௌரியின் ஈரமான கைகள் தன் கன்னத்தையும் கழுத்தையும் தடவிக்கொண்டிருந்ததை அறிந்து கிருஷ்ணப்பா ஆச்சரியமடைந்து கண்களைத் திறந்தான். 'மறுபடியும் குளியல் தொட்டியில உட்காரணுன்னு உனக்குத் தோனுதா?' என்றாள். அவள் ஒருமையில் பேசியதால் அவனுக்கு மயிர்க்கூச்செறிந்தது. பிகினியிலேயே கௌரி வீல் சேரைத் தள்ளிக்கொண்டுபோய், அவன் அறைக் கதவைத் தாளிட்டுக்கொண்டு, விசாலமான குளியல் தொட்டியில் வெந்நீர் நிரப்பிக் கிருஷ்ணப்பாவின் உடையைக் களைந்தாள். அவனுக்கு இத்தனை நாட்களும் பரிச்சயமில்லாதிருந்த ஆழமான குரலில் 'எல்லாத்தையும் அவிழ்க்கறேன்' என்று அவன் ஜட்டியையும் களையப்போனாள். கிருஷ்ணப்பா பயந்தவனாக வேண்டாமென்று சொல்லப்போய் எதுவும் செய்ய முடியாதவனாக அமைதியாகவிருந்தான். தன் நோய்வாய்ப்பட்ட உடம்பின் நிர்வாணத்தால் அவள் அருவருப் படையாததால் அவனுக்குள் நன்றியுணர்வு தோன்றியது. அவள் கண்கள் எதையும் பார்க்காமல் ஆவேசத்திலிருந்ததாகப் பட்டது. அவள் உடம்பு திறமையாக அவன் தேகத்தை அணைத்தது. அதைத் தூக்கி நீருக்குள் இறக்கியது. பிறகு அவளும் அதே தொட்டியில் இறங்கித் தன் உடையைக் களைந்து வீசினாள். நீருக்குள் லேசான அவன் உடம்பை லேசான அவள் உடம்பு

ஒற்றியது. கிருஷ்ணப்பாவுக்குக் கண்ணீர் பொங்கி அவன் பார்வை மங்கியது.

நீண்ட நேரம் கிருஷ்ணப்பாவை அணைத்துக்கொண்டிருந்த கௌரி எழுந்து மிருதுவான வெள்ளைத் துண்டுகளைத் தொட்டிக்குக் கீழே விரித்தாள். பிறகு கிருஷ்ணப்பாவை எழுப்பி அவற்றின் மேல் படுக்கவைத்து அவனை அணைத்துக் கொண்டு தானும் படுத்தாள். தன் உதடு, முலை, தொடைகளை அவனை இறுக்கியபடி அழுத்தினாள்.

'என்னால இப்ப முடியாது கௌரி' என்றான் தன்னுடைய தல்ல என்னும் ஆழமான குரலில் நிராசையுடன்.

கௌரி ஆழமான மௌனத்தின் மடுவாயிருந்தாள். முளைக்கும் விதையைத் தன் வெதுவெதுப்பான பொறுமையுள்ள இருட்டில் மறைத்துக்கொள்ளும் மண்ணைப் போலிருந்தாள். அவள் விரல்கள் கிருஷ்ணப்பாவின் உடம்பு முழுவதும் விளையாடின. ஊற்றுகளைத் தட்டித் தடவி எழுப்புவதுபோல இண்டு இடுக்குகளைத் தேடின. அவள் கண்கள் மனமொன்றிய தவத்திலிருந்தாற்போல மூடியிருந்தன. வெதுவெதுப்பான, ஈரம் சொட்டிக்கொண்டிருந்த அவள் யோனி அவனது வயிறு, தொடை, பக்க விலாக்கள், கன்னங்களை மென்மையாக அழுத்துவதுபோல லேசாக உடம்பின் மேல் படர்ந்தாள். அவள் உதடுகள் அவன் உடம்பையெல்லாம் இதமாகக் கடித்த வாறு மேலிருந்து கீழிறங்கின. அவனுக்குக் கண்களிருக்கின்றன, காதிருக்கிறது, கழுத்திருக்கிறது, வயிறிருக்கிறது, லிங்கமிருக்கிறது எனத் தோன்றுமாறு அவனை முளைவித்தபடி அவளது மூச்சு அவன் உடம்பு முழுவதும் கிச்சுகிச்சுமூட்டும் இடுக்குகளில் விளையாடியது. உடம்பெல்லாம் சூடாகி முளைவிட்டபடி பொங்கியெழுந்தாற்போல அவன் உத்வேகம்கொண்டபோது மல்லாந்து கைகளை விரித்துப் படுத்த அவன்மேல் அவள் கவிந்தாள். அவளது நிதானமான இயக்கம் ஆலாபனையைப் போலிருந்தது. கிருஷ்ணப்பாவுக்குக் கண்ணீர்த்துளி உடைந்து வழிந்தது. 'அம்மா' என்றான். கௌரி லேசாக அவன்மேல் தன் உடம்பை வைத்துப் படுத்தாள். கிருஷ்ணப்பா ஆழ்ந்த நித்திரையிலாழ்ந்தான். மீண்டும் விழித்தபோது அதென்ன கனவோ என்று ஆச்சரியப்பட்டுக்கொண்டே தான் துண்டின் மேல் படுத்திருந்ததையும் கௌரி தன் பக்கத்தில் நிர்வாணமாக சிகரெட் புகைத்தபடி உட்கார்ந்திருந்ததையும் கவனித்தான். அவள் முகம் பார்த்தான். அவள் கருணையில் செய்த சிகிச்சையா? சந்தேகமெழுந்தது.

கிருஷ்ணப்பாவின் அம்மா அவன் அறைக்குப் பக்கத்து அறையில் படுப்பாள். மாலையில் கௌரியும் கிருஷ்ணப்பாவும்

தங்கள் கைகளால் மான்களுக்குப் புல் ஊட்டிக்கொண்டிருந்த போது அவள் வந்து தான் கௌரியின் அறையில் படுத்துக் கொள்வதாகவும் கௌரி தன் அறைக்கு மாறிக்கொள்ள வேண்டு மென்றும் சொன்னாள். பதிலுக்குக் காத்திருக்காமல் போய் விட்டாள். கிருஷ்ணப்பா புன்சிரிப்புடன் கௌரியைப் பார்த்தான்.

இரவு கிருஷ்ணப்பாவின் பக்கத்தில் கௌரி படுத்தாள். அவள் தேகச் சூட்டில் கிருஷ்ணப்பா ஆழ்ந்து உறங்கினான். காலையில் வந்த ஜோதி கிருஷ்ணப்பாவிடம் ஏற்பட்டிருந்த மாற்றத்தைக் கவனித்ததாகத் தெரிந்தது.

○

எல்லோரும் எதிர்பார்த்தவாறு நாடு முழுவதையும் ஆண்டு கொண்டிருந்த கட்சி உடைந்தது. ரஹ்மானும் நாகராஜூம் கிருஷ்ணப்பாவைப் பார்க்க வந்தார்கள். நாகராஜ் சிந்தனை வயப்பட்டிருந்தான். பிரதமரின் சர்வாதிகாரத்தை எதிர்த்து இப்போதைக்கு மாநிலத்தின் முதலமைச்சருக்கு அளவுக்குட்பட்ட ஆதரவளிப்பது சரியென்றான். உடைந்த கட்சி கிருஷ்ணப்பா வின் தலைமையிலேயே அமைச்சரவை அமைக்க ஆளுநரைக் கேட்டுக்கொண்டிருந்தது. ரஹ்மான் மிகக் குழப்பமான கணக்கை ஒரு மணிநேரம் போட்டு இந்தப் பக்கம் ஐந்து பேர் அதிகமிருப் பார்கள் எனக் காட்டினான். இதற்குள்ளாகவே முதலமைச்சரின் பக்கமிருந்து சிலர் தங்களோடு சேர்ந்திருக்கிறார்களென்று பிரதமர் பக்கத்தைச் சேர்ந்த சந்திரய்யா அறிக்கைவிட்டிருந் தான். பத்திரிகைகளில் ஒரு பக்கத்தில் அறிக்கையும் இன்னொரு பக்கத்தில் மறுப்பும் அச்சாகிக் குழப்பத்தை உண்டாக்கின.

நாகராஜ் ஓர் அறிக்கையைக் கிருஷ்ணப்பா கையொப்ப மிடத் தயாரித்து வந்திருந்தான். ஓங்கரித்துக்கொண்டே அதைப் படித்தான். அவர்கள் கட்சி இப்போதைக்கு அமைச்சரவையை ஆதரிப்பதாக அது சொல்லிற்று. கிருஷ்ணப்பா அதில் கையொப்ப மிட்டான். ரஹ்மான் சொன்னான் ‘முதலமைச்சர் கட்சியி லிருந்து இன்னும் ஐந்து பேர் அந்தப் பக்கம் சேரலாம். நம் பக்கம் அவர்களிடமிருந்து ஆட்களைப் பெறுவதற்கு உங்களை சிஎம் ஆக்க வேண்டும். காரணம் . . .’

‘டிஸ்கஸ்டிங்’ என்று சொல்லி நாகராஜ் சார்மினார் பற்ற வைத்தான்.

‘இப்பவே நாட்டுல அனார்கியிருக்கு. ராய்ச்சூர்ல காலரா வால ஜனங்க சாகறாங்கன்னு செய்தி. தினமும் கொள்ளை, பெண்களுக்கு மானபங்கமுன்னு செய்திகள் இருக்கு. நாம இன்னமும் மந்திரிசபை அமைக்கிற நாடகமாடிக்கிட்டு உட்கார்ந் திருக்கறோம்.’

ரஹ்மானுக்கு இந்த அரசியல் விவாதத்தில் ஈடுபாடில்லை. கிருஷ்ணப்பாவின் அமைச்சரவையில் போக்குவரத்துத் துறை அமைச்சராவதை அவன் ஏற்கனவே கற்பிதம் செய்துகொண்ட வனாகக் காணப்பட்டான்.

கிருஷ்ணப்பாவின் அறிக்கை வந்த மறுநாள் சிறிய பத்திரிகை யில் கிருஷ்ணப்பா முழுக்க ஊழலின் தாசனாகவிருப்பதன் இன்னொரு கதையிருந்தது. வீரண்ணாவின் பண்ணையில் அவன் போகத்தில் மூழ்கியிருப்பதாகவும் நாடு தீப்பற்றி எரியும் போது அவன் காம இச்சைக்கு டெல்லியின் விலைமகளொருத்தியை வீரண்ணா ஏற்பாடு செய்திருப்பதாகவும் அச்சாகியிருந்தது. முன்னொரு காலத்தில் புரட்சிக்காரனாயிருந்தவன், தன் உடம்பின் பணிவிடைக்காக எல்லா மதிப்பீடுகளையும் கைவிட்டிருப்பது காறியுமிழப்பட்டிருந்தது. பதிவுத் தபாலில் தன் கைக்கு வந்த அந்தப் பத்திரிகையைக் கௌரியின் கண்ணில் படாதவாறு எரித்துவிடுமாறு நாகேஷிடம் கிருஷ்ணப்பா சொன்னான்.

கௌரியின் நிர்வாண உடம்பை அணைத்துக்கொண்டு கிருஷ்ணப்பா தன் குழப்பங்களை மறக்க முயன்றான். எவ்வளவு முயன்றாலும் தான் பழையபடி ஆகமாட்டோம் எனத் தோன்றியது. அப்படியே தற்போதைய அரசியலிலும் மூழ்கமாட்டோம். தினந்தோறும் அச்சாகிக்கொண்டிருந்த கட்சிமாறும் அறிக்கைகள், மறுநாள் அதற்கு மறுப்புகள் எனப் படித்து அருவருப்படைந்துகொண்டிருந்தான். வீரண்ணா இதிலேயே மூழ்கியிருந்ததால் பண்ணைக்கு வரவில்லை. கிருஷ்ணப்பாவின் கட்சிக்காரர்கள் மட்டும் மீண்டும் மீண்டும் வந்தார்கள். நாகராஜைத் தவிர மற்றவர்கள் முன்னைவிட அதிகமாகக் கிருஷ்ணப்பாவைப் புகழ ஆரம்பித்தார்கள். இனிமேல் தனக்கு உண்மையான சினேகிதன் ஒருவன் இருக்க முடியாது என்று கிருஷ்ணப்பாவுக்கு உறுதிப்பட்டது. இனித் தன் சொந்த வாழ்க்கை முடிவுக்கு வந்துவிட்டதாகப் பெருமூச்சுவிட்டுக் கௌரியின் கைகளில் தன் உடம்பைப் பொருத்திப் படுத்துக்கொண்டிருந்தான். கௌரி மட்டும் இந்த நாட்களில் மேலும் மேலும் நிறைவடைந்துகொண்டிருந்தவளாகக் காணப்பட்டாள். அவள் மௌனமாகப் பண்ணையில் எங்கே திரிந்துகொண்டிருந்தாலும் கிருஷ்ணப்பாவின் மனம் அவளிடம் தங்கியிருந்தது. அவள் தன் ஆழமான அடுக்குகளின் மையத்தில் எங்கோ தன்னைத் தூய்மையாகப் பாதுகாத்துக் காப்பாற்றுவாளென்னும் நம்பிக்கை அவனிடம் உறுதியடையத் தொடங்கியது. தன் உயிரின் சிந்தாமணியைக் காப்பாற்றவல்ல அவள் மீண்டும் டெல்லிக்குப் போயே ஆக வேண்டும், அவள் தன் வாழ்க்கையை வாழ்ந்தேயாக வேண்டும்,

அவள் தனக்குத் தேவையான அளவு அவளுக்குத் தான் தேவை யில்லை, என்னவிருந்தாலும் தன் உடம்பு விரிசல்விட்ட குடுவை யைப் போலத்தான் என்னும் உணர்வுகளும் அடர்ந்து கிருஷ்ணப்பா சங்கடத்துக்குள்ளாவான். இந்த அசிங்கமான அரசியலிலிருந்து ஓய்வுபெற்று, எழுதிவைத்துள்ள ராஜினாமாக் கடிதத்தை அனுப்பிவிட்டுக் கிராமத்துக்குப் போய்விடலாம் என்று எண்ணிக்கொள்வான். காலம் நிரந்தரம் எனத் தோன்றும் மத்தியான நேரம் அரசமரத்தடியில் உட்கார்ந்து, ஆற்றின் ஓசையின் பின்னணியில் மாடுகளின் கழுத்து மணியோசையைக் கேட்டுக்கொண்டு எதிரிலிருக்கும் கொய்யாமரத்தில் பறவைகள் வந்து தங்குவதை எதிர்பார்த்திருக்கும் ஆசை முளைவிடும். நீளமான வாலும் தங்க நிற இறக்கையும் கொண்ட அபூர்வமான பறவையை, இப்படியே காத்திருக்கும்போது என்றோ சில சமயம் பார்த்தாற்போல, மீண்டும் காணலாம் எனத் தோன்றும். கடந்துபோனது திரும்ப வராது என்னும் புரிதலோடு இந்த ஆசை ஊசலாடும்.

இப்படியிருந்தபோது ஒரு நாள் உயர்நிலைப்பள்ளி நாட்க ளில் கிருஷ்ணப்பாவின் சினேகிதனாயிருந்த ஹனுமநாயக்கன் வந்தேவிடுவதா? மகளின் அரட்டையைக் கேட்டுக்கொண்டு உட்கார்ந்திருந்த கிருஷ்ணப்பா உள்ளே வந்த ஹனுமநாயக்க னிடம் 'ஏன்டா பன்னி இத்தனை நாள் வரல?' என்று பொய்க் கோபத்தோடு மிரட்டினான். ஹனுமநாயக்கன் தான் ஊரிலிருந்து கொண்டுவந்திருந்த பிரம்பை இரண்டு கைகளிலும் கிருஷ்ணப்பா வின் எதிரே ஏந்தி முதுகை வளைத்து நின்று நாடகத்தனமாகச் சொன்னான் 'ஏற்றுக்கொள்ள வேண்டும் இந்தப் பிரம்பை. உங்களுடைய இந்தச் சேவகன் தானே வெட்டிக் கொண்டுவந்து சீவித் தயாரித்தது' என்று வளைந்த தன் முதுகை நிமிர்த்திப் பிரம்பை ஊன்றி வளைந்து நின்றான்.

'இனிமேல் நம்ம தலைவன் இப்படி நடக்கமாட்டான் பாவம்' என்று கெத்தாக நடந்துகாட்டி 'இப்படி நடக்க வேண்டி வந்திருக்கிறது' என்று கோலூன்றிக்கொண்டு நொண்டி நடந்தான்.

பான்ட் அணிந்த கௌரி அறைக்குள் வந்ததைக் கண்டு நாவடங்கிப்போய் முகுளமானான். கிருஷ்ணப்பா அதைக் கண்டு சிரித்த விதத்தில் முன்னெப்போதும் அவன் சிரித்ததைக் கௌரி கண்டதில்லை. கிருஷ்ணப்பாவின் அம்மா ஹனுமநாயக்க னின் குரலைக் கேட்டு வந்து, 'எங்கே அரட்டைக்கு அலஞ்சிட் டிருக்கற ஹனும? நீ வர்றேன்னு தெரிஞ்சிருந்தா ஈரப்பலா கொண்டுவரச் சொல்லியிருப்பேன். ஊர்லயெல்லாம் எப்படி யிருக்காங்க? எந்தப் பையனுக்கு எந்தப் பொண்ணை முடிச்சுப் போடுறதுக்கு ஓடிக்கிட்டிருக்கு ஹனுமநாயக்கனோட சவாரி?'

என்றாள். சுருக்குப்பையிலிருந்து புகையிலை வெற்றிலைபாக்கை எடுத்து அவனுக்குக் கொடுத்துத் தானும் வெற்றிலையில் சுண்ணாம்பைத் தடவிக்கொண்டே உட்கார்ந்தாள்.

நீந்தியபோது மூழ்கிக்கொண்டிருந்த தன்னைக் காப்பாற்றிய ஹனுமநாயக்கனைக் கண்டு கிருஷ்ணப்பாவுக்கு மகிழ்ச்சியா யிருந்தது. எப்போதாவதொருமுறை கிருஷ்ணப்பாவை வந்து பார்க்கும் ஹனுமநாயக்கன் இவனை மீண்டும் சிறுவனாக மாற்றிவிடும் தோழன். அலையும் ஜீவன். அவனுக்குத் தாய், தந்தை, அண்ணன், தங்கை யாரும் இல்லை. படிப்பை நிறுத்தி விட்டு நாடகத்தில் கோடாங்கிப் பாத்திரத்தில் நடிக்கச் சேர்ந்து திரிந்துகொண்டிருந்த வெட்கமில்லாதவன். அவனுக்கு நேற்று மில்லை நாளையுமில்லை. முகாமிட்ட இடமே இந்த ஆசாமிக்குப் பட்டணம். யார் வீடு என்றில்லை நேராகப் போய் 'கௌடரே வந்துட்டேன்' என்று அங்கே நிற்காமல் சமையலறைக்குப் போவான். பெண்களோடு சரமாரியாக அரட்டையடித்துச் சிரிக்கவைப்பான். ஊரெல்லாம் சுற்றுபவனாதலால் வளர்ந்த பெண்களுக்கு எந்த வளர்ந்த பையனை முடிச்சுப்போடலாம் என்று பெண்களின் ரகசியத் திட்டங்களில் பங்குவகிப்பான். குடும்பத்தவர்கள் தாங்களாகவே மணப்பெண்களைத் தேடுவதற்கு முன்னால் அவர்கள் கருத்தைப் புரிந்து அங்கிருந்து இங்கே ஓடித் தெரியவைப்பான். சமையலறையிலிருந்து அதன் பிறகு குளியலறை அடுப்புக்கோ பாக்கு வேகவைக்கும் அடுப்புக்கோ போவான். அங்கே பூனை, நாய்களைப் போலக் கத்தியோ மலை ஏறும் லாரியாகச் சத்தமெழுப்பியோ குழந்தைகளைச் சிரிக்கவைப்பான். ஒருமுறை தன்னைப் போன்ற அரட்டைக் காரன் கிடைத்தபோது குசுவுக்கு ஒரு தேங்காயென்று பந்தயம் கட்டி ஒரேமூச்சில் உட்கார்ந்தெழுந்து குசுவிட்டு நூறு தேங்காய் களைச் சம்பாதித்ததும் உண்டு. அந்தச் சத்தம் வந்தது ஹனும நாயக்கனின் பிருஷ்டத்திலிருந்தல்ல அவன் வாயிலிருந்து எனத் தேங்காய்களை இழந்தவனுக்குப் பிற்பாடு தெரியவந்தது.

மாலையில் அவனுக்குக் கொஞ்சம் கள்ளோ சாராயமோ கிடைத்தால் போதும். திருப்தியடைவான். சாப்பிட்டு முடித்து விட்டு உட்கார்ந்திருப்பவர்களுக்கு ஊரில் யார் யார் எப்படிப் பேசுவார்களென்று நடித்துக்காட்டுவான். அவன் வந்தால் பெண்களுக்கும் குழந்தைகளுக்கும் திருவிழா. பிறப்பு, இறப்பு, கல்யாணம் போன்ற விசேஷங்கள் எங்கே நடந்தாலும் அங்கே ஹனுமநாயக்கன் இருப்பான்.

'இவன்தான் ஹனுமநாயக்கன். அவனோட பாத்திரமும் அதுதான்' என்று கிருஷ்ணப்பா கௌரி தேஷ்பாண்டேவுக்கு அவனை அறிமுகப்படுத்தினான். சுற்றியிருந்தவர்கள் நெருக்க

மானவர்களெனத் தெரிந்த பிறகு ஹனுமநாயக்கன் தன் வாலை நீட்டினான்.

நரசிம்மபட்டன் சர்ஜ்கோட் அணிந்து வயிற்றைச் சுமந்து கொண்டு கிருஷ்ணப்பாவின் பாராட்டுவிழாவுக்காக அலைந்து பேசும் முறையை நடித்துக் காட்டினான். அவனுக்குச் சாணித் தண்ணீர் பூஜை நடந்தபோது அவன் முகம் எப்படியிருந்திருக்க லாம் என்பதை நடித்துக்காட்டினான். அதேபோலத் தெற்றுப் பல்லைக் காட்டி அவன் பட்டனாகவே மாறி இப்போது கிருஷ்ணப்பாவைப் புகழத் தொடங்கினான். கிருஷ்ணப்பா அந்த முகத்தைப் பார்க்க முடியாமல் வயிற்றைப் பிடித்துக் கொண்டு சிரித்தான்.

ஹனுமநாயக்கன் பாத்திரத்தை மாற்றி, கௌரியின் பக்கம் திரும்பிக் கிருஷ்ணப்பாவின் முகுளமான முகத்தை வரவழைத்து அவனைப் போலவே முகத்தைத் தேய்த்து யோசித்தவாறு நின்றான். நாகேஷும் கௌரியும் சிரிக்க ஆரம்பித்தார்கள். நீந்தும்போது மூழ்கிக்கொண்டிருந்த கிருஷ்ணப்பா கையைத் தூக்கியதைப் போலக் கையைத் தூக்கி, முகுளமாக ‘டேய் நான் முழுகிக்கிட்டிருக்கறேன். நீ போ’ என்று மூழ்கும்போது தண்ணீர் குடிக்கும் சத்தமெழுப்பினான். குழந்தை அழுத முகமாயிருந்ததைக் கண்டு பூனைகளின் சண்டையை நடித்துக் காட்டினான்.

சாப்பாடு தயாராயிருந்தது எனச் சொல்லக் கிருஷ்ணப்பா வின் அம்மா வந்தாள்.

‘என்னடா இது. மீசை நரைச்சாலும் உன் குரங்காட்டம் நிக்கலயே?’ எனத் திட்டி எல்லோரையும் சாப்பாட்டுக்கு உட்காரவைத்தாள். கிருஷ்ணப்பாவை வீல்சேரின் மேல் உட்கார வைத்துக் கௌரி தள்ளியபோது ‘பல்லக்கு சேவை’ என்று ஹனுமநாயக்கன் கிராமத்து முட்டாளைப் போல நடித்துச் சேரைப் பரிசோதித்தான்.

‘ரொம்பப் பண்ணிக்காதே’ என்று அம்மா சிரித்தவாறே அவனுக்குச் சாப்பாடு பரிமாறி ஊர்ப் பக்கத்து நிலவரம் கேட்டாள். ஹனுமநாயக்கன் சினேகிதனின் பாராட்டுவிழாச் செய்தியால் ஏழைபாழைகளெல்லாம் எவ்வளவு மகிழ்ச்சியா யிருக்கிறார்களென்றும் கிருஷ்ண உடன்படிக்கை நாடகத்தில் தான் எந்தப் பாத்திரம் செய்யவுள்ளான் என்பதையும் விவரித் தான். கௌரி சாதத்தை நாசூக்காக விரல் நுனிகளால் கலந்து வாயிலிட்டதைப் போலவே ஹனுமநாயக்கனும் செய்ததை முதலில் கவனித்தவன் நாகேஷ். பிறகு கௌரியும் அதைக் கண்டு சிரிக்கத் தொடங்கினாள்.

❍

ஹனுமநாயக்கனின் வரவால் ஏற்பட்ட மகிழ்ச்சி நீண்ட நேரம் நிலைக்கவில்லை. மறுநாள் செய்தித்தாள்களில் பயங்கர மானதொரு சாவுச் செய்தி வந்து நாட்டின் அரசியலில் திடீரெனப் பல மாற்றங்களுக்கும் கிருஷ்ணப்பாவின் தர்ம சங்கடத்துக்கும் காரணமாயிற்று.

அந்தச் செய்தியைப் படிப்பதற்கு முன்பு கிருஷ்ணப்பா காலை வெயில் காய்ந்துகொண்டு மூங்கில் குத்தின் அடியில் உட்கார்ந்திருந்தான். தன் சொந்த வேலைக்கென விடுமுறை எடுத்திருந்த ஜோதி ஓய்வாக உட்கார்ந்து கௌரியுடன் தன் திருமணத்தைப் பற்றிப் பேசிக்கொண்டிருந்தாள். ஹனுமநாயக்கன் குழந்தைக்காகப் பம்பரம் சீவியபடி, நாற்பத்திரண்டில் நடந்த போராட்டத்தின்போது ஏற்பட்ட சம்பவம் ஒன்றை நினைவூட்டிக் கொண்டிருந்தான். ஹிட்லர் மீசை வைத்திருந்த தலைமை யாசிரியர் பையன்களெல்லாம் வாசலுக்கெதிரில் படுத்திருந்த போது, மாணவியாயிருந்த தன் மகளைக் கையைப்பிடித்துப் பையன்களை மிதித்துக்கொண்டே பள்ளிக்கூடத்துக்குள்ளே போனதை நடித்துக்காட்டினான். அப்போது ஹனுமநாயக்கன் அவள் பாவாடையைத் தூக்கிப் பார்த்ததைக் கண்களை விரித்துக் காட்டிக் கிருஷ்ணப்பாவைச் சிரிக்கவைத்துக்கொண் டிருந்தபோது நாகேஷ் செய்தித்தாளைக் கொண்டுவந்து கொடுத்தான்.

சந்திரய்யாவின் அறிக்கைப்படி மிகவும் அழகாயிருந்த பெண்ணொருத்தி வங்கியில் மாலை வேலையை முடித்துக் கொண்டு சினிமா பார்த்துவிட்டுத் திரும்பி வந்துகொண்டிருந் தாள். அப்போது போலீஸ் வேன் ஒன்று அவள் அருகில் வந்து நின்றது. இன்ஸ்பெக்டர் கீழே இறங்கித் தனியாக வந்து கொண்டிருந்த பெண்ணைச் சந்தேகத்தோடு கேள்விகேட்டு வேனில் ஏற்றிக்கொண்டு போனார். ஸ்டேஷனில் அவளை மற்றவர்களோடு உட்காரவைத்திருந்தபோது இரண்டு இளைஞர் கள் அவளைக் காப்பாற்ற வந்தவர்களைப் போல வந்து, ஜாமீன் எழுதிக்கொடுத்து, நன்றிபாராட்டிய பெண்ணைக் காரில் அழைத்துச் சென்றார்கள். அழுதுகொண்டிருந்த பெண்ணுக்கு ஆறுதல் கூறிக்கொண்டே ஒரு ஹோட்டலுக்குக் கொண்டு போனார்கள். அவள் இதனால் பயந்தபடியே தன்னை வீட்டுக்கு அழைத்துச் செல்லுமாறு வேண்டினாள். இளைஞர் கள் தாங்கள் யார் என்பதை அந்தப் பெண்ணிடம் சொல்லித் தங்கள் நோக்கத்தைத் தெரிவித்து அதற்கு ஒப்புக்கொள்ளுமாறு பலவந்தப்படுத்தினார்கள். அவள் தந்தை ஓய்வுபெற்ற ஆசிரியர். அவர்கள் சொன்ன ஆசை வார்த்தைகளில் ஏழையானாலும் அவள் மயங்காதபோது, இளைஞர்கள் அறைக் கதவைப் பூட்டிக் கொண்டு அவளை வலுக்கட்டாயமாகப் புணர்ந்தார்கள். அதன்

பிறகு அவளைக் காரில் உட்காரவைத்துக்கொண்டு அவள் வீடிருந்த வீதி முனையில் இறக்கிப் போய்விட்டார்கள். இரவில் நீண்ட நேரம் கழிந்து வீடு வந்துசேர்ந்த பெண்ணை ஏன் இவ்வளவு நேரம் என்று தாய்தந்தை திட்டிக் கேட்டாலும் அவள் வாய் திறக்கவில்லை. ஆனால் விடிந்து பார்த்தபோது அவ்ள் பாலிடால் குடித்து இறந்திருந்தாள். இறப்பதற்கு முன் அவள் கடிதம் எழுதிவைத்திருந்தாள். கடிதத்தில் தனக்கு நடந்த வற்றையெல்லாம் சூட்சுமமாகச் சொல்லித் தன்னால் தன் தங்கைகளுக்குத் திருமணம் நடக்காதென்று தான் உயிரை விடுவதாகச் சொல்லியிருந்தாள்.

இவ்வளவும் செய்தியின் சாராம்சம். ஆனால் அந்தக் கடிதமே பல கேள்விகளை எழுப்பியது. பெண்ணின் தந்தை அந்தக் கடிதத்தைப் போலீசார் தங்கள் வசப்படுத்திக்கொண்டார் கள் எனக் கூற, போலீசார் அப்படிப்பட்ட கடிதமே இல்லை யென்றும் அவள் ஸ்டேஷனில் இருந்ததும் இரண்டு இளைஞர்கள் அவளை விடுவித்துக்கொண்டு போனதும் தங்களுக்குத் தெரியா தென்றும் சொல்லியிருந்தார்கள். பிரதமர் பக்கத்துத் தலைவ னான சந்திரய்யா பெண்ணின் தந்தையிடமிருந்து தனக்குத் தெரிந்த வகையில் அந்த இரண்டு இளைஞர்களில் ஒருவன் முதலமைச்சரின் மகனென்றும் இன்னொருவன் வீரண்ணாவின் மகனென்றும் தற்கொலைசெய்துகொண்ட லலிதா அவ்வாறு எழுதிவைத்திருந்தாளென்றும் ஆனால் அந்தக் கடிதத்தையே முதலமைச்சர் அபகரித்துவிட்டாரென்றும் அறிக்கைவிட்டிருந் தான். இந்த இரண்டு இளைஞர்களும் பயன்படுத்திய சாம்பல் நிற ஃபியட் கார் கிருஷ்ணப்ப கௌடர் பெயரில் பதிவான தென்றும் சந்திரய்யா சொல்லியிருந்தான்.

'நாகேஷ் ரஹ்மானையும் நாகராஜையும் கூட்டிட்டு வா.'

கிருஷ்ணப்பாவின் தொண்டை வறண்டிருந்தது. கௌரி ஆதங்கத்தோடு அவன் அருகில் வந்து காரணம் கேட்கக் கிருஷ்ணப்பா அவளிடம் செய்தித்தாளைக் கொடுத்தான். அவள் படித்து முடித்த பிறகு சொன்னான், 'இதைப் படிக்கிற வரைக்கும் எனக்கு முதலமைச்சராகற ஆசை இருந்துச்சு. குறைஞ்சிட்டே இருக்கற வாழனுங்கற என்னோட ஆசைக்கு அதனால ஆதரவு கிடைச்சுது. இப்ப எனக்கு எதுவும் வேணான்னு தோனுது.'

'சந்திரய்யா சொல்றது பொய்யா இருக்கலாமல்ல?'

கிருஷ்ணப்பா முதலமைச்சராவதில் அவ்வளவொன்றும் உற்சாகம் காட்டாத கௌரி இப்போது அவனைச் சமாதானப் படுத்துவதற்காக இப்படிப் பேசினாள்.

கிருஷ்ணப்பா எந்தச் சமாதானமும் தனக்கு வேண்டா மென்பதுபோலத் தலையாட்டினான். எதுவும் செய்ய இயலாத துக்கத்தில் அன்று தான் வாரங்கல் ஸ்டேஷனில் கதவை உதைத்து உதைத்துக் களைத்துப்போனது நினைவுக்கு வந்தது.

கையிலிருந்த புல்லின் இதழைக் கடித்தபடி கௌரி நின்றிருந் தாள். ஹனுமநாயக்கன் மாறிவிட்ட சூழ்நிலையால் – சீவிக் கொண்டிருந்த பம்பரத்தை அப்படியே பேதலித்துப் பிடித்துக் கொண்டு – தத்தளித்து நின்றான்.

○

ரஹ்மானும் நாகராஜும் வந்தார்கள். ரஹ்மான் மட்டும் பேசினான். நாகராஜ் சிகரெட்டை இழுத்தபடி நெற்றியை அழுத்திக்கொண்டு உட்கார்ந்திருந்தான். ரஹ்மான் முதலமைச்ச ரையும் வீரண்ணாவையும் போய்ப் பார்த்திருந்தான். இருவரும் தம் மகன்கள் அப்பாவிகள் எனச் சொல்லியிருந்தார்கள். ஆனாலும் ரஹ்மானுக்குச் சந்தேகமிருக்கிறது. ஆனால் அவர்கள் செய்தார்களா இல்லையா என்பது இப்போதைய நிலைமையில் இர்ரெலவென்ட். எந்த அரசியலுக்காகச் சந்திரய்யா அதைப் பயன்படுத்திக்கொள்கிறானென்பது முக்கியம். ஆளுநர் இந்த அரசைக் கலைக்க வற்புறுத்துவதற்காக நாடு முழுவதும் கலவரம் ஏற்படுமாறு தூண்டிக்கொண்டிருக்கிறான். பிரதமரின் கைப்பாவையான ஆளுநருக்கும் அரசைக் கலைத்து, சட்ட மன்றத்தை இடைநீக்கம்செய்து, உறுப்பினர்கள் அந்தப் பக்கம் கட்சிமாறுவதற்கு அவசியமான சூழலை உருவாக்க இது நல்ல வாய்ப்பு. இதற்குள்ளாகவே ஐந்து பேர் பன்றிகள் இதையே காரணமாகக் கொண்டு சந்திரய்யாவின் பக்கம் சேருவதாக அறிக்கைவிட்டிருப்பதாகச் செய்தி. முதலமைச்சரும் எப்படி யாவது தானே நீடிக்க வேண்டுமெனக் கணக்குப்போடுகிறான். திருடனுக்கு அது கடினமென்று இப்போது தெரிகிறது. கிருஷ்ணப்ப கௌடரை முதலமைச்சராக்க வேண்டுமென்று நாடு முழுவதும் இளைஞர்கள் ஊர்வலம் செல்ல ரஹ்மான் ஏற்பாடு செய்திருக்கிறான். வீரண்ணாவும் அலைந்துகொண் டிருக்கிறான். அவன் இப்போது பெங்களூரில் இல்லை. சந்திரய்யா வின் பக்கம் முஸ்லிம்கள் ஆறு பேர் இருக்கிறார்கள். அவர் களில் முக்கியமானவனுக்குப் போக்குவரத்துத் துறை அமைச்ச ராக வேண்டும். ரஹ்மான் அவனிடம் போய், 'நீயே அமைச்சரா யிரு. எனக்கு அது வேண்டாம்' என்றிருக்கிறான். கௌடரென்றால் அவனுக்கும் மரியாதை. தன் பக்கமிருக்கும் ஐந்து பேரை அவன் அழைத்துவந்தால் இவர்களே பெரும்பான்மை பெறு வார்கள். நாளைக் காலை நம் திருடன் ராஜினாமா செய்து

அவஸ்தை 199

உங்கள் பெயரை முன்மொழிய வேண்டுமென வற்புறுத்தியிருக்கிறோம் என்பன முதலானவற்றைச் சொன்னான்.

நாகராஜ் சொன்னான் ‘காலேஜ் பசங்கள்லாம் ஸ்ட்ரைக் ஆரம்பிச்சிருக்காங்க. இந்த முதலமைச்சரை நீக்கணுன்னு. லா அன்ட் ஆர்டர் சிச்சுவேஷன் இன்னும் கொஞ்சம் மோசமாகும் போலத் தெரியுது. போலீஸ் ஸ்டேஷன்கள்மேல பசங்க கல்லெறியறாங்க. துப்பாக்கிச் சூடு நடந்தாலும் நடக்கலாம்.’

கிருஷ்ணப்பா நாகராஜைக் கேட்டான், ‘வீரண்ணாவோட மகனும் முதலமைச்சரோட மகனும் போலீஸ் உதவியோட இப்படிப்பட்ட காரியம் செஞ்சது உண்மையாயிருந்தா . . .’

‘அது இர்ரெலவென்ட் கௌடரே. செஞ்சாங்கன்னே வச்சிக்குங்க. சந்திரய்யாவோட மகனும் அதைச் செய்யலாம். அதிகாரத்துல இருக்கறவங்களைக் காப்பாத்தத்தானே இருக்கறாங்க இந்தப் போலீஸ்காரங்க? இதுல ஆச்சரியப்பட என்ன இருக்கு?’

கிருஷ்ணப்பாவுக்குக் கோபம் வந்தது.

‘நீங்க சினிக் மாதிரிப் பேசறீங்க நாகராஜ். நாம தொட்டதெல்லாம் அரசியலாகணுமா? டிஸ்கஸ்டிங்.’

‘நோ. நான் ஆப்ஜெக்டிவ் ரியாலிடியச் சொல்றேன். போலீஸ்காரங்க இருக்கறது அமைப்பைப் பாதுகாக்க. ரேஸ், கொள்ளை, கள்ளச்சந்தைங்க இந்த அமைப்போட நேச்சுரல் அம்சங்க.’

‘அப்படின்னா நாம எதுக்கு அதிகாரத்துக்கு வரணும்?’

‘எனக்கும் அதுல சந்தேகமிருக்குன்னு முன்னயே சொன்னேனில்லயா? ஆனால் இந்த அமைப்பு முழுக்க ஃபாஸிஸ்ட்டாகாம தடுக்க முடியுமான்னு எனக்கும் பிரமையிருக்குது. அதனாலத்தான் உங்களை சப்போர்ட் பண்றேன்.’

‘இப்ப இருக்கற போலீஸ் அட்ராசிடிகளைக் குறைக்க முடியுன்னாவது நீங்க நினைக்கறீங்களா?’

‘கொஞ்சம் கொஞ்சம் முடியலாம். ஆனால் அதோட வர்க்கக் குணத்தையே மாற்ற உங்களால முடியாது.’

கிருஷ்ணப்பாவுக்குக் குழப்பமாயிருந்தது.

ரஹ்மான் சலிப்புற்றுச் செய்தித்தாளைப் படித்தபடி உட்கார்ந்தான். நாகராஜ் உற்சாகத்தோடு இன்னொரு சிகரெட் பற்றவைத்தான்.

‘வர்க்கங்கள் முழுசா அழியறவரைக்கும் ஸ்டேட் இருக்கவே இருக்கும். ஸ்டேட்டுக்குப் போலீஸ் வேண்டியிருக்கும் . . .’

'அப்படின்னா இப்ப அந்தப் பொண்ணு கொலை நடந்துச் சுல்ல . . . அதனால துக்கப்படுறது, அதை எதிர்க்கறது . . .'

கிருஷ்ணப்பா வாக்கியத்தை முடிக்க முடியாத அளவு உணர்ச்சிவசப்பட்டதைக் கண்டு நாகராஜ் மென்மையாகச் சொன்னான், 'எஸ். செய்யணும். ஆனா பார்லிமென்டரி அரசியலோட ரியாலிடி என்னன்னா அப்படிச் செய்யறதுனால இப்பச் சந்திரய்யாவோட கையைப் பலப்படுத்துன மாதிரி யாகும். அவ்வளவுதான். அமைப்பு கொல்லுற காரியத்தையும் செய்யும். ஆனால் எதிர்ப்போட போராட்டத்தையும் பயன் படுத்திக்கும்.' நாகராஜ் உணர்ச்சிவசப்பட்டவனாகத் தொடர்ந் தான்.

'இதெல்லாம் உண்மையாயிருந்தாலும் நீங்க தலித்துகள் சார்பா ஃபீல் பண்றீங்கல்ல, இப்பவே ஏதாவது பண்ணணுன்னு புரிஞ்சிட்டிருக்கீங்கல்ல அதனாலத்தான் நான் உங்களோட இருக்கறேன் . . .'

'எனக்குக் காதல் முக்கியம். அதை இழந்துட்டு என்ன புரட்சி செய்ய முடியும்? செஞ்சு என்ன பிரயோஜனம்?'

தன் வாயிலிருந்து திடீரெனப் புறப்பட்ட இந்த வார்த்தை களால் கிருஷ்ணப்பா ஆச்சரியப்பட்டான். பேசிவிட்ட வார்த்தை கள் எதிர்பாராமல் வந்தவை என்னும் ஆதங்கத்தில் அவனது உடம்பும் மனமும் நடுங்கின. அவன் உத்வேகம் நாகராஜையும் பாதித்திருக்க வேண்டும். அவன் முகுளமாக மௌனமாயிருந் தான்.

○

அன்று தன் உடம்பு முழுவதையும் பக்கவாதம் தாக்கியதைப் போலக் கிருஷ்ணப்பா அசையாமல் உட்கார்ந்திருந்ததைப் பார்த்துக் கௌரி ஆதங்கப்பட்டாள். அவனை நாற்காலியிலிருந்து இறக்கித் தரையில் உட்காரவைத்து அவன் இந்த நாட்களில் தினமும் செய்துகொண்டிருந்தாற்போலத் தவழச் சொன்னாள். இந்த உடற்பயிற்சியால் அவன் உடம்பு சுறுசுறுப்படையுமென்று அவளுக்குத் தெரியும். கிருஷ்ணப்பா ஹாலைச் சுற்றிக் குழந்தை யைப் போலத் தவழ்ந்தான். ஹனுமநாயக்கன் கொண்டுவந்து கொடுத்த கோலால் இடது கையில் பந்தைத் தள்ளியபடி தானே ஒரு விளையாட்டை உருவாக்கிக்கொண்டான். கௌரியும் எதையோ முகுளமாக யோசித்துக்கொண்டிருந்ததாகத் தெரிந்தாள். என்னவென்று வற்புறுத்தியபோது சொன்னாள், 'உங்க மனைவி கிட்ட பேசணுன்னு நினைக்கறேன்.'

'என்ன பேசப்போற?'

‘அவளுக்கு நாம துரோகம் பண்றோன்னு உங்களுக்குத் தோனலயா?’

‘தோனுது. ஆனால் அது அவ்வளவு ஆழமான ஃபீலிங் அல்ல.’

கௌரி சிந்தித்தபடி நின்றாள்.

‘எனக்கு நீ வேணும். ஆனால் என்னோட வேலை இருக்கறது டெல்லியில. எனக்கு ரொம்பக் குழப்பமா இருக்கு.’

‘கௌரி நீ கொடுக்கறதைவிட அதிகமா நான் கேக்க மாட்டேன். நான் எப்பவேணா சாகப்போற மனுசன்.’

‘சீதாவுக்கு நீ அவசியமில்லயா?’

‘அவசியம்தான். அவ எனக்குச் சேவையும் பண்ணியிருக்கறா. அவ பார்வையில நல்லாவே பண்ணியிருக்கறா.’

‘ஆனா நீங்க ஒருத்தரை ஒருத்தர் டெஸ்ட்ராய் பண்ணிக்கறதா நினைக்கறேன்.’

அவன் யோசித்துக்கொண்டிருந்ததே கௌரியின் வாயிலிருந்தும் வந்தது.

‘ஆமா. ஆனா நானே அவளை அதிகமா டெஸ்ட்ராய் பண்ணியிருக்கறதாத் தோனுது.’

கௌரியின் அருகாமையால் இந்த வார்த்தைகளைத் தன்னால் பேச முடிந்ததை நினைத்துக் கிருஷ்ணப்பா மென்மையடைந்துகொண்டே அவள் முகத்தைப் பார்த்தான். தன் சொந்த நலனைப் பற்றி அவள் யோசித்துக்கொண்டிருந்ததாகத் தெரியவில்லை. நிஷ்டூரமாக உண்மையைப் புரியவைக்க விரும்புகிறவளைப் போலக் கேட்டாள் ‘அப்படின்னா என்ன செய்யறது சரி?’

‘பார் கௌரி, இப்ப நான் குழந்தையைப் போலத் தவழறதுக்குக் கத்திருக்கறேன். மத்ததையெல்லாம் மொதல்லயிருந்து ஆரம்பிக்கணும். மஹேஸ்வரய்யா என்னை எழுப்பி அழைச்சிட்டுப் போனாருல்ல அந்த மரத்துக்குக் கீழே மறுபடியும் உட்காரப் போறேன்.’

கௌரி துக்கத்தோடு சிரித்தாள்.

‘நீ சுந்திரமானவன்னு புரிஞ்சிட்டிருக்கறியா? இன்னக்கி இருக்கற அரசியலுக்கு நீ ஒரு கருவியாகியிருக்கற. அவ்வளவுதான்’ கௌரி அவன் இடது காலை அழுத்தியபடி சொன்னாள்.

ஆனால் சீதாவைப் போய்ப் பார்த்துப் பேசுவதைப் பற்றியே கௌரி யோசித்துக்கொண்டிருக்கலாம் என்று கிருஷ்ணப்பா

சொன்னான், 'இம்சிக்காமல் நாம் எதையும் அடைவதில்லை கௌரி.'

'உண்மை.'

கௌரி துக்கத்தோடு தொடர்ந்தாள். 'விடுமுறை முடிஞ்ச பிறகு நான் டெல்லிக்குப் போகட்டுமா? நீ வேணுங்கறப்ப நான் வர்றேன் ...' தன் அவசியம் என்னவென்று புரியாதவளைப் போலப் பேசினாள். தன்னைத் தெளிவுபடுத்தச் சொன்ன அவளது வார்த்தைகளிலிருந்த வேண்டுகோளைக் கிருஷ்ணப்பா கவனித்தான்.

'நாம கடைசிவரைக்கும் சேர்ந்திருக்கமாட்டோம்னு தோனுது கௌரி' கிருஷ்ணப்பா மிகவும் கஷ்டப்பட்டவாறு அப்போதைய தன் ஆதங்கத்தைச் சொல்லிக்கொள்ளப் பார்த்தான். தன் மனத்திலிருந்ததை அறிவுறுத்துமாறு தன் நெஞ்சைத் தொட்டுச் சொன்னான், 'இங்கயும் எனக்கு இன்டக்ரிட்டி சாத்தியமாகல.' கையை வெளியே நீட்டி அரசியல் உலகத்தை அறிவுறுத்த முயன்றபடி சொன்னான், 'அங்கயும் எனக்கு இன்டக்ரிட்டி சாத்தியமாகல.' இப்படிச் சொன்ன பிறகு லேசாகப் பெருமூச்சுவிட்டு 'இந்தக் கோலை ஊனிக்கிட்டு நிக்கறது சாத்தியமான்னு முயற்சிசெய்யறதுதான் இப்போதைக்கு என்னால முடியும்.'

தான் பேசியவற்றையெல்லாம் நிஜமாக்குவதுபோலக் கௌரி முழங்காலை மடித்து முகத்தை அதன் மேல் வைத்து உட்கார்ந்திருந்தாள். கிருஷ்ணப்பா கோலைத் தொடைமேல் வைத்துகொண்டு ஊன்றிய வலது கையில் உடம்பின் பாரத்தைச் செலுத்திச் சொன்னான், 'எனக்கு இன்னும் ரெண்டு ஆசைகள் இருக்கு. அரசமரத்துக்குக் கீழே உட்கார்ந்து காலத்தின் தொடர்ச்சியை அனுபவிக்கணுன்னு தோனுது. அபூர்வமா கண்ணுலபட்டுட்டிருந்த அந்தப் பறவையை அப்போது பார்த்து அடைஞ்சிட்டிருந்த ஆச்சரியத்தை மறுபடியும் அடையணுன்னு ஆசையாயிருக்கு. மாடு மேய்ச்சிட்டிருந்த நான் அந்தப் பறவையைப் பிடிக்கணுன்னு ஓடிக்கிட்டிருந்தேன். அது காட்டுல கொஞ்சம் கொஞ்சமே கண்ணுலபட்டு மரத்துக்கு மரம் தாவிக்கிட்டிருந்துச்சு. நான் அதைப் பின்தொடர்ந்து போயிட்டேயிருக்கறப்ப எங்கயோ மறைஞ்சிடும். இப்ப அதைப் பின்தொரடணுன்னு தோனல. சாத்தியமும் இல்ல. ஆனால் காத்துட்டு உட்கார்ந்திருக்கணுன்னு நினைக்கறேன். இந்த ஆசையை உங்கிட்டயும் மஹேஸ்வரய்யாகிட்டயும் மட்டும் என்னால சொல்ல முடியும். இன்னொரு ஆசை இருக்கு. அதுவும் இதுவும் வேற வேறன்னு நான் நினைக்கல. ஆனால்

அவஸ்தை 203

அதை உனக்கும் உண்மைன்னு தோனுற மாதிரி நான் எப்படிச் சொல்றதுன்னு தெரியல. இந்த நாட்டுல நாங்கல்லாம் கரை சேர்ந்திருக்கற ஜனங்க. இந்த ஜனங்களோட வாய்ப்புகளை அதிகரிக்கற அரசியலை இதுவரைக்கும் செஞ்சாச்சு. அதனால நம்மைச் சதா சூழ்ந்திருக்கற கீழ்மையிலயிருந்து நமக்கு விடுதலை சாத்தியமில்லங்கறது எனக்கு இப்பத் தெரிஞ்சுடுச்சு. அண்ணாஜி யோட நான் இந்த விஷயத்தைப் பத்தி நிறைய விவாதிச்சிட் டிருந்தேன். நம்ம தினசரிக் காரியங்களே மகிமை அடைவது எப்படிச் சாத்தியம்ன்னு விவாதிச்சிட்டிருந்தேன். என்னைக்கும் கரை சேராமலேயே இருக்கறாங்கல்ல அவங்களுக்குக் கோபம் வர்ற மாதிரி செய்ய முடிஞ்சா அந்தக் கோபம் சமூகத்தோட சிறுமையை எரிக்கும் இல்லியா? அந்த ஆசை இன்னும் இருக்கு.'

இந்த வார்த்தைகள் தன்னிடமிருந்து எந்த முயற்சியுமில் லாமல் பிறந்து வெளிவந்தது கிருஷ்ணப்பாவுக்கு ஆச்சரியமா யிருந்தது. தனக்கிருந்த நம்பும் ஆசை, இது சாத்தியம்தானா என்னும் ஆதங்கம் இரண்டையும் கௌரியிடம் கண்டு கிருஷ்ணப்பாவுக்கு மேலும் அதிகம் பேசத் தேவையில்லை எனத் தோன்றியது.

தன் சட்டைப்பையில் வைத்துக்கொண்டிருந்த ராஜினாமாக் கடிதத்தை அவளிடம் கொடுத்து, 'இதைத் தபால் பெட்டியில போட்டுட்டு வா. ரஹ்மானுக்கு ஃபோன் பண்ணிக் கட்சி யோட சட்டமன்ற உறுப்பினர்களை உடனே கூட்டிவரச் சொல்லு' என்றான்.

நாகேஷைக் கூப்பிட்டு அவசரமாகப் பேச வேண்டிய திருக்கிறது எனச் சொல்லி வங்கியிலிருந்து சீதாவை அழைத்து வருமாறு சொன்னான்.

கோலால் பந்தைத் தள்ளியபடி தவழ்ந்தான்.

யு. ஆர். அனந்தமூர்த்தி : சில குறிப்புகள்

அனந்தமூர்த்தி கர்நாடகாவின் ஷிமோகா மாவட்ட தீர்த்தஹள்ளித் தாலுக்காவில் மேளிகெ கிராமத்தில் பிறந்தார். துர்வாசபுரத்தில் உள்ள பாரம்பரிய வட மொழிப் பள்ளியில் ஆரம்பக் கல்வி பயின்றார். பின் தீர்த்த ஹள்ளியிலும் மைசூரிலும் கல்வி தொடர்ந்தது. மைசூர் பல்கலைக்கழகத்தில் எம்.ஏ. பட்டம் பெற்றார். காமன் வெல்த் உதவித் தொகை பெற்று மேற்படிப்புக்காக இங்கிலாந்தின் பர்மிங்காம் பல்கலைக்கழகத்தில் டாக்டர் பட்டம் பெற்றார். அனந்தமூர்த்தியின் ஆய்வுத் தலைப்பு: *1930களில் அரசியலும் புனைவுகளும்*. மைசூர் பல்கலைக் கழகத்தில் 1970இல் கல்விப் பணியைத் தொடங்கினார். 1987இல் கோட்டயம் மகாத்மா காந்தி பல்கலைக்கழகத்தின் முதல் துணைவேந்தரானார். 1992இல் நேஷனல் புக் டிரஸ்டின் தலைவராகப் பதவி வகித்தார். அடுத்த ஆண்டு சாகித்ய அகாதமியின் தலைவராகத் தேர்ந்தெடுக்கப்பட்டார். பல உள்நாட்டு, வெளிநாட்டு பல்கலைக் கழகங்களில் வருகைதரு பேராசிரியராகப் பணியாற்றியுள்ளார். தற்போது திரைப்படம் மற்றும் ஒளிபரப்புப் பயிற்சிக் கழகத்தின் தலைவராக இரண்டாம்முறையாகப் பொறுப்பேற்றுள்ளார்.

இந்தியாவிலும் வெளிநாட்டிலும் பல கருத்தரங்குகளில் உரையாற்றியுள்ள பேராசிரியர் அனந்தமூர்த்தி 1990இல் இந்திய எழுத்தாளர் குழுவில் ஒருவராக சோவியத் யூனியன், ஹங்கேரி, ஃபிரான்ஸ், மேற்கு ஜெர்மனி ஆகிய நாடுகளுக்குச் சென்றார். 1993இல் சீனா சென்ற எழுத்தாளர் குழுவிற்கு அனந்தமூர்த்தி தலைமை வகித்தார்.

மைசூர் வானொலிக்காக சிவராம காரந்த், கோபால கிருஷ்ண அடிகா, ஆர்.கே. நாராயண், ஆர்.கே. லக்ஷ்மண் உள்ளிட்ட பல ஆளுமைகளை அனந்தமூர்த்தி பேட்டி கண்டிருக்கிறார்.

அனந்தமூர்த்தியின் நூல்கள் பல இந்திய, ஐரோப்பிய மொழிகளில் மொழிபெயர்க்கப்பட்டிருக்கின்றன. முக்கிய இலக்கிய விருதுகளையும் பெற்றிருக்கின்றன. *சம்ஸ்காரா, பவா, பாரதிபுர, அவஸ்தெ, திவ்ய* ஆகியவை இவரது நாவல்கள். ஏராளமான சிறுகதைகளும் எழுதியிருக்கிறார். இவ ருடைய பல நாவல்களும் சிறுகதைகளும் திரைப்படங்களாக்கப் பட்டுள்ளன.

பலவிதமான சூழலில் அகப்படும் மனிதர்களின் மன நிலையை அனந்தமூர்த்தியின் நாவல்கள் சித்தரிக்கின்றன. குறிப்பாகப் பல்வேறு சோதனைகளுக்குள்ளாகும் பிராமணக் குடும்பத்தினரும் தங்கள் நலனுக்காக அரசியலைப் பயன்படுத் தும் முதலாளிகளும் இவரது நாவல்களின் மையப் பாத்திரங்கள்.

வித்தியாசமான செயற்கையான சூழ்நிலைக்கு ஆளாகும் தனிப்பட்டவர்களின் வாழ்க்கையை இவரது நாவல்கள் சித்தரிக் கின்றன. பாரம்பரிய இந்துக் குடும்பத்தில் சமூக, அரசியல், பொருளாதாரக் காரணங்களால் ஏற்படும் பாதிப்புகள், சிக்கல் கள், தந்தைக்கும் மகனுக்கும், கணவனுக்கும் மனைவிக்கும், அப்பாவுக்கும் மகளுக்கும் இடையே தோன்றும் பிரச்சினைகள், இவர்களுக்கிடையே துளிர்க்கும் அன்பு போன்றவற்றை அனந்த மூர்த்தி மிக அழகாகச் சித்தரிக்கிறார். அவரது *வெட்டுக்கிளி (சூரியன குதிரெ), மௌனி, கார்த்திகா, பிரஷ்னெ* போன்ற கதைகளில் இதைக் காண முடியும். தன் முன்னே நிகழும் சமூகப் பிரச்சினைகளை மட்டுமே அவர் பார்ப்பதில்லை. அவ ருடைய *பரா (வறட்சி)* குறுநாவல் கர்நாடகாவின் வறண்டப் பகுதிகளில் ஏற்படும் பிரச்சினைகளையும் அவற்றைச் சமாளிக்கப் பாடுபடும் அதிகாரவர்க்கத்தையும் பற்றிக் கூறுகிறது.

அனந்தமூர்த்தியின் மனைவி எஸ்தர். இரண்டு குழந்தை கள் – ஷரத், அனுராதா. அனந்தமூர்த்தி தற்போது பெங்களூரில் வசிக்கிறார்.

ராஜ்யசபா தேர்தலில் போட்டியிட்டு தோற்றுப்போன அனந்தமூர்த்தி தனது முக்கியக் கொள்கை பி.ஜே.பியை எதிர்ப்பதுதான் என்கிறார்.

எஸ்.எல். பைரப்பாவின் *ஆவரண* நாவலைக் கடுமையாக விமர்சித்திருந்தார் அனந்தமூர்த்தி. அதற்கு பலத்த எதிர்ப்பு கிளம்பியது. அதன் காரணமாக இனி இலக்கியக் கூட்டங்களில் கலந்துகொள்வதில்லை என்று முடிவெடுத்துவிட்டார்.

கர்நாடகாவிலுள்ள ஊர்களின் பெயர்களைக் கன்னடமய மாக்குவதில் மிகுந்த ஆர்வம் காட்டி அதில் வெற்றியும் கண்டார்.

கர்நாடக ராஜ்யோத்ஸவ விருது, ஞானபீட விருது, மாஸ்தி விருது, பத்மபூஷன் விருது, நடோஜ ஹிந்து இலக்கியப் பரிசு (*பாரதிபுர*), தெற்கு ஆசிய இலக்கிய DSC பரிசு (*பாரதிபுர*) ஆகியவை இவர் பெற்றுள்ள கீர்த்திகள்.

இவரது எட்டுச் சிறுகதைத் தொகுதிகள், ஐந்து நாவல்கள், ஒரு நாடகம், மூன்று கவிதைத் தொகுதிகள், எட்டு இலக்கியக் கட்டுரை – விமர்சன நூல்கள் வெளிவந்துள்ளன.

தொகுப்பு : எம்.எஸ்.
நன்றி : **விக்கிபீடியா**